AF748180

സഖാവ് എ കെ നാരായണൻ

ഒരു ഓർമ്മപ്പുസ്തകം

Sakhavu A K Narayanan
Oru Ormmapusthakam
Memoirs

Editor
Adv. P Appukkuttan

CHINTHA PUBLISHERS
Thiruvananthapuram

© Rights Reserved
All rights reserved. No part of this publication may be reproduced, transmitted or stored in a retrieval system in any form or by any means without the written permission of the publisher.

First Edition
January 2025

Second Impression
April 2025

Published & Typesetting
Chintha Publishers, Thiruvananthapuram

Printed at
Repro India Ltd, Mumbai

Cover Design
Vinod Mangoes

ISBN : 978-93-48573-02-5

CO - 3593 / 7438

₹ 240

Email: chinthapublishers@gmail. com
Website: www. chinthapublishers. com

A version is available at National Libraries
Kolkata, Mumbai, Chennai and Delhi

Distribution
DESHABHIMANI BOOK HOUSE
H O Thiruvananthapuram 695035

Branches & Agencies
Head Office Kunnukuzhi • Statue Thiruvananthapuram
Saphalyam Complex Thiruvananthapuram
Machingal Lane Thrissur • IG Road Kozhikode
Mavoor Road Kozhikode • NGO Union Building Kannur
Central Bus Terminal Complex Thavakkara Kannur
Revenue Tower Ernakulam • Sulthanpetta Palakkad
Postoffice Road Kottaym • Hospital Road Nilamboor
Old Municipal Bus Stand Kalpatta

സഖാവ് എ കെ നാരായണൻ

ഒരു ഓർമ്മപ്പുസ്തകം

എഡിറ്റർ

അഡ്വ. പി അപ്പുക്കുട്ടൻ

ചിന്ത പബ്ലിഷേഴ്സ്

തിരുവനന്തപുരം 695 035

വില: ₹ **240**

അഡ്വ. പി അപ്പുക്കുട്ടൻ

1948 ൽ അവിഭക്ത കണ്ണൂർ ജില്ലയിലെ (ഇപ്പോൾ കാസർഗോഡു ജില്ലയിലെ) കാഞ്ഞങ്ങാട്ടു അതിയാമ്പൂരു ജനിച്ചു. 1975 ൽ കേരള ബാർകൗൺസിലിൽ എൻറോൾ ചെയ്ത് അഭിഭാഷകനായി. വിദ്യാർത്ഥി ഫെഡറേഷന്റെ ജില്ലാഭാരവാഹിയായിരുന്നു. ദീർഘകാലമായി സി പി എം കാസർഗോഡു ജില്ലാകമ്മിറ്റി അംഗമാണ്. സി ഐ ടി യു വിന്റെയും പുരോഗമന കലാസാഹിത്യ സംഘത്തിന്റെയും ജില്ലാ ഭാരവാഹിയായി പ്രവർത്തിച്ചിട്ടുണ്ട്. 2015–20 കാലത്ത് ലൈബ്രറികൗൺസിലിന്റെ സംസ്ഥാന സെക്രട്ടറിയായിരുന്നു. പൊതുപ്രവർത്തനരംഗത്ത് ഇപ്പോഴും സജീവമാണ്.

കൃതികൾ: *അഭിമാനപർവ്വം, ലൈബ്രറി കൗൺസിൽ കാൽ നൂറ്റാണ്ടു പിന്നിടുമ്പോൾ.*

വിലാസം : അഡ്വ. പി അപ്പുക്കുട്ടൻ
അതിയാമ്പൂര്
കാഞ്ഞങ്ങാട് പി ഒ
കാസർഗോഡ്

ഫോൺ : 8289984575

ഉള്ളടക്കം

പ്രസാധകക്കുറിപ്പ്

ഓരോ ഓർമ്മപ്പുസ്തകവും കേവലം വ്യക്തികളുടെ സ്വകാര്യമായ അനുഭവങ്ങളുടെ ആവിഷ്കാരം മാത്രമല്ല. അത് സാമൂഹ്യാനുഭവങ്ങളുടെയും രാഷ്ട്രീയാനുഭവങ്ങളുടെയും അടരുകൾ കൂടി ഉൾച്ചേരുന്നവയാണ്. ദേശസംസ്കൃതിയുടെ പരിണാമങ്ങൾ ഇത്തരം ഓർമ്മകളുടെ വഴിച്ചാലുകൾ കൂടിയാണ്. ഈയൊരു സന്ദർഭത്തിലാണ് *സഖാവ് എ കെ നാരായണൻ ഒരു ഓർമ്മപ്പുസ്തകം* എന്ന ഗ്രന്ഥം പ്രസക്തമാകുന്നത്. സാധാരണ കുടുംബത്തിൽ ജനിച്ച് പ്രാഥമിക വിദ്യാഭ്യാസം മാത്രം നേടിയ എ കെ നാരായണൻ എന്ന വ്യക്തി സംഘടനാപ്രവർത്തനത്തിലൂടെ ഒരു ദേശത്തിന്റെ പ്രിയ നേതാവായി മാറി. ദീർഘകാലം കാസർഗോഡ് ജില്ലാ സെക്രട്ടറിയായി പ്രവർത്തിച്ച സ. എ കെ നാരായണന്റെ ത്യാഗപൂർണ്ണമായ ജീവിതത്തെയും സംഘടനാപ്രവർത്തനങ്ങളെയും അതിവിപുലമായ നിലയിൽ രേഖപ്പെടുത്തുന്ന ഗ്രന്ഥമാണിത്. കാസർഗോഡെ കമ്യൂണിസ്റ്റ് പാർട്ടിയുടെയും വർഗ്ഗ ബഹുജന സംഘടനകളുടെയും വളർച്ചയുടെയും മുന്നേറ്റങ്ങളുടെയും ചരിത്രംകൂടി ഈ ഓർമ്മ പുസ്തകത്തിലുണ്ട്.

ചിന്ത പബ്ലിഷേഴ്സ്

എഡിറ്റോറിയൽ ബോർഡ്

വി വി രമേശൻ
അഡ്വ. കെ രാജ്മോഹൻ
പി കെ നിഷാന്ത്
എം പൊക്ലൻ
മൂലക്കണ്ടം പ്രഭാകരൻ
എം രാഘവൻ
വി വി പ്രസന്നകുമാരി
കെ വി സുജാത ടീച്ചർ
ശിവജി വെള്ളിക്കോത്ത്
ടി വി കരിയൻ
എ കെ ജി മന്ദിരം,
മേലാങ്കോട്ട്, പി ഒ കാഞ്ഞങ്ങാട്

ആമുഖം

സഹപ്രവർത്തകരും പരിചയക്കാരുമെല്ലാം 'എ കെ' എന്ന ചുരുക്കി വിളിക്കുന്ന സഖാവ് എ കെ നാരായണൻ ഓർമ്മയായിട്ട് ഒരു വർഷം പിന്നിട്ടിരിക്കുകയാണ്. 2023 ഡിസംബർ 10 ന് രാത്രിയാണ് എല്ലാവരെയും ദുഃഖത്തിലാഴ്ത്തിയ ആ വിയോഗമുണ്ടായത്.

കയ്യൂർ രക്തസാക്ഷികളിലൊരാളായ സഖാവ് അബൂബക്കറുടെ നാടായ നീലേശ്വരം പാലായിയിലാണ് 1939 ൽ സഖാവ് എ കെ ജനിച്ചത്. കുടുംബത്തിലെ ദാരിദ്ര്യം, ഏഴാം ക്ലാസിൽ വിദ്യാഭ്യാസം അവസാനിപ്പിച്ച് ബീഡിക്കമ്പനിയിലെത്തിച്ചു.

അച്ഛൻ ചെറുപ്പത്തിൽത്തന്നെ നഷ്ടപ്പെട്ട ആ കുട്ടി പിന്നെ അമ്മയുടെ സംരക്ഷണയിലായിരുന്നു വളർന്നത്. നന്നെ ചെറുപ്രായത്തിൽ ബീഡി തെറുപ്പ് ആരംഭിച്ച എ കെ പതിനേഴ് വയസ്സുവരെ മാത്രമേ പാലായിയിലെ അമ്മയുടെ വീട്ടിൽ നിന്നുള്ളൂ. 1956 ൽ അതിയാമ്പൂരിലെ അച്ഛന്റെ വീട്ടിലേക്ക് വന്നതോടെ അതിയാമ്പൂരുകാരനും കാഞ്ഞങ്ങാട്ടുകാരനുമായി മാറി.

ബീഡിത്തൊഴിലാളികളെ സംഘടിപ്പിച്ചുകൊണ്ട് ട്രേഡ്യൂണിയൻ പ്രവർത്തനം ആരംഭിച്ച സഖാവ് എ കെ ക്രമേണ അസംഘടിതരായ മറ്റു തൊഴിലാളികളെ സംഘടിപ്പിക്കുന്നതിലും വ്യാപൃതനായി. അവിഭക്ത കമ്യൂണിസ്റ്റ് പാർട്ടിയിൽ അംഗമായ സ. എ കെ വേഗത്തിൽത്തന്നെ കാഞ്ഞങ്ങാട്ടെ പാർട്ടി പ്രവർത്തകരിൽ ശ്രദ്ധേയനായി. 1964 ലെ പാർട്ടി പിളർപ്പിൽ കാഞ്ഞങ്ങാട്ടെ ഭൂരിപക്ഷം സഖാക്കളെയും ഇടതുപക്ഷത്ത് നിർത്താൻ പി ചാത്തു, കെ എം കുഞ്ഞിക്കണ്ണൻ, സി കേളുനായർ എന്നിവരോടൊപ്പം നല്ല പങ്കുവഹിച്ചു. കാസർഗോഡ് ജില്ലാ രൂപീകരണത്തെ തുടർന്ന് നിലവിൽവന്ന സി പി ഐ (എം) ജില്ലാ കമ്മിറ്റിയിൽ സെ

ക്രട്ടറിയേറ്റ് മെമ്പറായതോടെ എ കെയുടെ പ്രവർത്തനമേഖല ജില്ലാടിസ്ഥാനത്തിലായി. സി ഐ ടി യുവിന്റെ ജില്ലാ സെക്രട്ടറിയും സംസ്ഥാന വൈസ്പ്രസിഡന്റുമായി. സി പി ഐ (എം) ന്റെ പ്രഥമ ജില്ലാ സെക്രട്ടറി സ. പി കരുണാകരൻ *ദേശാഭിമാനി* ജനറൽ മാനേജരായതോടെ സ. എ കെ പാർട്ടിയുടെ കാസർഗോഡ് ജില്ലാ സെക്രട്ടറിയായി, സംസ്ഥാന കമ്മിറ്റി അംഗവുമായി. ആലപ്പുഴ സമ്മേളനത്തിൽവെച്ചാണ് സംസ്ഥാന കമ്മിറ്റിയിൽനിന്നും ഒഴിവായത്. മൂന്ന് ദശാബ്ദക്കാലത്തിലേറെ ജില്ലാ നേതൃത്വത്തിൽ പ്രവർത്തിക്കാൻ അവസരമുണ്ടായ സഖാവ് എ കെ പാർട്ടിയെ ദൃഢീകരിക്കുവാനും അടിത്തറ വികസിപ്പിക്കാനും വലിയ സംഭാവന നൽകി.

വിനയാന്വിതവും സൗമ്യവുമായ പെരുമാറ്റം സ. എ കെയുടെ ഒരു പ്രത്യേകതയാണ്. സമീപിക്കുന്ന ആരെയും പിണക്കാതെയുള്ള സമീപനം പുതിയ തലമുറയിലെ പ്രവർത്തകർക്ക് മാതൃകയാണ്. എ കെയുടെ ജീവിതവും പ്രവർത്തനവും പുതിയ തലമുറയുടെ മുമ്പിൽ തുറന്നുവെക്കുന്നതിന് ഒരു ഓർമ്മപുസ്തകം ആവശ്യമാണെന്ന ചിന്ത ഒന്നാം ചരമ വാർഷിക പരിപാടികൾ ആലോചിക്കുന്ന സന്ദർഭത്തിൽ കാഞ്ഞങ്ങാട് ഏരിയ കമ്മിറ്റിയിലെ സഖാക്കൾ പങ്കുവെച്ചു. ഓർമ്മപുസ്തകം തയ്യാറാക്കി പ്രസിദ്ധീകരിക്കാൻ പാർട്ടിയുടെ കാഞ്ഞങ്ങാട് ഏരിയ കമ്മിറ്റി തീരുമാനിച്ചതിന്റെ അടിസ്ഥാനത്തിലാണ് ഈ സംരംഭം.

ഇതിലേക്ക് തങ്ങളുടെ അനുഭവങ്ങൾ പങ്കുവെയ്ക്കുവാൻ എ കെയോടൊപ്പം പ്രവർത്തിച്ച നേതാക്കളോടും പ്രവർത്തകരോടും ഞങ്ങൾ അഭ്യർത്ഥിച്ചു. സഖാക്കൾ പിണറായി വിജയൻ, എസ് രാമചന്ദ്രൻപിള്ള, എളമരം കരീം, കെ എൻ ബാലഗോപാൽ ഉൾപ്പെടെയുള്ള സംസ്ഥാന നേതാക്കളും ജില്ലാ നേതാക്കളും സുഹൃത്തുക്കളും ഞങ്ങളുടെ അഭ്യർത്ഥന മാനിച്ച് ഓർമ്മക്കുറിപ്പുകൾ അയച്ചുതന്നു. കാഞ്ഞങ്ങാട്ട് നടക്കുന്ന 25-ാം പാർട്ടി കോൺഗ്രസിന്റെ ഭാഗമായ കാസർഗോഡ് ജില്ലാ സമ്മേളന സന്ദർഭത്തിൽ ഈ ഓർമ്മപുസ്തകം വായനക്കാരുടെ മുമ്പിലെത്തിക്കാൻ സാധിച്ചതിൽ ഞങ്ങൾക്ക് അനൽപ്പമായ സന്തോഷവും അഭിമാനവുമുണ്ട്. ഈ സംരംഭവുമായി സഹകരിച്ച എല്ലാവരോടും പാർട്ടിയുടെ കാഞ്ഞങ്ങാട് ഏരിയാ കമ്മിറ്റിക്കുവേണ്ടി നന്ദി രേഖപ്പെടുത്തുന്നു. സ. എ കെയുടെ ഈ ഓർമ്മപുസ്തകം വായനക്കാർ സഹർഷം സ്വീകരിക്കുമെന്ന് വിശ്വസിക്കുന്നു.

കെ രാജ്മോഹൻ
അഡ്വക്കേറ്റ്
സെക്രട്ടറി
സി പി ഐ (എം) കാഞ്ഞങ്ങാട് ഏരിയ കമ്മിറ്റി

കാസർഗോഡിന്റെ ഒരു ചരിത്രകാലത്തെ അനാവരണം ചെയ്യുന്ന ഓർമ്മപ്പുസ്തകം

എം വി ഗോവിന്ദൻ മാസ്റ്റർ

ദീർഘകാലം സി പി ഐ (എം) ന്റെ കാസർഗോഡ് സെക്രട്ടറിയായും സംസ്ഥാന കമ്മിറ്റി അംഗമായും ജില്ലയിൽ പാർട്ടി കെട്ടിപ്പടുക്കുന്നതിൽ നിർണായക പങ്കുവഹിച്ച സ. എ കെ നാരായണൻ നമ്മെ വിട്ടുപിരിഞ്ഞ്, ഒരു വർഷം പിന്നിട്ടിരിക്കുകയാണല്ലോ. ത്യാഗപൂർവമായ സ. എ കെയുടെ ജീവിതവും പ്രവർത്തനവും പുതിയ തലമുറയ്ക്ക് പരിചയപ്പെടുത്തുവാനുതകുന്ന ഒരു ഓർമ്മപ്പുസ്തകം തയ്യാറാക്കാൻ മുൻകൈ എടുത്ത സഖാക്കളും ഇതു പ്രസിദ്ധീകരിക്കുന്ന ചിന്ത പ്രവർത്തകരും അഭിനന്ദനമർഹിക്കുന്നു.

ഒരു ദരിദ്രകുടുംബത്തിലാണ് സഖാവ് എ കെ നാരായണൻ ജനിച്ചത്. പ്രാഥമികവിദ്യാഭ്യാസം മാത്രം ലഭിച്ച ശേഷം ബീഡിത്തൊഴിലാളിയായി ജീവിതം ആരംഭിച്ചു. പിന്നീട് തൊഴിലാളി സംഘടനയുടെയും, പാർട്ടിയുടെയും നേതൃത്വത്തിലേക്കെത്തി. സംസ്ഥാന ബീഡിത്തൊഴിലാളി ഫെഡറേഷന്റെയും അഖിലേന്ത്യാ ഫെഡറേഷന്റെയും നേതൃനിരയിലേക്ക് വളർന്നു. ഈ പുസ്തകത്തിലുൾക്കൊള്ളിച്ചിട്ടുള്ള സ. പിണറായിയുടെ ഓർമ്മക്കുറിപ്പിൽ പറയുന്നതുപോലെ അവിഭക്ത കണ്ണൂർ ജില്ലയിൽ ബീഡിചുരുട്ടുമേഖലയിൽ നിന്നുയർന്നുവന്ന സഖാക്കൾ സി കണ്ണൻ, അഴീക്കോടൻ രാഘവൻ, പി വി കുട്ടി, എൻ അബ്ദുള്ള, കെ പി സഹദേവൻ തുടങ്ങിയവരുടെ ശ്രേണിയിലാണ് സ. എ കെ നാരായണന്റെ സ്ഥാനം.

സി ഐ ടി യു രൂപീകരണത്തിനുശേഷം സംസ്ഥാനത്തെ പ്രധാന നേതാക്കളിലൊരാളായി എ കെ നാരായണൻ ഉയർന്നു. കാസർഗോഡ്

ജില്ല നിലവിൽ വന്നപ്പോൾ പാർട്ടിയുടെ പ്രഥമ ജില്ലാ സെക്രട്ടറിയേറ്റ് അംഗമായി. സ. പി കരുണാകരൻ *ദേശാഭിമാനി* ജനറൽ മാനേജരായപ്പോൾ പാർട്ടി ജില്ലാ സെക്രട്ടറിയുടെ ചുമതല എ കെ നാരായണനിൽ അർപ്പിതമായി. പിന്നീട് സംസ്ഥാന കമ്മിറ്റി അംഗമായി.

സൗമ്യമായ പെരുമാറ്റരീതി സ്വന്തമാക്കിയ എ കെ നമ്മെ വിട്ടുപിരിയുന്നതിന് ഏതാനും മാസങ്ങൾക്കുമുമ്പ് നൽകിയ ആദരവ് പരിപാടിയിൽ പങ്കെടുക്കുവാനുള്ള അവസരം എനിക്കുണ്ടായി. എ കെ എങ്ങനെയാണ് ജനങ്ങളുടെ ആകെ നേതാവായി മാറിയത് എന്ന് ഞാൻ ആദരവ് പരിപാടിയിൽ ചൂണ്ടിക്കാട്ടിയിരുന്നു. പേരിന് നേരെ നേതാവ് എന്ന് എഴുതിവെച്ചാൽ ഒരാളും നേതാവാകില്ല. ജനങ്ങളുടെ ഇടയിൽ പ്രവർത്തിച്ച് അവരോട് ആത്മബന്ധം പുലർത്തിയാണ് ഒരാൾ ജനങ്ങളുടെ നേതാവായി ഉയരുന്നത്. എ കെ നാരായണൻ അത്തരത്തിൽപ്പെട്ട ഒരാളാണെന്ന് യാതൊരു സംശയവുമില്ലാതെ തന്നെ പറയാനാകും.

കാസർഗോഡ് കമ്യൂണിസ്റ്റ് പാർട്ടിയുടെയും, വർഗ്ഗ-ബഹുജന സംഘടനകളുടെയും വളർച്ചയുടെയും മുന്നേറ്റങ്ങളുടെയും ചരിത്രംകൂടിയാണ് എ കെയുടെ ഓർമ്മകളിലൂടെ ഈ പുസ്തകത്തിൽ പുറത്തുവരുന്നത്. ഒരു നാടിന്റെ ചരിത്രത്തിന്റെ ഭാഗമായി ഒരാൾ മാറുന്നുവെന്നത് ആ നാടിന്റെ സാമൂഹ്യമുന്നേറ്റങ്ങളുമായി എത്രയേറെ ഇഴുകിച്ചേർന്നിരിക്കുന്നുവെന്നതിന്റെ തെളിവ് കൂടിയാണത്. എ കെയുടെ ഓർമ്മകൾ വിവിധ മേഖലയിൽ ഒപ്പം പ്രവർത്തിച്ചവരിലൂടെ പുറത്തുവരുമ്പോൾ കാസർഗോഡെ ഒരു ചരിത്രകാലംകൂടിയാണ് നമ്മുടെ മുന്നിൽ തെളിഞ്ഞുവരുന്നത്.

എ കെ നാരായണനുമായി അടുത്ത ബന്ധമുള്ള സഖാക്കൾ പിണറായി വിജയൻ, എസ് രാമചന്ദ്രൻപിള്ള, എളമരം കരീം, കെ എൻ ബാലഗോപാൽ, കെ പി സഹദേവൻ, പി കരുണാകരൻ, എം വി ബാലകൃഷ്ണൻ മാസ്റ്റർ, ഇ ചന്ദ്രശേഖരൻ, കെ പി സതീഷ് ചന്ദ്രൻ, സി എച്ച് കുഞ്ഞമ്പു തുടങ്ങി 47 പേർ എഴുതിയ ഓർമ്മക്കുറിപ്പുകളാണ് ഈ പുസ്തകത്തിലുള്ളത്. ട്രേഡ് യൂണിയൻ രംഗത്തും പാർട്ടി രംഗത്തുമുള്ള സംഘടനാ പ്രവർത്തനങ്ങളിൽ എ കെയുടെ പങ്ക് സഹപ്രവർത്തകർ ശരിയായി ഇതിൽ വരച്ചുകാണിച്ചിട്ടുണ്ട്.

അടിയന്തരാവസ്ഥയിൽ മിസ്സ തടവുകാരനായും നിരവധി സമരങ്ങളിൽ പങ്കെടുത്ത് അറസ്റ്റ് വരിക്കുകയും ചെയ്തു. പോലീസ് മർദ്ദനം നിരവധി തവണ ഏറ്റുവാങ്ങേണ്ടിവന്നു. വിളകൊയ്യാൻ ഒരു കർഷകനെ സഹായിക്കാൻ വളന്റിയർമാരെയുംകൊണ്ട് രാത്രിയിൽ ജാഥയായി പോരുമ്പോൾ പാമ്പുകടിയേറ്റ അനുഭവവുമുണ്ട്. പൊതുവായ സമ്മതി നേടിക്കൊണ്ട് ജനങ്ങൾക്കിടയിലെ പ്രശ്നങ്ങൾ പരിഹരിക്കുന്നതും

ആരെയും പിണക്കാതെ ഇടപെടുന്നതും എ കെയുടെ പ്രത്യേകതയായി സഹപ്രവർത്തകർ ചൂണ്ടിക്കാണിക്കുന്നുണ്ട്.

സ. എ കെ വിട്ടുപിരിഞ്ഞ്, ഒരു വർഷം പിന്നിട്ട അവസരങ്ങളിൽ ഇങ്ങനെ ഒരു ഓർമ്മപ്പുസ്തകം പുറത്തിറക്കാൻ സാധിച്ചത് സഖാവിന്റെ പ്രത്യേകതകൾ മനസ്സിലാക്കുവാൻ വായനക്കാരെ സഹായിക്കും. ഒരു തൊഴിലാളിപ്രവർത്തകന് എങ്ങനെ ജനങ്ങളുടെ ആകെ നേതാവായി മാറാൻ കഴിഞ്ഞുവെന്നതിന്റെ ഉദാഹരണമാണ് എ കെ എന്ന് ഉറപ്പിച്ച് പറയാൻ കഴിയും. പുതിയ തലമുറയിലെ പാർട്ടി പ്രവർത്തകർക്ക് എ കെയെ ശരിയായി മനസ്സിലാക്കുന്നതിലൂടെ ആ ജീവിതവും പ്രവർത്തനവും മാർഗദർശിയാകും. വളരെ സന്തോഷത്തോടെ ഈ പുസ്തകം ജനസമക്ഷം അവതരിപ്പിക്കുന്നു. ഇതിന് പിന്നിൽ പ്രവർത്തിച്ച എല്ലാവരെയും അഭിനന്ദിക്കുന്നു.

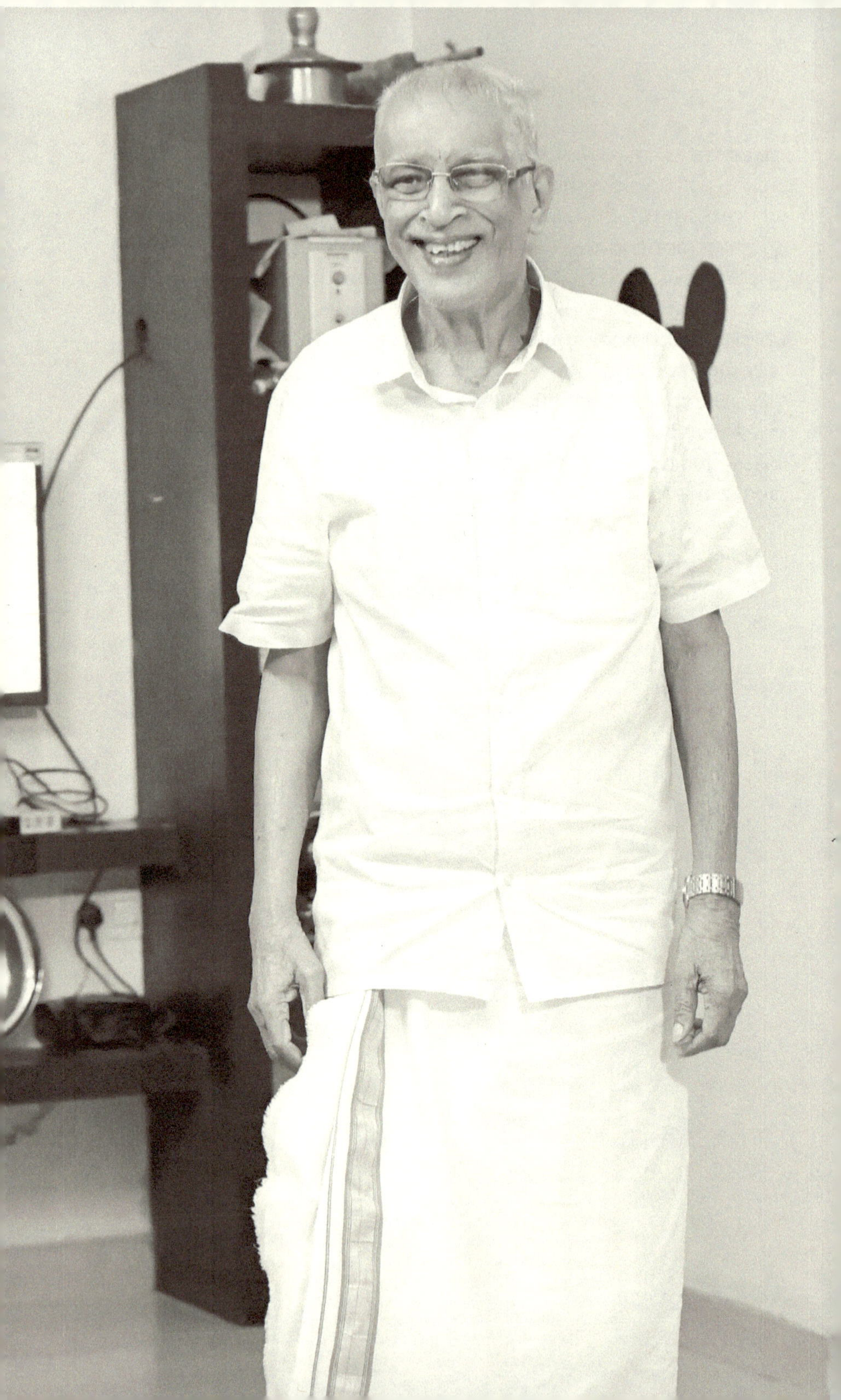

സ. എ കെ നാരായണൻ

പിണറായി വിജയൻ

കാസർഗോഡ് ജില്ലയിലെ പൊതുജീവിതത്തിലാകെ നിറഞ്ഞുനിന്ന വ്യക്തിത്വമായിരുന്നു സ. എ കെ നാരായണൻ. അവിഭക്ത കണ്ണൂർ ജില്ലയിലും പിന്നീട് കാസർഗോഡ് ജില്ല രൂപീകൃതമായപ്പോൾ അവിടെയും ട്രേഡ് യൂണിയൻ സംഘടനകളും പാർട്ടിയും കെട്ടിപ്പടുക്കുന്നതിൽ പ്രധാന പങ്കുവഹിച്ച നേതാക്കളിലൊരാളാണ് സ. എ കെ.

അവിഭക്ത കണ്ണൂർ ജില്ലയിൽ ബീഡിചുരുട്ട് മേഖലയിൽ പ്രവർത്തിച്ചിരുന്ന സഖാക്കളായ സി കണ്ണൻ, അഴീക്കോടൻ രാഘവൻ, പി വി കുട്ടി, എൻ അബ്ദുള്ള, പി വിജയൻ, കെ പി സഹദേവൻ എന്നിവരോടോപ്പം പറയാവുന്ന പേരാണ് അദ്ദേഹത്തിന്റേത്. ഒരു സാധാരണ ബീഡിത്തൊഴിലാളിയായി ജീവിതമാരംഭിച്ച സ. എ കെ നാരായണൻ ത്യാഗപൂർണ്ണമായ പ്രവർത്തനങ്ങളിലൂടെയാണ് പാർട്ടിയുടെ നേതൃസ്ഥാനത്തേക്കെത്തിയത്. പാർട്ടി ഏൽപ്പിച്ച എല്ലാ ഉത്തരവാദിത്വങ്ങളും ഭംഗിയായി നിറവേറ്റാൻ അദ്ദേഹത്തിനു കഴിഞ്ഞു.

1968 ൽ ഗണേഷ് ബീഡിക്കമ്പനിയുമായി ബന്ധപ്പെട്ട് നടന്ന പ്രതിഷേധസമരത്തിന്റെ നേതൃനിരയിൽ സ. എ കെയുമുണ്ടായിരുന്നു. തൊഴിൽ നഷ്ടപ്പെട്ട ബീഡിത്തൊഴിലാളികളെ പുനഃരധിവസിപ്പിക്കുന്നതിന് 1967 ലെ ഇ എം എസ് സർക്കാരിന്റെ മുൻകൈയിൽ ആരംഭിച്ച ദിനേശ് ബീഡി സഹകരണ സംഘത്തിന്റെ രൂപീകരണത്തിന് വഴിവെച്ചത് എ കെ നാരായണൻ ഉൾപ്പെടെയുള്ളവർ നടത്തിയ പ്രക്ഷോഭങ്ങളും ഇടപെടലുകളുമാണ്. ബീഡിത്തൊഴിലാളി യൂണിയന്റെ പ്രമുഖ നേതാക്കളിൽ ഒരാളായിരുന്ന സ. എ കെ, ദിനേശ് ബീഡി കേന്ദ്രസം

ഘം ഡയറക്ടർ, ഹോസ്ദുർഗ്ഗ് സംഘം പ്രസിഡന്റ്, കാസർഗോഡ് ജില്ലാ മൊത്തവ്യാപാര സംഘം പ്രസിഡന്റ് തുടങ്ങിയ നിലകളിലും പ്രവർത്തിച്ചിട്ടുണ്ട്.

കാസർഗോഡ് ജില്ല നിലവിൽ വന്നതിനെ തുടർന്ന രൂപംകൊണ്ട ആദ്യ പാർട്ടി ജില്ലാ സെക്രട്ടറിയേറ്റിൽ അദ്ദേഹം അംഗമായിരുന്നു. സ. പി കരുണാകാരൻ *ദേശാഭിമാനി*യുടെ ജനറൽ മാനേജരുടെ ചുമതല ഏറ്റതോടെ സ. എ കെ പാർട്ടിയുടെ കാസർഗോഡ് ജില്ലാ സെക്രട്ടറിയായി. പിന്നീട് കൺസ്യൂമർഫെഡിന്റെ ചെയർമാനാകുന്നതുവരെ ആ സ്ഥാനത്ത് തുടർന്നു. ദീർഘകാലം സി പി ഐ (എം) സംസ്ഥാന കമ്മിറ്റിയിലും അംഗമായിരുന്നു.

അടിയന്തരാവസ്ഥക്കാലത്ത് മിസാ തടവുകാരനായി കണ്ണൂർ സെൻട്രൽ ജയിലിൽ ഞങ്ങൾക്കൊപ്പം എ കെയുമുണ്ടായിരുന്നു. കാസർഗോഡ് ജില്ലയിലെ നിരവധി തൊഴിൽ സമരങ്ങളിൽ അദ്ദേഹം നേതൃത്വപരമായ പങ്കുവഹിച്ചു. നിരവധി തവണ ജയിലിൽ അടയ്ക്കപ്പെട്ടു. കമ്മാടം ചുള്ളി എസ്റ്റേറ്റ് സമരം, കാഞ്ഞങ്ങാട്ടെ കല്ലട വുഡ് ഇൻഡസ്ട്രീസ് സമരം എന്നിവയുടെ മുഖ്യ സംഘാടകൻ അദ്ദേഹമായിരുന്നു. ചുള്ളി പോപ്പുലർ എസ്റ്റേറ്റിലെ തൊഴിലാളി സമരത്തോടനുബന്ധിച്ച് നടന്ന കാഞ്ഞങ്ങാട് പോലീസ് സ്റ്റേഷൻ മാർച്ചിനെ തുടർന്ന് അറസ്റ്റ് ചെയ്യപ്പെട്ട അദ്ദേഹം ഭീകരമായ ലോക്കപ്പ് മർദ്ദനത്തിനും ഇരയായി.

പ്രായാധിക്യത്തിന്റെ അവശതകൾമൂലം വിശ്രമജീവിതം നയിക്കുന്ന അവസരത്തിൽ ഞാൻ അദ്ദേഹത്തെ സന്ദർശിച്ചിരുന്നു. സംസാരിക്കാൻ കഴിയാതിരുന്ന സ. എ കെയുടെ മുഖത്ത് അന്ന് വിരിഞ്ഞ പുഞ്ചിരി ഇന്നും ഓർമ്മയിലുണ്ട്. മൃദുഭാഷിയും സൗമ്യശീലനുമായ സ. എ കെ കമ്യൂണിസ്റ്റ് മൂല്യങ്ങൾ മുറുകെപ്പിടിച്ചുകൊണ്ടു ലളിത ജീവിതം നയിച്ച മാതൃകാ പൊതുപ്രവർത്തകനായിരുന്നു. പാർട്ടിയിൽ ആശയപരമായ വ്യതിയാനങ്ങൾ വന്ന ഘട്ടങ്ങളിൽ ശരിയായ പാർട്ടി നിലപാടിൽ നിന്നുകൊണ്ട് അതിനെ ചെറുക്കുന്നതിൽ അദ്ദേഹം എന്നും മുൻപന്തിയിലായിരുന്നു.

തൊഴിലാളിവർഗ്ഗത്തിന്റെ ആരാധ്യനായ സംഘാടകനെയും ഊർജ്ജസ്വലനായ പൊതുപ്രവർത്തകനെയുമാണ് എ കെയുടെ വിയോഗത്തിലൂടെ പാർട്ടിക്ക് നഷ്ടമായത്. ത്യാഗപൂർണ്ണമായ അദ്ദേഹത്തിന്റെ പൊതുപ്രവർത്തനം പുതുതലമുറയ്ക്ക് എന്നും ആവേശമാണ്.

വ്യതിയാനങ്ങൾക്കെതിരെ ഉറച്ചുനിന്ന സഖാവ്

എസ് രാമചന്ദ്രൻപിള്ള

സഖാവ് എ കെ നാരായണനെ ആദ്യമായി കണ്ട സന്ദർഭം ഓർത്തെടുക്കുവാൻ കഴിയുന്നില്ല. കാസർഗോഡ് ജില്ല നിലവിൽ വരികയും പുതിയ ജില്ലാ കമ്മിറ്റി രൂപീകരിക്കുകയും ചെയ്തപ്പോൾ ജില്ലാ സെക്രട്ടറിയേറ്റ് അംഗമായതോടെ പാർട്ടി ജില്ലാ നേതൃത്വത്തിലേക്ക് കടന്നുവന്ന എ കെ നാരായണൻ, സ. പി കരുണാകരൻ *ദേശാഭിമാനി* ജനറൽ മാനേജരുടെ ചുമതല ഏറ്റപ്പോൾ കാസർഗോഡ് ജില്ലാ സെക്രട്ടറിയാവുകയും തുടർന്ന് സംസ്ഥാന കമ്മിറ്റി അംഗമാവുകയും ചെയ്തതോടെ അടുത്തു ബന്ധപ്പെടാൻ കഴിഞ്ഞു. 1990 മുതൽ 2018 വരെ സംസ്ഥാന കമ്മിറ്റി അംഗമെന്ന നിലയിൽ സ. എ കെയുമായി ഞാൻ ബന്ധപ്പെട്ടുന്നുണ്ട്. ആലപ്പുഴ സമ്മേളനത്തിൽവെച്ചാണ് സഖാവ് സംസ്ഥാന കമ്മിറ്റിയിൽനിന്നും ഒഴിവാകുന്നത്.

കാസർഗോഡ് ജില്ലാ കമ്മിറ്റി രൂപീകരിച്ചതിനുശേഷം ജില്ലയിൽ പാർട്ടി സംഘടന ദൃഢീകരിക്കുന്നതിനും വർഗ്ഗ ബഹുജന സംഘടനകൾ ശക്തിപ്പെടുത്തുന്നതിനും നല്ല ശ്രമമുണ്ടായി. അതിൽ സ. എ കെ നാരായണൻ നിർണ്ണായകമായ പങ്കുവഹിച്ചിട്ടുണ്ട്. എം വി രാഘവന്റെ നേതൃത്വത്തിൽ ബദൽരേഖയുമായി പാർട്ടി പിളർക്കുവാനുള്ള ശ്രമമുണ്ടായപ്പോൾ അതിനെ ചെറുക്കുന്നതിനും ജില്ലയിലെ ഭൂരിഭാഗം സഖാക്കളെയും പാർട്ടിയുടെകൂടെ നിർത്തുന്നതിനും സ. പി കരുണാകരനൊപ്പം സഖാവ് നാരായണൻ നല്ല പങ്ക് വഹിച്ചു. ആ ഘട്ടത്തിൽ വലിയ ക്ഷതമേൽക്കാതെ കാസർഗോഡ് ജില്ലയിലെ പാർട്ടിയെ സംരക്ഷിക്കുവാൻ കഴിഞ്ഞു. ആശയരംഗത്ത് പാർട്ടിയിൽ വ്യതിയാനങ്ങൾ വരുമ്പോൾ ശരിയായ നിലപാടിൽ ഉറച്ചുനിന്ന് പാർട്ടിയെ സംരക്ഷിക്കുക എന്നത്

പ്രധാനമാണ്. നല്ല രാഷ്ട്രീയ നിലപാടുള്ളവർക്കേ വ്യതിയാനങ്ങളെ ചെറുക്കുവാൻ സാധിക്കുകയുള്ളൂ.

തൊഴിലാളി വർഗ്ഗത്തിൽനിന്നും ഉയർന്നുവരുന്ന പ്രവർത്തകർക്ക് ശരിയായ രാഷ്ട്രീയ വിദ്യാഭ്യാസം ലഭിച്ചാൽ നേതൃത്വത്തിലേക്ക് ഉയർന്നുവരാൻ കഴിയും. സാധാരണ ബീഡിത്തൊഴിലാളിയായി ജീവിതം ആരംഭിച്ച സഖാവ് എ കെ നാരായണന് കാസർഗോഡ് ജില്ലയിലെ പാർട്ടിയിൽ ദീർഘകാലം നേതൃനിരയിൽ പ്രവർത്തിക്കാൻ കഴിഞ്ഞുവെന്നുള്ളത് ശ്രദ്ധേയമാണ്.

സ. എ കെ നാരായണന്റെ സ്മരണ പാർട്ടിക്ക് വർത്തമാനകാലത്ത് രാഷ്ട്രീയ കടമ നിർവ്വഹിക്കുന്നതിനുള്ള പ്രചോദനമാകട്ടെയെന്നാണ് ആശംസിക്കാനുള്ളത്. ലളിതമായ ജീവിതവും സൗമ്യമായ പെരുമാറ്റവും സഖാവ് എ കെ നാരായണന്റെ പ്രത്യേകതയാണ്. ആളുകളോട് ഇടപെടുമ്പോൾ അദ്ദേഹം കാണിക്കാറുള്ള അതീവ വിനയം അനുകരണീയമാണ്. സഖാവ് എ കെ നാരായണന്റെ ഓർമ്മയ്ക്ക് മുമ്പിൽ ആദരാഞ്ജലികൾ അർപ്പിക്കുന്നു.

(2024 ഡിസംബർ 11 ന് എ കെ ജി സെന്ററിൽ
സ. പി അപ്പുക്കുട്ടൻ നടത്തിയ അഭിമുഖത്തിൽനിന്നും)

സഖാവ് എ കെ നാരായണൻ ജ്വലിക്കുന്ന ഓർമ്മ

എളമരം കരിം

സംസ്ഥാനത്തെ പ്രമുഖ ട്രേഡ് യൂണിയൻ നേതാക്കളിൽ ഒരാളായിരുന്ന സ. എ കെ നാരായണൻ നമ്മെ വിട്ടുപിരിഞ്ഞിട്ട് ഒരു വർഷം പിന്നിടുകയാണ്. ദീർഘകാലം, സ. എ കെയോടൊപ്പം സി ഐ ടി യു സംഘടനാരംഗത്ത് പ്രവർത്തിച്ച ഓർമ്മകൾ മനസ്സിൽ നിറഞ്ഞുനിൽക്കുന്നു.

സംസ്ഥാനത്തെ ബീഡിത്തൊഴിലാളികളുടെ ട്രേഡ് യൂണിയൻ കെട്ടിപ്പടുക്കുന്നതിൽ എ കെ വലിയ പങ്കുവഹിച്ചു. സംസ്ഥാന ബീഡി വർക്കേഴ്സ് ഫെഡറേഷൻ പ്രസിഡന്റായി ദീർഘകാലം പ്രവർത്തിച്ചു. സി ഐ ടി യു സംസ്ഥാന വൈസ് പ്രസിഡന്റായും കാസർഗോഡ് ജില്ലാ കമ്മിറ്റിയുടെ സെക്രട്ടറിയായും സഖാവ് പ്രവർത്തിക്കുകയുണ്ടായി.

കൺസ്യൂമർ ഫെഡറേഷന്റെ ചെയർമാനായും സഖാവ് സേവനമനുഷ്ഠിച്ചു. സി പി ഐ (എം) ന്റെ വടക്കൻ കേരളത്തിലെ തലയെടുപ്പുള്ള നേതാക്കളിൽ ഒരാളായിരുന്നു എ കെ. കാസർഗോഡ് ജില്ലാ കമ്മിറ്റി സെക്രട്ടറിയും സംസ്ഥാനക്കമ്മിറ്റി അംഗവുമായിരുന്നു.

രോഗബാധിതനായി ചികിത്സയിൽ കഴിയുന്ന സമയത്ത് സഖാവിനെ ഒരിക്കൽ വീട്ടിൽവെച്ച് കണ്ടിരുന്നു. കണ്ടയുടനെ സ്വതസിദ്ധമായ ചിരിയോടെ സഖാവ് എന്നെ അഭിവാദ്യംചെയ്തു. ഏതൊരാളോടും സൗമ്യമായി പെരുമാറുകയും സ്നേഹത്തോടെ ഇടപെടുകയും ചെയ്ത സഖാവിന്റെ സ്മരണകൾ എന്നെന്നും നിലനിൽക്കും.

സഖാവ് എ കെയുടെ ജ്വലിക്കുന്ന ഓർമ്മകൾക്കു മുമ്പിൽ ആദരാഞ്ജലികൾ അർപ്പിക്കുന്നു. ലാൽസലാം സഖാവെ!

സ്മരണകളിൽ എ കെ

പി കരുണാകരൻ

എ കെ എന്ന രണ്ടക്ഷരത്തിൽ അറിയപ്പെടുന്ന തൊഴിലാളി സംഘടനകളുടെ നേതാവാണ് സ. എ കെ നാരായണൻ. കാസർഗോഡ് ജില്ലയിൽ മാത്രമല്ല സംസ്ഥാനത്താകെ തൊഴിലാളികളുടെ പ്രിയപ്പെട്ട നേതാവാണ് സ. എ കെ. ഒരു സാധാരണ കുടുംബത്തിൽ ജനിച്ച് ബീഡിത്തൊഴിലാളിയായി ജീവിതമാരംഭിച്ച സഖാവ് പിൽക്കാലത്ത് കാസർഗോഡ് ജില്ലയിലെ സി ഐ ടി യു സെക്രട്ടറിയായും സംസ്ഥാന സെക്രട്ടറിയായും ദേശീയ തലത്തിൽ സി ഐ ടി യുവിന്റെ അഖിലേന്ത്യകമ്മിറ്റി അംഗമായും ബീഡി& സിഗർ ഫെഡറേഷന്റെ നേതാവായും ഉയർന്നുവന്നത് സഖാവിന്റെ സംഘടനാരംഗത്തെയും രാഷ്ട്രീയരംഗത്തെയും ത്യാഗപൂർണ്ണമായ പ്രവർത്തനത്തിന്റെ ഭാഗമാണ്.

ഞാൻ സ. എ കെയെ പരിചയപ്പെടുന്നത് ബീഡിത്തൊഴിലാളികളുടെ സമ്മേളനവും സമരങ്ങളുമായും ബന്ധപ്പെട്ടുകൊണ്ടാണ്. ഞങ്ങൾ രണ്ടുപേരും പാർട്ടിയുടെ രണ്ട് മേഖലകളിലായതുകൊണ്ടുതന്നെ എ കെയുടെ ആദ്യകാല പ്രവർത്തനങ്ങളുമായി ബന്ധപ്പെടാൻ എനിക്ക് കഴിഞ്ഞിരുന്നില്ല. ബീഡിത്തൊഴിലാളി മേഖല തന്നെയായിരുന്നു സഖാവിന്റെ പ്രധാന പ്രവർത്തനരംഗം. ആ കാലഘട്ടത്തിൽ വടക്കേ മലബാറിൽ പ്രത്യേകിച്ച് കണ്ണൂർ, കാസർഗോഡ് ജില്ലകളിൽ പ്രബലമായ ശക്തിയായിരുന്നു ബീഡിത്തൊഴിലാളികൾ. ദിനേശ് ബീഡി വരുന്നതിനുമുമ്പ് സ്വകാര്യ ബീഡി കമ്പനികളായിരുന്നു ഈ രംഗത്ത് നിറഞ്ഞുനിന്നിരുന്നത്. അവയിൽ പലതും മംഗലാപുരം കേന്ദ്രീകരിച്ചാണ് പ്രവർത്തിച്ചിരുന്നത്. സാധു, ഗണേഷ്, ഗുരുകൃപ തുടങ്ങിയവ അതിൽ ചിലതാണ്. ബീഡിരംഗത്തെ അന്നത്തെ പ്രമുഖ നേതാക്കളായിരുന്ന

സി കണ്ണൻ, എൻ അബ്ദുള്ള, രഘുവരൻ തുടങ്ങിയവർ. പൊതു ട്രേഡ് യൂണിയൻ പ്രസ്ഥാനവുമായി സംസ്ഥാന തലത്തിൽത്തന്നെ പ്രവർത്തിച്ച നേതാവാണ് സ. ഒ ഭരതൻ. സ്വകാര്യ ബീഡി മുതലാളി വേതനം കുറച്ച് കൂടുതൽ ജോലിചെയ്യിപ്പിക്കുന്ന കടുത്ത ചൂഷണമാണ് നടത്തിയിരുന്നത്. ഇതിനെതിരെ വടക്കേ മലബാറിലെ കണ്ണൂർ, കാസർഗോഡ് ജില്ലകളിലെ ബീഡിത്തൊഴിലാളികൾ സമരമാരംഭിച്ചു. സി കണ്ണൻ, എൻ അബ്ദുള്ള, എ കെ നാരായണൻ തുടങ്ങിയ നേതാക്കളായിരുന്നു അന്ന് നേതൃത്വം നൽകിയത്. ഇതിനെത്തുടർന്ന് പല സ്വകാര്യ കമ്പനികളും കേരളംവിട്ട് അന്യസംസ്ഥാനങ്ങളിലേക്ക് ചേക്കേറി. ലഭിച്ചുകൊണ്ടിരുന്ന തൊഴിൽ നിഷേധിക്കപ്പെട്ടപ്പോൾ സമരം കൂടുതൽ ശക്തമാക്കാൻ നേതൃത്വം തീരുമാനിച്ചു. ഇതിന്റെ ഭാഗമായി കേരളത്തിൽ മാത്രമല്ല മംഗലാപുരത്തും മാനേജ്മെന്റിന്റെ സ്ഥാപനങ്ങൾക്ക് മുൻപിൽ സമരങ്ങൾ ആരംഭിച്ചു. മിനിമം വേതനം കൊടുക്കാതെ ജോലി ചെയ്യിപ്പിക്കുന്ന കണ്ണൂർ, കാസർഗോഡ് ജില്ലകളിലെ മാനേജ്മെന്റുകൾക്കെതിരായി ശക്തമായ സമരം ഉയർന്നുവന്നു. ഇതിന്റെ ഭാഗമായി നിരവധി തൊഴിലാളി പ്രവർത്തകരും നേതാക്കളും അറസ്റ്റ് ചെയ്യപ്പെട്ടു. നമ്മുടെ പ്രദേശത്തും മംഗലാപുരത്തും ഈ സമരങ്ങൾക്ക് നേതൃത്വം നൽകിയത് സ. എ കെ ആയിരുന്നു. നിരവധി കൂടിയാലോചനകൾക്കും ചർച്ചകൾക്കുംശേഷം ചില മാനേജ്മെന്റുകൾ തീരുമാനത്തിൽ മാറ്റങ്ങൾ വരുത്തി. എന്നാൽ പതിനായിരക്കണക്കിന് തൊഴിലാളികളെ ബാധിക്കുന്ന പ്രശ്നം ഇതുകൊണ്ടുമാത്രം പരിഹരിക്കാൻ കഴിയുമായിരുന്നില്ല. അങ്ങനെയാണ് ബീഡിത്തൊഴിലാളി രംഗത്ത് സഹകരണരംഗം നിലവിൽവന്നത്. ബീഡിത്തൊഴിലാളികളുടെ പ്രശ്നം ആദ്യമായി പാർലമെന്റിൽ ഉന്നയിച്ചത് പ്രതിപക്ഷ നേതാവായിരുന്ന സ. എ കെ ജി ആയിരുന്നു. ഒരു സ്വകാര്യ ബില്ലുതന്നെ സഖാവ് പാർലമെന്റിൽ അവതരിപ്പിച്ചു. പാർലമെന്റിൽ ഇത് ചെയ്യുന്നതിനിടയിൽ ഗവൺമെന്റ് തന്നെ ഒരു ഔദ്യോഗിക ബില്ല് കൊണ്ടുവരാമെന്ന് സഭയെ അറിയിച്ചു. അങ്ങനെ എ കെ ജി ബില്ല് പിൻവലിച്ചു. അങ്ങനെയാണ് ബീഡിത്തൊഴിലാളികളെ ബാധിക്കുന്ന നിയമം പാർലമെന്റിൽ വരാൻ ഇടയായത്. അതിനെത്തുടർന്നാണ് ഉത്തര കേരളത്തിലെ തൊഴിലാളികൾക്ക് തൊഴിൽ നിഷേധിക്കാൻ മംഗലാപുരത്തെ മുതലാളിമാർ തയ്യാറായത്. അതാണ് ദിനേശ് ബീഡി സഹകരണ സംഘം വരാൻ ഇടയാക്കിയത്. തൊഴിലാളികൾക്ക് എല്ലാവിധത്തിലുള്ള ആനുകൂല്യങ്ങൾ നൽകിക്കൊണ്ടുതന്നെ ദിനേശ് ബീഡി പ്രവർത്തനം ആരംഭിച്ചു. കേരളത്തിൽ ആകെ അറിയപ്പെടുന്ന മാതൃകാപരമായ സംരംഭമായി ഇത് മാറ്റി. എന്നാൽ മാർക്കറ്റിലെ പ്രതിസന്ധിയും മറ്റുചില സാങ്കേതിക പ്രശ്നങ്ങളും സംഘത്തിന് പ്രയാസമുണ്ടാക്കി. ഈ രംഗത്ത് വൈവിദ്ധ്യവൽക്കരണത്തിലൂടെ പ്രശ്നങ്ങൾ പരിഹരിക്കാനുള്ള ശ്രമത്തിലാണ് ഇപ്പോൾ മാനേജ്മെന്റ്

ഏർപ്പെട്ടിട്ടുള്ളത്. സ. എ കെയുടെ ഈ രംഗത്തെ പ്രവർത്തനം എടുത്തു പറയേണ്ടതാണ്.

ആദ്യംമുതൽ തന്നെ പാർട്ടിരംഗത്തെ പ്രവർത്തനങ്ങളിൽ സജീവമായിരുന്ന സ. എ കെ. കാഞ്ഞങ്ങാട് നീലേശ്വരം ഏരിയാ കമ്മിറ്റികളുമായി സഹകരിച്ചുകൊണ്ടാണ് ആദ്യകാലഘട്ടത്തിൽ പ്രവർത്തിച്ചിരുന്നത്. അന്ന് ഏരിയാ കമ്മിറ്റിയിൽ ഞങ്ങൾ ഒരുമിച്ചായിരുന്നു പ്രവർത്തിച്ചിരുന്നത്. അതിനുമുമ്പ് കാഞ്ഞങ്ങാട്, മണ്ഡലം കമ്മിറ്റിയായിരുന്നു കേന്ദ്രം. കാസർഗോഡ് ജില്ല രൂപീകരിച്ചതിനെ തുടർന്ന് ആദ്യത്തെ ജില്ലാ സെക്രട്ടറിയേറ്റ് അംഗമായിരുന്നു സ. എ കെ. അന്ന് ഞാൻ പാർട്ടി ജില്ലാ സെക്രട്ടറിയായിരുന്നു. ഞാൻ *ദേശാഭിമാനി* ജനറൽ മാനേജരായി മാറിയപ്പോൾ പാർട്ടിയുടെ ജില്ലാ സെക്രട്ടറിയായി സ. എ കെയെ തെരഞ്ഞെടുത്തു. 3 തവണ ജില്ലാ സെക്രട്ടറിയായി സ. എ കെ പ്രവർത്തിച്ചിട്ടുണ്ട്. മികച്ച സംഘാടകൻ എന്ന നിലയിൽ സഖാക്കളെ യോജിപ്പിച്ചുകൊണ്ട് പോകാൻ അദ്ദേഹത്തിന് കഴിഞ്ഞിട്ടുണ്ട്. എ കെയോടൊപ്പം ഏരിയാ കമ്മിറ്റിയിലും ജില്ലാ കമ്മിറ്റിയിലും സംസ്ഥാന കമ്മിറ്റിയിലും ഒരുമിച്ച് പ്രവർത്തിക്കാനുള്ള സന്ദർഭം ലഭിച്ചു. പാർട്ടിയിൽ വിഭാഗീയത ശക്തിപ്പെട്ട കാലഘട്ടത്തിൽ അതിനെതിരെ ഞങ്ങൾ ഒന്നിച്ചുതന്നെ പോരാടി, ബീഡിത്തൊഴിലാളി യൂണിയന്റെ പ്രസിഡന്റായി എ കെ പ്രവർത്തിക്കുമ്പോൾ വൈസ്പ്രസിഡന്റായി പ്രവർത്തിക്കേണ്ട അവസരവും ലഭിച്ചിട്ടുണ്ട്. അടിയന്തരാവസ്ഥ കാലഘട്ടത്തിൽ മിസ നിയമം അനുസരിച്ച് ജയിലിലടയ്ക്കപ്പെട്ടു. മിച്ചഭൂമി സമരത്തിന്റെ ഭാഗമായും അദ്ദേഹം ജയിലിലായിരുന്നു. പോപ്പുലർ എസ്റ്റേറ്റ് തൊഴിലാളികളുടെ സമരവുമായി ബന്ധപ്പെട്ട് കാഞ്ഞങ്ങാട് നടന്ന സത്യഗ്രഹത്തിനെതിരെ പോലീസ് നടത്തിയ ലാത്തിച്ചാർജ്ജിൽ സഖാവിന് മർദ്ദനമേറ്റു. കേസിൽ പ്രതിയായിരുന്നു. ബീഡിത്തൊഴിലാളി സമരങ്ങളുമായി ബന്ധപ്പെട്ട് സഖാവിനെ അറസ്റ്റുചെയ്ത് ജയിലിലടച്ചിട്ടുണ്ട്.

സൗമ്യമായി സഖാക്കളോടും, പ്രവർത്തകരോടും പെരുമാറുന്ന സമീപനമായിരുന്നു സ. എ കെയുടേത്. എന്നാൽ സമരരംഗങ്ങളിൽ ശക്തമായ നേതൃത്വമായും എ കെ പ്രത്യക്ഷപ്പെട്ടിരുന്നു. വർഷങ്ങളോളം സഖാവ് സ്വന്തം പ്രദേശമായ അതിയാമ്പൂരിൽ ബാലബോധിനി വായനശാലയുടെ ഭരണസമിതിയംഗമായിരുന്നു. കാഞ്ഞങ്ങാട്ടും കാസർഗോഡ് ജില്ലയിലും തൊഴിലാളിവർഗ്ഗ പ്രസ്ഥാനത്തിന്റെയും, പാർട്ടിയുടെയും പ്രധാന നേതൃത്വമായി പ്രവർത്തിക്കാൻ സഖാവിന് സാധിച്ചിട്ടുണ്ട്. പാർലമെന്ററി പ്രവർത്തനത്തിന്റെ മേലങ്കി അണിയാതെതന്നെ ഒരു പാർട്ടി സഖാവിന് ഇങ്ങനെ ഉന്നതതലത്തിൽ പ്രവർത്തിക്കാൻ കഴിയുമെന്നതിന്റെ തെളിവാണ് സ. എ കെയുടെ ജീവിതം. സ. എ കെയെക്കുറിച്ച് ഒരു ഓർമ്മപുസ്തകം തയ്യാറാക്കാൻ മുന്നോട്ടുവന്ന സഖാക്കളെ അഭിനന്ദിക്കുന്നു.

എ കെ നാരായണൻ
കമ്യൂണിസ്റ്റ് പാർട്ടിയുടെ സൗമ്യമുഖം

ഡോ. സി ബാലൻ

കാസർഗോഡ് ജില്ലയിലെ കമ്യൂണിസ്റ്റ് പാർട്ടിയുടെ സൗമ്യമുഖമായിരുന്ന എ കെ എന്ന വിളിപ്പേരുള്ള സഖാവ് എ കെ നാരായണൻ. പാർട്ടി സഖാക്കളുമായും ജനങ്ങളുമായും ആഴത്തിലുള്ള ബന്ധം സ്ഥാപിച്ച സഖാവാണദ്ദേഹം. എ കെയുമായി ഒരിക്കൽ സംസാരിച്ചുകഴിഞ്ഞാൽ ആ പുഞ്ചിരിക്കുന്ന മുഖം ഒരാളുടെ മനസ്സിൽനിന്നും ഒരിക്കലും മാഞ്ഞുപോകില്ല. അത്തരമൊരു വ്യക്തിത്വമായിരുന്നു സഖാവ് എ കെയുടേത്. സൗഹൃദത്തിന്റെ ഊഷ്മളഭാവം എന്നും മനസ്സിൽ നിറച്ചുവെച്ച വ്യക്തിയായിരുന്നു അദ്ദേഹം. നിരന്തരമായ രാഷ്ട്രീയ പ്രവർത്തനങ്ങളുടെയും സാമൂഹ്യപ്രശ്നങ്ങളുടെയും നടുവിൽ മനസ്സിൽ സംഘർഷവുമായി കഴിയുന്ന സഖാക്കളുടെ മുഖത്ത് ചിലപ്പോൾ ചിരി വന്നില്ലെന്നുവരാം. അതിനാൽ നേതാക്കൾക്ക് ഒരു മസിൽപിടുത്തം ഉണ്ടെന്ന് സഖാക്കൾ രഹസ്യമായി പറയും. എന്ത് പ്രശ്നത്തിന്റെ നടുവിലായാലും എ കെയുടെ മുഖത്തെ പ്രസന്നഭാവം ഒരിക്കലും മാഞ്ഞുപോകാത്ത ഒന്നായിരുന്നു. ഈ പ്രസന്നതയാണ്, സൗമ്യമായ പെരുമാറ്റമാണ് അദ്ദേഹത്തെ ജനങ്ങളുടെയും പാർട്ടി പ്രവർത്തകരുടെയും പ്രിയപ്പെട്ട സഖാവാക്കി മാറ്റിയത്.

ഞാൻ എ കെയുടെ സഹപ്രവർത്തകനായ സഖാവായിരുന്നില്ല. പക്ഷേ, എനിക്ക് അദ്ദേഹവുമായി അമ്പതാണ്ടിന്റെ പരിചയവും സൗഹൃദവുമുണ്ടായിരുന്നു. കാഞ്ഞങ്ങാട്ടെ എന്റെ പ്രിയ സഖാവായിരുന്നു എ കെ. എല്ലാവരോടുമുള്ള അദ്ദേഹത്തിന്റെ പെരുമാറ്റം സൗഹൃദപരമായിരുന്നു. പക്ഷേ, രാഷ്ട്രീയ നിലപാട് സ്വീകരിക്കുമ്പോഴും രാഷ്ട്രീയം സംസാരിക്കുമ്പോഴും അദ്ദേഹത്തിന്റെ മറ്റൊരു മുഖം നമുക്ക് കാണാം. ഞാൻ അദ്ദേഹത്തെ ആദ്യം കാണുന്നത് എന്റെ പ്രീഡിഗ്രി പഠനകാലത്താണ്. വായനയുടെയും വിദ്യാർത്ഥി സംഘടനാപ്രവർത്തനത്തിന്റെയും കാലമായിരുന്നു

അത്. കാഞ്ഞങ്ങാട് നെഹ്റു കോളേജിൽ പഠിക്കുന്ന കാലം. എസ് എഫ് ഐ അന്ന് കോളേജിലെ ഏറ്റവും വലിയ സംഘടനയൊന്നുമായിരുന്നില്ല. ഏറ്റവും സാധാരണക്കാരായ വിദ്യാർത്ഥികളായിരുന്നു എസ് എഫ് ഐയുടെ പ്രവർത്തകരും അംഗങ്ങളും. കോളേജ് യൂണിയൻ തിരഞ്ഞെടുപ്പ് വരുമ്പോൾ ഫണ്ടൊന്നുമുണ്ടായിരുന്നില്ല. സഹായിക്കുവാൻ പ്രമുഖരുമുണ്ടായിരുന്നില്ല. അതിനാൽ ഞങ്ങളുടെ ഫണ്ട് സ്രോതസ്സ് ബീഡിത്തൊഴിലാളി സഖാക്കളായിരുന്നു. കാഞ്ഞങ്ങാടിന്റെ പരിസരങ്ങളിലുള്ള വെള്ളിക്കോത്ത് ഉൾപ്പെടെ ബീഡിക്കമ്പനികളിൽ ജോലി ചെയ്യുന്ന സഖാക്കളെ ഞങ്ങൾ പോയി കാണും. ഇന്നത്തെപ്പോലെ കൂലിയൊന്നും അന്നുണ്ടായിരുന്നില്ല. സഖാക്കൾ ഒന്നും രണ്ടും രൂപ തന്ന് ഞങ്ങളെ സഹായിക്കും. ചായയും വാങ്ങിത്തരും. കമ്പനിയിലെ പത്രവായനയും ചർച്ചയും അവരുടെ രാഷ്ട്രീയബോധവും ഞാനടക്കമുള്ളവരെ വല്ലാതെ സ്വാധീനിച്ചിരുന്നു. അങ്ങനെയുള്ള ഒരു സന്ദർഭത്തിലാണ് ഞാൻ അദ്ദേഹത്തെ കാണുന്നതും പരിചയപ്പെടുന്നതും അദ്ദേഹം ഞങ്ങളെ സഹായിക്കുകയും ചെയ്യുന്നത്.

അന്നദ്ദേഹം കമ്യൂണിസ്റ്റ് (മാർക്സിസ്റ്റ്) പാർട്ടിയുടെ കാഞ്ഞങ്ങാട്ടെ പ്രമുഖ നേതാവായിരുന്നു. സഖാക്കൾ പി ചാത്തു, സി കേളുനായർ, അഡ്വക്കേറ്റ് കെ പുരുഷോത്തമൻ തുടങ്ങിയവരുടെയിടയിൽ തൊഴിലാളിവർഗ്ഗത്തിന്റെ മുഖമായി എ കെ പാർട്ടി പ്രവർത്തകരുടെയിടയിൽ മാറിയിരുന്നു. 1964 ൽ പാർട്ടി പിളരുന്ന സന്ദർഭത്തിൽ അന്നത്തെ കാസർഗോഡ് താലൂക്കിലെ പാർട്ടിയുടെ ഉന്നത നേതാക്കളായിരുന്ന കെ മാധവൻ, പി അമ്പുനായർ, മടിക്കൈ കുഞ്ഞിക്കണ്ണൻ എന്നിവർ സി പി ഐ പക്ഷത്ത് ഉറച്ചുനിന്നു. ഈ മഹാരഥന്മാരോട് പൊരുതി കമ്യൂണിസ്റ്റ് (മാർക്സിസ്റ്റ്) പാർട്ടിയുടെ ബഹുജനാടിത്തറ വിപുലമാക്കുവാനും അവിഭക്ത പാർട്ടിയിലെ മഹാഭൂരിപക്ഷം പ്രവർത്തകരെയും തങ്ങളോടൊപ്പം നിർത്താനും അന്ന് ചാത്തുവേട്ടനും കേളുവേട്ടനും എ കെക്കും എങ്ങനെ സാധിച്ചുവെന്നത് എന്നെ അന്നുമിന്നും അത്ഭുതപ്പെടുത്തിയ കാര്യമായിരുന്നു. എ കെ ജിയുടെയും എ വിയുടെയും നിരന്തരമായ സന്ദർശനവും യോഗങ്ങളും പ്രവർത്തകരുമായുള്ള ആശയവിനിമയവും ഈ മാറ്റത്തിന് പിന്നിലുണ്ടായിരുന്നു. മറ്റിടങ്ങളിൽനിന്ന് വിഭിന്നമായി കാഞ്ഞങ്ങാട്ടെ പാർട്ടിയുടെ നട്ടെല്ല് തൊഴിലാളികളായിരുന്നു. പ്രത്യേകിച്ച് ബീഡിത്തൊഴിലാളികൾ. 1940 കളുടെ തുടക്കത്തിൽ കാഞ്ഞങ്ങാട് തെരുവിൽ ആരംഭിച്ച നെസ്റ്റ് ഫാക്ടറിയും 1950 കളിൽ മംഗലാപുരത്തുനിന്ന് ഇവിടെയെത്തിയ ഗണേഷ് ബീഡി ഫാക്ടറിയും തുടർന്ന് പ്രകാശ് ഉൾപ്പെടെയുള്ള കമ്പനികളും ഏറ്റവും ശക്തമായ തൊഴിലാളി യൂണിയനുകൾ വളരുന്നതിന് സാഹചര്യമൊരുക്കി. പിൽക്കാലത്ത് ബീഡിത്തൊ

ഴിലാളികളുടെ അനിഷേധ്യ നേതാവായി എ കെ മാറി. തൊഴിലാളിക ളുമായുള്ള അടുപ്പം അവരെ സി പി ഐ (എം) ന് ഒപ്പം നിർത്താൻ എ കെയെ സഹായിച്ചുവെന്ന് ഞാൻ പലരിൽനിന്നും കേട്ടറിഞ്ഞ കാര്യ മാണ്.

പിന്നീട് ഒരു ചരിത്രവിദ്യാർത്ഥിയെന്ന നിലയിൽ എ കെയെ ഞാൻ പലതവണ ഇന്റർവ്യൂ ചെയ്തിരുന്നു. കാസർഗോട്ടെ കമ്യൂണിസ്റ്റ് പാർട്ടിയുടെ ചരിത്രം വിശദീകരിക്കുന്ന *വടക്കൻ പെരുമ* എന്ന പുസ്തകം തയ്യാറാക്കുന്ന സന്ദർഭത്തിലും കേരളത്തിലെ കമ്യൂണിസ്റ്റ് പാർട്ടിയുടെ ചരിത്രം തയ്യാറാക്കുന്ന അവസരത്തിലും, എ കെയുടെ സഹപ്രവർത്തക നും മുൻ എം എൽ എയും പ്രമുഖ അഭിഭാഷകനുമായിരുന്ന അഡ്വക്കേറ്റ് പുരുഷോത്തമനെക്കുറിച്ചുള്ള പുസ്തകം എഴുതുമ്പോഴും ഞാൻ എ കെയെ കണ്ട് ദീർഘമായി സംസാരിച്ചിരുന്നു. ഇത്തരമൊരു സംസാരത്തിനിട യിലാണ് അദ്ദേഹം പാലായിക്കാരനാണെന്ന് മനസ്സിലാക്കിയത്. വ്യ വസ്ഥിതിക്കെതിരെ സമരംചെയ്ത് ധീരരക്തസാക്ഷികളായി മാറിയ വി പ്ലവകാരികളുടെ പാരമ്പര്യമാണ് എ കെയെ കമ്യൂണിസ്റ്റാക്കിയത്, ഒരു പോരാളിയാക്കിയത്. തന്റെ സഹപ്രവർത്തകരായ പാർട്ടി പ്രവർത്ത കരെക്കുറിച്ച് കെ മാധവേട്ടൻ പിന്നീട് ഒരു പുസ്തകമെഴുതി. *കമ്യൂണിസ്റ്റ് സമരനായകർ* എന്നാണ് അതിന്റെ പേര്. അതിൽ എ കെയെക്കുറിച്ച് വിശദമായ ഒരു കുറിപ്പുണ്ട്. കാഞ്ഞങ്ങാട്ടെത്തി ബീഡിത്തൊഴിലാളിയാ യി മാറിയ സഖാവ് പിൽക്കാലത്ത് ബീഡിത്തൊഴിലാളികളുടെ അനി ഷേധ്യ നേതാവായി മാറിയതിന് പിന്നിൽ കയ്യൂരിന്റെ ഈ പോരാട്ട വീര്യമുണ്ടായിരുന്നുവെന്ന് ഞാൻ വിചാരിക്കുന്നു. ബീഡിത്തൊഴിലാളി കളുടെ പ്രസ്ഥാനത്തിന്റെ അഖിലേന്ത്യാ നേതാവായി എ കെ വളർന്നു. ട്രേഡ് യൂണിയൻ നേതാവിലേക്കും രാഷ്ട്രീയനേതാവിലേക്കുമുള്ള അദ്ദേ ഹത്തിന്റെ വളർച്ചയെ ത്വരിതപ്പെടുത്തിയെടുക്കുന്നതിൽ സഖാവ് അഴീ ക്കോടൻ രാഘവന്റെ പങ്ക് നിസ്തുലമാണ്. അദ്ദേഹവുമായി നടത്തിയ മുഖാമുഖത്തിൽ എപ്പോഴും മറക്കാതെ പറയുന്ന പേര് അഴീക്കോടൻ രാഘവന്റേതായിരുന്നു. ബീഡിത്തൊഴിലാളികളെ സംഘടിപ്പിക്കുന്ന തിലും അവരിലെ സമരശക്തി വളർത്തിയെടുക്കുന്നതിനുംവേണ്ടി കാ ഞ്ഞങ്ങാട്ടെത്തുന്ന സഖാവ് അഴീക്കോടൻ നേരെ പോകുന്നത് എ കെ ബീഡിതെറുക്കുന്ന കമ്പനിയിലേക്കായിരുന്നു. അവിടെയിരുന്ന് എ കെയോടും മറ്റുള്ളവരോടും സംസാരിക്കും. പിന്നീട് എ കെയെയുംകൂട്ടി മറ്റു കമ്പനികളിലേക്ക് പോകും. വേഗം ബീഡിതെറുപ്പ് പൂർത്തിയാക്കാ ൻ എ കെയെ സഖാവ് അഴീക്കോടൻ സഹായിച്ച കാര്യവും അദ്ദേഹം എപ്പോഴും പറയാറുള്ള കാര്യമാണ്. ട്രേഡ് യൂണിയൻ രംഗത്തെ ഈ പ്രവർത്തനം അദ്ദേഹത്തെ വളരെവേഗം കമ്യൂണിസ്റ്റ് പാർട്ടിയുടെ

പ്രധാന നേതാവാക്കി മാറ്റി. ആദ്യകാലത്തുതന്നെ മണ്ഡലം കമ്മിറ്റിയിൽ അദ്ദേഹം എത്തി. തൊഴിലാളികളുടെയും ചെറുപ്പക്കാരുടെയും ഏറ്റവും അടുത്ത നേതാവായി മാറി. എഴുപതുകളിൽ ഞങ്ങൾ എസ് എഫ് ഐ വിദ്യാർത്ഥികൾ അദ്ദേഹത്തെക്കുറിച്ച് ഏറെ കേട്ടിരുന്നു. അദ്ദേഹത്തിന്റെ ജീവിതാവസ്ഥയും അതിനെ മറികടന്ന് രാഷ്ട്രീയപ്രവർത്തനം നടത്തുന്നതുമെല്ലാം ഞങ്ങൾ മനസ്സിലാക്കിയത് അങ്ങനെയാണ്. ഒരു തരത്തിലുള്ള ആരാധന ഞങ്ങൾക്കുണ്ടായിരുന്നുവെന്ന് പറഞ്ഞാൽ അത് വെറും വാക്കല്ല. ലോകത്തെമ്പാടുമുള്ള വിപ്ലവകാരികളെക്കുറിച്ചും സമരങ്ങളെക്കുറിച്ചും അറിഞ്ഞുവന്ന കാലമായിരുന്നു. നമ്മുടെ ഇടയിലും അത്തരം ഒരു കൾട്ട് ഫിഗറിനെ കണ്ടെത്താനുള്ള ആഗ്രഹമാവും ഈ ആരാധനയ്ക്ക് പിന്നിലെന്ന് ഇപ്പോൾ തോന്നുന്നു. എ കെയുടെ അഴീക്കോടനുമായുള്ള ബന്ധം എത്ര ഊഷ്മളമായിരുന്നുവെന്ന് ഞാൻ മനസ്സിലാക്കിയതിനു പിന്നിൽ ഒരു സംഭവംകൂടിയുണ്ട്. ജീവിതത്തിന്റെ അവസാന നാളുകളിൽ പൊതുപ്രവർത്തനങ്ങളിൽനിന്നെല്ലാം ഒഴിഞ്ഞ് ഓർമ്മകൾ മാഞ്ഞ് വീട്ടിൽ വിശ്രമിക്കുന്ന സമയത്ത് വെള്ളിക്കോത്ത് അഴീക്കോടൻ സ്മാരക ക്ലബ്ബിന്റെ ഒരു പരിപാടിക്ക് അദ്ദേഹത്തെ ഞങ്ങൾ ക്ഷണിച്ചു കൊണ്ടുവന്നു. മരിക്കുന്നതിന് ഏതാനും മാസങ്ങൾക്കുമുമ്പായിരുന്നു അത്. അഴീക്കോടനെക്കുറിച്ചുള്ള ഒരു ഫോട്ടോപ്രദർശനം ഉദ്ഘാടനം ചെയ്യാനായിരുന്നു ക്ഷണിച്ചത്. വെള്ളിക്കോത്ത് ടൗണിലേക്ക് ക്ലബ്ബിന്റെ ഭാരവാഹികളും പാർട്ടി പ്രവർത്തകരുമായ ശിവജിയും ജയനും ബാലകൃഷ്ണനുമായിരുന്നു കൂട്ടിവന്നത്. ഫോട്ടോപ്രദർശനം നാടമുറിച്ച് ഉദ്ഘാടനംചെയ്ത് അഴീക്കോടന്റെ ഫോട്ടോ കാണുമ്പോൾ അദ്ദേഹത്തിന്റെ മുഖത്ത് മിന്നിമറഞ്ഞ ഭാവങ്ങൾകണ്ട് ഞങ്ങൾ അത്ഭുതപ്പെട്ടു. ചിത്രങ്ങൾ കാണുന്നതിനിടയിൽ ഞങ്ങളോട് പറയാൻ ശ്രമിച്ചത് "മാഷെ അറിയോ സഖാവ് അഴീക്കോടനുമായുള്ള ബന്ധം" എന്നതായിരുന്നു. ഞങ്ങൾ മൈക്കുകൊടുത്ത് അദ്ദേഹത്തോട് സംസാരിക്കാൻ പറഞ്ഞു. അഴീക്കോടനെക്കുറിച്ച് അദ്ദേഹത്തിന്റെ വാക്കുകൾ വികാരനിർഭരമായിരുന്നു. അവിടെ തടിച്ചുകൂടിയവരെല്ലാം എ കെ സംസാരിക്കുന്നത് അതിശയത്തോടെ നോക്കിനിന്നു. എ കെയുടെ അവസാനത്തെ പൊതുസാന്നിദ്ധ്യവും പ്രസംഗവും ഇതായിരുന്നു. ഓർമ്മകൾ നശിച്ചുപോകുമ്പോഴും മനസ്സിൽ നിറഞ്ഞുനിൽക്കുന്ന തന്റെ നേതാവിന്റെ ചിത്രങ്ങൾ കാണുമ്പോൾ അതെല്ലാം തിരിച്ചുവരുന്നതിന് ഞങ്ങൾ അന്ന് സാക്ഷ്യം വഹിച്ചു. ഇതേപോലെ ഒരു സംഭവം ഞങ്ങൾക്കുണ്ടായത് മാധവേട്ടന്റെ ഭാഗത്തുനിന്നാണ്. ഏറ്റവും അടുത്ത ആൾക്കാരൊഴിച്ച് മറ്റുള്ളവരെ തിരിച്ചറിയാൻ കഴിയാത്ത, ഓർമ്മകൾ ഏകദേശം പൂർണ്ണമായി നഷ്ടപ്പെട്ട മാധവേട്ടൻ തന്റെ നൂറാമത്തെ വയസ്സിൽ കയ്യൂരിൽവെച്ച് നടത്തിയ

പ്രസംഗം ഇതിന് സമാനമായിരുന്നു. തന്റെ ആദ്യകാല സഹപ്രവർത്തകനായിരുന്ന സഖാവ് എൻ സി ശേഖറിന്റെ പേരിലുള്ള പുരസ്കാരം 2014 ൽ മാധവേട്ടനായിരുന്നു. മാധവേട്ടനെയും കൂട്ടി കയ്യൂരിലേക്കുള്ള യാത്രയിൽ എവിടേക്കാണ് മാഷേ, എന്തിനാണ് പോകുന്നത് എന്ന് നിരന്തരമായി ചോദിച്ചുകൊണ്ടിരുന്നു. അരയാക്കടവ് എത്തിയപ്പോൾ വണ്ടി നിർത്തി പുറത്തിറങ്ങി നിശ്ശബ്ദനായി രണ്ടുമൂന്നു മിനിറ്റ് അവിടെ നിന്നു. പുരസ്കാരവിതരണം രക്തസാക്ഷി സഖാവ് ചിരുകണ്ടന്റെ വീട്ടുമുറ്റത്തായിരുന്നു. സ്വാഗതപ്രസംഗം മുതൽ പുരസ്കാരം മാധവേട്ടന് നൽകി സംസാരിച്ച സഖാവ് എം എ ബേബിവരെ കയ്യൂർ രക്തസാക്ഷികൾ, എൻ സി ശേഖർ, മാധവേട്ടൻ എന്നിവരെക്കുറിച്ചായിരുന്നു സംസാരിച്ചത്. മാധവേട്ടൻ എത്രയോ വർഷമായി പ്രസംഗിക്കാറില്ലായിരുന്നു. നന്ദിപറഞ്ഞു യോഗം അവസാനിപ്പിച്ച് എല്ലാവരും വേദിയിൽ നിന്നിറങ്ങിയപ്പോൾ മാധവേട്ടൻ മൈക്ക് വാങ്ങിച്ച് എല്ലാവരെയും ഞെട്ടിച്ചുകൊണ്ട് നടത്തിയ പ്രസംഗം ഇന്നും അതിന് സാക്ഷികളായവരുടെ മനസ്സിലുണ്ട്. പ്രസംഗം മൂന്നുമിനിറ്റ്. അതിൽ രക്തസാക്ഷികൾ വന്നു. നാടിന്റെ വികസനം വന്നു. സഖാക്കൾ എങ്ങനെ പ്രവർത്തിക്കണമെന്നുവരെ പറഞ്ഞു. അത് മാധവേട്ടന്റെ അവസാനത്തെ പൊതുപ്രസംഗമായിരുന്നു.

സഖാവ് നാരായണേട്ടന്റെ ജീവിതം വളരെ സുഖകരമായ ഒന്നായിരുന്നില്ല. എല്ലാ പാർട്ടി പ്രവർത്തകരുടെയും ജീവിതം അങ്ങനെയാണല്ലോ. നിരന്തരമായ യാത്രകൾ, യോഗങ്ങൾ, സമരങ്ങൾ. ഈ തിരക്കുമായി പോകുമ്പോഴാണ് 1975 ജൂണിൽ അടിയന്തരാവസ്ഥ പ്രഖ്യാപിക്കുന്നത്. പ്രതിപക്ഷ നേതാക്കളെല്ലാം അറസ്റ്റിലായി. സുരക്ഷാനിയമ പ്രകാരം പലരും അറസ്റ്റുചെയ്യപ്പെട്ടു. കാഞ്ഞങ്ങാട്ടുനിന്ന് എ കെ അടിയന്തരാവസ്ഥ പ്രഖ്യാപിച്ച ഉടനെ അറസ്റ്റിലായി. മൂന്നുമാസം കഴിഞ്ഞ് സഖാവ് കെ പുരുഷോത്തമനും. കണ്ണൂർ സെൻട്രൽ ജയിലിൽ രണ്ടുപേരും ഒരേ ബ്ലോക്കിലായിരുന്നു. എം പി വീരേന്ദ്രകുമാർ, ഉമ്മർ ബാഫക്കി തങ്ങൾ, കെ ജി മാരാർ എന്നിവരും അതേ ബ്ലോക്കിൽത്തന്നെ തടവറയിലുണ്ടായിരുന്നു. 18 മാസത്തോളം ജയിൽജീവിതം തന്നെ. ജയിലിൽ പാർട്ടി പ്രവർത്തകരുടെ കൂട്ടായ്മയിൽ എ കെയും പങ്കാളിയായി. ജനാധിപത്യം ധ്വംസിക്കപ്പെട്ട ഒരുകാലം. ഞങ്ങൾ എസ് എഫ് ഐ സഖാക്കൾ ജയിലിൽനിന്ന് പുറത്തിറങ്ങിയ സഖാക്കളെ സ്വീകരിക്കുന്നവരുടെ കൂട്ടത്തിൽ സജീവമായിട്ടുണ്ടായിരുന്നു. ജയിലിൽനിന്നും പുറത്തുവന്ന് വിശ്രമജീവിതം നയിക്കുകയല്ല അദ്ദേഹം ചെയ്തത്. കൂടുതൽ ഉശിരോടെ പൊതുപ്രവർത്തനത്തിൽ അദ്ദേഹം മുഴുകി. കാഞ്ഞങ്ങാട്ടും പരിസരങ്ങളിലും തൊഴിലാളിവർഗ്ഗ സംഘടനകൾ വളർത്തിയെടുക്കുന്നതിൽ വലിയ പങ്കുവഹിച്ചു. ഏകദേശം 10 വർഷത്തോളം അദ്ദേഹം

പാർട്ടിയുടെ കാസർഗോഡ് ജില്ലാ സെക്രട്ടറിയായിരുന്നു. എല്ലാവരെയും ഒന്നിച്ച് കൊണ്ടുപോകാൻ അദ്ദേഹത്തിന് കഴിഞ്ഞു. പ്രവർത്തകരെ മനസ്സിലാക്കി അവരെ നന്നായി ഉൾക്കൊള്ളാൻ അദ്ദേഹത്തിന് കഴിഞ്ഞു. പാർട്ടിപ്രവർത്തകരുമായി വ്യക്തിപരമായി നല്ല അടുപ്പം സൂക്ഷിക്കാനും കഴിഞ്ഞു. രാഷ്ട്രീയപ്രവർത്തനം മാത്രമല്ല സാമൂഹിക സാംസ്കാരിക മേഖലയിലും സജീവമായി എ കെ ഇടപെട്ടിരുന്നു. പാർട്ടി പ്രവർത്തനത്തിന്റെ ഇടവേളകളിൽ വായനയ്ക്ക് സമയം കണ്ടെത്താനും അദ്ദേഹത്തിന് കഴിഞ്ഞു. മുതിർന്ന കമ്യൂണിസ്റ്റ് നേതാവ് കെ മാധവേട്ടന്റെ പേരിൽ രൂപംകൊണ്ട കെ മാധവൻ ഫൗണ്ടേഷനിൽ അദ്ദേഹം തുടക്കംമുതൽ അംഗമായിരുന്നു. 2017 മുതൽ ഫൗണ്ടേഷന്റെ വൈസ് പ്രസിഡന്റുമായിരുന്നു. മരണംവരെ ഈ പദവിയിൽ അദ്ദേഹം തുടർന്നു. സാംസ്കാരിക പ്രവർത്തനം എന്നത് ഒരർത്ഥത്തിൽ രാഷ്ട്രീയ പ്രവർത്തനം തന്നെയാണെന്നും അദ്ദേഹം വിശ്വസിച്ചിരുന്നു. ജനങ്ങളുടെ ജീവിതത്തിലുള്ള നിരന്തരമായ ഇടപെടലാണ് രാഷ്ട്രീയപ്രവർത്തനമെന്നും അദ്ദേഹം തിരിച്ചറിഞ്ഞിരുന്നു. ഭൂമിയിൽ നിന്ദിതരും പീഡിതരുമായ മനുഷ്യന്റെ ഉന്നമനത്തിനുവേണ്ടി പ്രവർത്തിച്ച ധിഷണാശാലിയായ രാഷ്ട്രീയ നേതാവായിരുന്നു എ കെ. അദ്ദേഹത്തിന്റെ ത്യാഗനിർഭരമായ പ്രവർത്തനങ്ങൾക്കുള്ള അംഗീകാരമായി ക്ലർമ്മൻ എഴുത്തച്ഛൻ പുരസ്കാരം നൽകി അദ്ദേഹത്തെ ആദരിക്കാനുള്ള ഭാഗ്യം ഞങ്ങൾക്കുണ്ടായി. പാർട്ടിയുടെ കേന്ദ്രകമ്മിറ്റി അംഗം സഖാവ് ഇ പി ജയരാജനാണ് ആ ഉപഹാരം അദ്ദേഹത്തിന് നൽകിയത്. ചരിത്രത്തിൽ നാം എങ്ങനെയാണ് എ കെയെ അടയാളപ്പെടുത്തുന്നത്. തൊഴിലാളിവർഗ്ഗ പ്രസ്ഥാനത്തിന്റെ നേതാവ് എന്നനിലയിൽ മാത്രമാണോ, അല്ല എന്നാണ് ഞാൻ മനസ്സിലാക്കുന്നത്. യഥാർത്ഥ കമ്യൂണിസ്റ്റ്, നിസ്വാർത്ഥനായ രാഷ്ട്രീയ നേതാവ്, പാർലമെന്ററി വ്യാമോഹത്തിന് പുറകെ പോകാത്ത നേതാവ്. അങ്ങേയറ്റം ജനാധിപത്യപരമായ സമീപനം. മറ്റുള്ളവരുടെ അഭിപ്രായങ്ങൾ കേൾക്കാനും ഉൾക്കൊള്ളാനും എന്നും താല്പര്യം പ്രകടിപ്പിച്ചു. സഹപ്രവർത്തകരോടെല്ലാം സ്നേഹത്തോടെ പെരുമാറി. സഖാക്കൾക്ക് അദ്ദേഹം സ്നേഹം നൽകി. സഖാക്കളെല്ലാം അദ്ദേഹത്തെ സ്നേഹാദരങ്ങളോടെ കണ്ടു. അദ്ദേഹം ജനങ്ങളിൽനിന്ന് അകന്നുനിന്നില്ല. അവരെ ചേർത്തുപിടിക്കാൻ കഴിയുന്നതും ശ്രമിച്ചു. ഒരു യഥാർത്ഥ തൊഴിലാളിവർഗ്ഗ പ്രസ്ഥാനത്തിന്റെ നേതാവ്, എ കെ അതായിരുന്നു.

എ കെയെ ഓർക്കുമ്പോൾ

വി വി പ്രസന്നകുമാരി

1978 ലാണ് ഞാൻ കാഞ്ഞങ്ങാട് ടെലഫോൺ എക്സ്ചേഞ്ചി ലേക്ക് കണ്ണൂരിൽനിന്ന് ട്രാൻസ്ഫറായി വരുന്നത്. അപ്പോൾ മുതൽ തന്നെ കാഞ്ഞങ്ങാട്ടെ ട്രേഡ് യൂണിയൻ രംഗത്തെ ഏറ്റവും പ്രധാനപ്പെട്ട വ്യക്തി എന്നനിലയിൽ സഖാവിനെ പല വേദികളിൽവെച്ചും പരിചയപ്പെടാൻ കഴിഞ്ഞിരുന്നു. സംയുക്ത ട്രേഡ് യൂണിയന്റെ പല വേദികളിലും അന്ന ത്തെ NFPTE യുടെ പ്രതിനിധി എന്നനിലയിൽ എനിക്ക് സംസാരിക്കാ നുള്ള അവസരവും നൽകിയിരുന്നു.

1984 ൽ ജില്ല രൂപീകരിക്കപ്പെട്ടപ്പോൾ ജില്ലയിൽ തൊഴിലെടുക്കു ന്ന സ്ത്രീകളുടെ കോ-ഓർഡിനേഷൻ കമ്മിറ്റി രൂപീകരണം മുതൽ സി ഐ ടിയുമായി നേരിട്ട് ബന്ധപ്പെട്ട് പ്രവർത്തിക്കാൻ കഴിഞ്ഞിരുന്നു. കണ്ണൂരിൽനിന്ന് സ. പി കെ ശ്രീമതി ടീച്ചർ പങ്കെടുത്തുകൊണ്ട് കുന്നുമ്മൽ ബാങ്ക് ഹാളിൽ വെച്ചുചേർന്ന കൺവെൻഷൻ ഉദ്ഘാടനംചെയ്തത് സ. എ കെ ആയിരുന്നു. വർഷങ്ങളോളം ജില്ലയിലെ കോ-ഓർഡിനേഷൻ കമ്മിറ്റിയുടെ കൺവീനറായി പ്രവർത്തിക്കാനുള്ള അവസരം ലഭിച്ച തിനെത്തുടർന്ന് ജില്ലയിലെ സി ഐ ടി യു നേതൃത്വം എന്നനിലയിൽ സഖാവിന്റെയടുത്ത് എല്ലാ കാര്യങ്ങൾക്കും നേരിട്ട് ചർച്ചചെയ്യുന്നതിനും തീരുമാനങ്ങൾ എടുക്കുന്നതിനും കഴിഞ്ഞിരുന്നു. എന്നാൽ 1987 മെയ് മാസം 18 മുതൽ 22 വരെ ബോംബെയിൽ ചേർന്ന സി ഐ ടി യുവിന്റെ അഖിലേന്ത്യ സമ്മേളനവുമായി ബന്ധപ്പെട്ടുകൊണ്ടാണ് സഖാവിന്റെ നേതൃത്വം നേരിട്ട് ഞങ്ങൾക്ക് ലഭിക്കുന്നത്. വർക്കിങ് വിമൻ കോ ഡിനേഷൻ സംസ്ഥാന നേതൃത്വം എന്ന നിലയിലാണ് ബോംബെ

സമ്മേളനത്തിൽ എനിക്ക് പ്രാതിനിധ്യം ലഭിച്ചത്. ജില്ലയിലെ പ്രതിനിധികൾക്ക് ഒപ്പമായിരുന്നു എന്റെ യാത്രയും താമസവുമെല്ലാം. കാസർഗോഡ് ജില്ലാ ഡെലിഗേഷനൊപ്പം യാത്രചെയ്യാൻ സ. എ കെ അനുമതി നൽകി; എന്നുമാത്രമല്ല; എന്റെ മക്കൾ ആതിരയെയും ആരതിയെയും ഒപ്പംകൂട്ടാൻ സഖാവ് അനുവദിക്കുകയും ചെയ്തു. ബോംബെയിൽ സുഹൃത്തുക്കളും ബന്ധുക്കളുമെല്ലാം ഉള്ളതുകൊണ്ടാണ് അങ്ങനെ ഒരു സാഹസത്തിന് മുതിർന്നത്. ഇന്നായിരുന്നെങ്കിൽ ഏതെങ്കിലും നേതാക്കളോട് അങ്ങനെയൊരു ആവശ്യം ഉന്നയിക്കാൻപോലും ആരും തയ്യാറാകുമായിരുന്നില്ല.

ബോംബെയിലേക്കുള്ള റോഡ് മാർഗ്ഗമുള്ള അന്നത്തെ യാത്ര സാഹസികം എന്നുതന്നെ പറയാവുന്ന ഒന്നായിരുന്നു. ജില്ലയിലെ സി ഐ ടി യു നേതൃനിരയിലുള്ള സഖാക്കൾ തന്നെയായിരുന്നു മറ്റെല്ലാവരും. സഖാക്കൾ മുനമ്പത്ത്, ടി കെ ഭാസ്കരൻ, കെ അമ്പാടി, എം ഗംഗാധരൻ, കെ ബാലകൃഷ്ണൻ, ടി വി ഗോവിന്ദൻ, പി നാരായണി, പി അപ്പുക്കുട്ടൻ ഉൾപ്പെടെയുള്ള അന്നത്തെ ഏതാണ്ടെല്ലാ നേതാക്കളും ആ സംഘത്തിൽ ഉണ്ടായിരുന്നു. അവരുടെയെല്ലാം സ്നേഹലാളനകൾ അനുഭവിച്ചുപോയ ആ യാത്ര മക്കൾ ഇപ്പോഴും ഓർത്തെടുക്കാറുണ്ട്. എ കെ സ്വന്തം മക്കൾക്ക് നൽകുന്ന അതേ സ്നേഹവും പരിഗണനയും ആതിരയ്ക്കും ആരതിക്കും നൽകിയിട്ടുമുണ്ട്.

ഞാൻ ആദ്യമായി പങ്കെടുക്കുന്ന സി ഐ ടി യു ദേശീയ സമ്മേളനമായിരുന്നു ബോംബെയിൽവെച്ച് ചേർന്നത്. BTR ഉൾപ്പെടെയുള്ള നേതാക്കളെ നേരിട്ടു കാണാനും പരിചയപ്പെടാനുമൊക്കെ സാധിച്ചു. സി ഐ ടി യു ജനറൽ സെക്രട്ടറി സ. സമർമുഖർജിയുടെ റിപ്പോർട്ട് അവതരണം കേരളത്തിലെ പ്രതിനിധികൾക്കായി പരിഭാഷപ്പെടുത്താനുള്ള അവസരവും എനിക്ക് ലഭിച്ചിരുന്നു.

പിന്നീടിങ്ങോട്ട് സമ്മേളനങ്ങളിലും യോഗങ്ങളിലും പങ്കെടുക്കാനും സഖാവിനൊപ്പം പ്രവർത്തിക്കാനുമുള്ള നിരവധി അവസരങ്ങൾ ലഭിക്കുകയുണ്ടായി. അതിലേറ്റവും പ്രധാനം വർക്കിങ് വിമൻസ് കോ-ഓർഡിനേഷൻ കമ്മിറ്റി തന്നെയായിരുന്നു. അദ്ധ്യാപകരുൾപ്പെടെയുള്ള സർവ്വീസ് സംഘടന പ്രതിനിധികളെക്കൂടി ഉൾപ്പെടുത്തിക്കൊണ്ടുള്ള ഐക്യവേദി എന്ന നിലയിലും, സി ഐ ടി യു നേതൃത്വം എന്ന നിലയിലും, പാർട്ടി നേതൃത്വം എന്ന നിലയിലും, സഖാവിന്റെ ഇടപെടൽ ഏറെ സഹായകരമായിരുന്നു. പിൽക്കാലത്ത് വർക്കിങ് വിമൻസ് കോ-ഓർഡിനേഷൻ സംസ്ഥാന ജനറൽ സെക്രട്ടറി എന്ന നിലയിൽ അംഗീകാരം നേടിയെടുക്കാൻ കഴിഞ്ഞത് ജില്ലയിലെ കാര്യക്ഷമമായ ഈ ഇടപെടലാണ്.

എ കെയുടെ പത്നി ഇന്ദിര മാധവന്റെ കുഞ്ഞുനാളിലെ സ്കൂൾ സഹ

പാഠിയായിരുന്നു എന്നതും ഞങ്ങളുടെ കുടുംബങ്ങളുടെ സൗഹൃദം ഊട്ടി യുറപ്പിക്കാൻ സഹായകരമായി.

ട്രേഡ് യൂണിയൻ രംഗത്തെ തൊഴിലാളികൾക്കിടയിൽ സഖാവി നുള്ള അംഗീകാരം നിരവധി അവസരങ്ങളിൽ നേരിട്ടു മനസ്സിലാക്കാൻ സാധിച്ചിട്ടുണ്ട്. അതിൽ ഏറ്റവും ശ്രദ്ധേയമായ ഒരു കാര്യംകൂടി സൂചിപ്പി ച്ചുകൊണ്ട് ഈ കുറിപ്പ് അവസാനിപ്പിക്കാം. പുതിയകോട്ട BMS ഓഫീ സിൽവച്ച് സംയുക്ത ട്രേഡ് യൂണിയന്റെ ഒരു യോഗംചേരാൻ തീരുമാ നിച്ചിരുന്നു. സി ഐ ടി യുവിനെ പ്രതിനിധീകരിച്ച് എ കെയോടൊപ്പം പങ്കെടുക്കാൻ എന്നെയും ചുമതലപ്പെടുത്തിയിരുന്നു. തെല്ലൊരാശങ്കയോ ടെയാണ് ഞാൻ ആ ഓഫീസിലേക്ക് കയറിച്ചെന്നത്. സ. എ കെ ആ യോഗത്തിൽ പങ്കെടുക്കാൻ വരുന്നുണ്ടെന്നറിയിച്ചപ്പോൾ അവിടെയു ണ്ടായിരുന്ന തൊഴിലാളികളെല്ലാം വളരെയേറെ ആദരവും സ്നേഹവും ഞങ്ങളോട് കാണിച്ചു. ആ തരത്തിൽ രാഷ്ട്രീയമായി എതിരിടുമ്പോഴും എല്ലാ വിഭാഗത്തിലുംപെട്ടവരുടെ അംഗീകാരം നേടാൻ കഴിഞ്ഞ നേ താവുകൂടിയായിരുന്നു സ. എ കെ.

ശുഭ്രം സൗമ്യം ശാന്തം

പി വി കെ പനയാൽ

സ. എ കെ നാരായണൻ കാണാമറയത്തേക്ക് പോയിട്ട് ഒരു വർഷം കഴിഞ്ഞിരിക്കുന്നു. വിശ്വസിക്കാനാവുന്നില്ല. എത്രവേഗമാണ് കാലം കുതിക്കുന്നത്! ഉണ്ട്, ഇപ്പോഴും എ കെ മുമ്പിൽ നിൽക്കുന്നുണ്ട്. മായുന്നില്ല ആ ചിരി. പൊതു ഇടങ്ങളിലെല്ലാം നമ്മുടെ കൂടെത്തന്നെയുണ്ട്. ശുഭ്രവസ്ത്രധാരിയായി. ഏത് സംഘർഷങ്ങൾക്കിടയിലും സംയമനം കൈവിടാതെ, മുഖത്തെ അപാരമായ തെളിച്ചത്തിനു മങ്ങലേൽക്കാതെ, നമ്മുടെ അടുത്തടുത്തേക്ക് നടന്നുവരുന്നതുപോലെ.

ആരായിരുന്നു സ. എ കെ?

തൊഴിലാളികളുടെ ഉറ്റ സഖാവ്.

അതതുകാലത്തെ സമൂർത്ത രാഷ്ട്രീയ സാഹചര്യങ്ങളെ ചരിത്രത്തിന്റെയും അനുഭവങ്ങളുടെയും വെളിച്ചത്തിൽ ജനങ്ങൾക്ക് വിശദീകരിച്ചു കൊടുക്കുന്ന നേതാവ്. കലാ-സാംസ്കാരിക സദസ്സുകളിൽ അതീവ താല്പര്യത്തോടെ വന്നിരിക്കാറുള്ള വേറിട്ട രാഷ്ട്രീയ പ്രവർത്തന ശൈലിയുടെ ഉടമ. വാക്കിലും നോക്കിലും വിനയവും സമഭാവനയും പുലർത്തുന്ന പ്രബുദ്ധതയുടെ പേരാണ് സഖാവ് എ കെ നാരായണൻ.

കണ്ണൂർ സംഘചേതനയുടെ *ദ ഗ്രെയിറ്റ് ട്രയൽ* എന്ന നാടകം എ കെയുടെ വീടിനടുത്ത് അവതരിപ്പിച്ചിരുന്നു. ക്ലബ്ബിന്റെ വാർഷികാഘോഷത്തിന്റെ ഭാഗമായാണ് അവതരണം എന്നാണ് എന്റെ ഓർമ്മ. നാടകത്തിന്റെ രചന നിർവ്വഹിച്ചത് ഞാനും സംവിധാനം ചെയ്തത് ഗോപിനാഥ് കോഴിക്കോടുമാണ്. പ്രമുഖരായ നേതാക്കൾ അന്ന് നാടകം കാണാൻ എത്തിയിരുന്നു. സദ്ദാം ഹുസൈൻ തൂക്കിലേറ്റപ്പെട്ട

സംഭവത്തിന്റെ രാഷ്ട്രീയ പശ്ചാത്തലവും ആ വലിയ ജീവിതത്തിലുടനീളമുണ്ടായ സംഘർഷങ്ങളുടെ ചൂടുമായിരുന്നു നാടകത്തിന്റെ പ്രമേയം. ഇതിനോട് സ. എ കെ എങ്ങനെ പ്രതികരിക്കുമെന്നറിയാൻ എനിക്ക് അതിയായ ആകാംക്ഷയുണ്ടായിരുന്നു. അടിമുടി രാഷ്ട്രീയവൽക്കരിക്കപ്പെട്ട ഒരാൾ പരമ്പരാഗത നാടകശൈലിയിൽ നിന്ന് വ്യത്യസ്തമായ ഒരു നാടകത്തോട് എങ്ങനെ പ്രതികരിക്കുന്നു എന്നറിയുന്നത് തുടർന്നുള്ള എഴുത്തു രീതികളോടു പുലർത്തേണ്ട സമീപനത്തിന് ഗുണംചെയ്യും എന്ന പ്രതീക്ഷയാണ് എനിക്കുണ്ടായിരുന്നത്.

"നാടകം എങ്ങനെയുണ്ടായിരുന്നു നാരായണേട്ടാ?"

ഞാൻ ചോദിച്ചു.

"എങ്ങനെയുണ്ടായിരുന്നു എന്നുചോദിച്ചാൽ, നന്നായിരുന്നു എന്ന് ഒറ്റവാക്കിൽ പറയാം."

നാരായണേട്ടൻ പറഞ്ഞു. തുടർന്ന് സ്വതസിദ്ധമായ ചിരി. ഒരുപാട് അർത്ഥങ്ങളുണ്ട് എന്ന് തോന്നിപ്പിക്കുന്ന ചിരി.

ഞാൻ നിശ്ശബ്ദനായി. നാടകത്തെക്കുറിച്ച് സഖാവിന് കുറേ സംസാരിക്കാനുണ്ട് എന്ന് എനിക്കുറപ്പായി.

"നാടകം ഒരു മടുപ്പുമില്ലാതെ കണ്ടിരിക്കാം. അല്ല, പി വി കെ, നാടകത്തിന്റെ ലക്ഷ്യം അതു മാത്രമാണോ?"

ഞാൻ പ്രതികരിച്ചില്ല. പറയാനുള്ളതെല്ലാം പറഞ്ഞുതീരട്ടെ. ഈ പ്രമേയം സ്വീകരിക്കാൻ എന്താണ് കാരണം പി വി കെ? എനിക്കറിയാം. സാമ്രാജ്യത്വത്തിന്റെ കടന്നാക്രമണങ്ങളെ ചെറുത്തുനിന്ന ഒരു ധീരയോദ്ധാവിന്റെ നേതൃശേഷി പോരാടുന്നവർക്ക് ആവേശം പകരാൻ. അല്ലേ? അതുതന്നെ. ശരിയാണ്. ലോകത്തെങ്ങുമുള്ള വിപ്ലവകാരികൾക്ക് ആവേശമുണ്ടാക്കിയ സംഭവംതന്നെയായിരുന്നു സദ്ദാമിന്റെ അന്ത്യം. വേണമെങ്കിൽ അയാൾക്ക് രക്ഷപ്പെടാമായിരുന്നു. അമേരിക്കയുടെ ഔദാര്യത്തിന് കീഴിൽ സുഖകരമായ ജീവിതം നയിക്കാമായിരുന്നു. അതിനൊന്നും അയാൾ തയ്യാറായിരുന്നില്ല. വളരെ വൈകിയാണ് അയാൾക്ക് ഈ തിരിച്ചറിവുണ്ടായത്. അവിടത്തെ കമ്യൂണിസ്റ്റ് മുന്നേറ്റത്തെ തകർക്കുന്നതിൽ സദ്ദാം ഹുസൈന്റെ പങ്ക് എത്രത്തോളമുണ്ടായിരുന്നു എന്ന് ഓർക്കുന്നുണ്ടോ? അതിൽ സാമ്രാജ്യത്വത്തിന്റെ ഇടപെടൽ ഉണ്ടായിരുന്നില്ലേ? എനിക്കറിയില്ല. എന്റെ സംശയമാണ്. പ്രമേയം തെരഞ്ഞെടുക്കുമ്പോൾ ഇതെല്ലാം വിശദമായി പഠിച്ചിരിക്കുമല്ലോ. കഴുത്തിൽ കൊലക്കയർ വീഴുന്നതിനുമുമ്പ് സദ്ദാം തനിക്കുപറ്റിയ വീഴ്ചകളെ കുറിച്ചോർത്തുകാണില്ലേ? അന്ത്യനിമിഷങ്ങളിൽ സംഭവിച്ചുപോയ തെറ്റുകളുടെ ഒരു ദൃശ്യബിംബം കൂടി ഉണ്ടായിരുന്നെങ്കിൽ അത് നാടകത്തെ കൂടുതൽ ശക്തിപ്പെടുത്തുമായിരുന്നില്ലേ? നാടകത്തിന് പുതിയൊരു

മാനം കൈവരുമായിരുന്നില്ലേ?

വാക്കുകൾ ഇതല്ലായിരുന്നെങ്കിലും ആശയം ഇതുതന്നെയായിരുന്നു. ഇതിഹാസ തുല്യമായ ഒരു ജീവിതകഥ രണ്ടുമണിക്കൂർ ദൈർഘ്യമുള്ള ദൃശ്യഭാഷയിലേക്ക മാറ്റുമ്പോൾ സ്വാഭാവികമായും സംഭവിക്കാവുന്ന പാളിച്ചയാണെന്ന പറയുന്നതിൽ വലിയ അർത്ഥമൊന്നുമില്ലെന്ന് എനിക്കുതോന്നി. ഒന്നാന്തരം ക്ലൈമാക്സിലാണ് സ. എ കെ തന്റെ അഭിപ്രായത്തെ അടുപ്പിച്ചിരിക്കുന്നത്. നല്ലൊരു നാടകാസ്വാദകന് മാത്രമേ ഇങ്ങനെയൊരഭിപ്രായം മുന്നോട്ടുവയ്ക്കാൻ കഴിയൂ. ഉറപ്പിച്ചു പറയാം, ഒരു മുഴുനീള രാഷ്ട്രീയപ്രവർത്തകനായിരുന്ന സ. എ കെയുടെ ഉള്ളിൽ ഒരു നാടകകൃത്തുണ്ടായിരുന്നു സംവിധായകനുണ്ടായിരുന്നു. നാടകംകാണാനുള്ള ഒരവസരവും അദ്ദേഹം പാഴാക്കിയിരുന്നില്ല. അതുകൊണ്ടുതന്നെ പഴയ 'കൃഷ്ണാർജ്ജുന വിജയ'ത്തിന്റെയും 'രുക്മിണി സ്വയംവര'ത്തിന്റെയും കാലത്തുനിന്ന് ITFOK നാടക ശൈലിയിലേക്കുള്ള മാറ്റം കൃത്യമായി മനസ്സിലാക്കാൻ അദ്ദേഹത്തിന് കഴിഞ്ഞിരുന്നു. നാടക പ്രവർത്തകരെയും മറ്റു കലാകാരന്മാരെയും അദ്ദേഹം അങ്ങേയറ്റം സ്നേഹിച്ചു.

കണ്ണൂർ സംഘചേതന അവതരിപ്പിച്ച എന്റെ മറ്റു രണ്ടു നാടകങ്ങളും സ. എ കെ കണ്ടിരുന്നു. *സമയതീരവും സൂര്യാപേട്ടും. സൂര്യാപേട്ട്* എ കെയെ തൃപ്തിപ്പെടുത്തിയിരുന്നു. വളരെ നന്നായി എന്ന് പുറത്തുതട്ടി അഭിനന്ദിക്കുകയും ചെയ്തു. പക്ഷേ, അവിടെയും ഒരു 'പക്ഷേ' ബാക്കിയുണ്ടായിരുന്നു. തുടർന്ന് എ കെ പറഞ്ഞു.

ഇ എം എസിന്റെ ഉദ്ഘാടന പ്രസംഗം കേൾക്കുന്നതിനുമുമ്പ് എനിക്കൊരു സംശയം ഉണ്ടായിരുന്നു. ഇനിയൊരു സായുധസമരത്തിന് സാദ്ധ്യതയില്ലെന്നിരിക്കെ തെലങ്കാന കർഷകരുടെ സമരരീതി പുതിയ പ്രേക്ഷകർക്കു മുമ്പിൽ അവതരിപ്പിക്കുന്നതുകൊണ്ട് എന്ത് പ്രയോജനമെന്ന് ഞാൻ എന്നോടുതന്നെ ചോദിച്ചിരുന്നു. പക്ഷേ, ഇ എം എസിന്റെ പ്രസംഗം, തുടർന്നവതരിപ്പിച്ച നാടകം എല്ലാം വലിയൊരനുഭവമായിരുന്നു. ശരിയാണ്, താഴെവച്ച ആയുധങ്ങൾ തിരിച്ചെടുക്കേണ്ട കാലം വന്നുകൂടായ്കയില്ല. അതുകൊണ്ട് ഓർമ്മകൾ കൂടെത്തന്നെ ഉണ്ടായിരിക്കണം. ചരിത്രം കൂടെത്തന്നെ ഉണ്ടായിരിക്കണം. പുതിയ ചരിത്രം നിർമ്മിക്കുകയും വേണം.

'ഇന്നു താൻ തുറന്നിടേണം ക്ഷേത്രവാതിലൊക്കെയും വന്നിടുന്ന ഭക്തർക്കെല്ലാം ദൈവപൂജ ചെയ്യുവാൻ'

എന്ന് കയ്യൂരിലെ ചെമ്മരത്തിയും സംഘവും ഇടവഴികളിലൂടെ പാടിനടന്നു. ഇനി ഈ വരികൾ പാടേണ്ടിവരില്ല എന്ന് നമ്മൾ ഉറപ്പിച്ചു. പക്ഷേ, ഇപ്പോൾ പതുക്കെ പലയിടത്തും അഹിന്ദുക്കൾക്ക് പ്രവേശനമില്ല എന്ന ബോർഡ് മുളച്ചുപൊങ്ങി തുടങ്ങിയിരിക്കുന്നു. യേശുദാസിനു

പോലും എല്ലാ ആരാധനാലയങ്ങളിലും പ്രവേശിക്കാൻ സ്വാതന്ത്ര്യമില്ല. പേരക്കുട്ടികളുടെ പേരിന്റെ കൂടെ ജാതിവാൽ മുളച്ചുവരുന്നു.

'ഫാസിസത്തെ കടപുഴക്കാൻ സമയമെത്തുമ്പോൾ
ദേശരക്ഷ സഫലമാക്കാൻ സമയമെത്തുമ്പോൾ
ഹിന്ദു മുസ്ലിം മൈത്രിയൊത്ത ചെറുസഹജരേ
എന്തും ചെയ്യാനുയിരുനൽകാൻ ഉൾക്കിലേറിടാൻ'

കഷ്ടിച്ച് പേരെഴുതി ഒപ്പിടാൻ മാത്രമറിയാവുന്ന സ്ത്രീകളാണ് നമ്മുടെ കുഗ്രാമങ്ങളിൽ ഫാസിസത്തെക്കുറിച്ചും അത് നടന്നുവരുന്ന വർഗ്ഗീയ വഴികളെക്കുറിച്ചും പാടിനടന്നതെന്നോർമ്മവേണം. ഇന്ന് നമ്മുടെ ഉമ്മറപ്പടിവരെയെത്തിയിരിക്കുന്ന വർഗ്ഗീയതയുടെ, ഫാസിസത്തിന്റെ അട്ടഹാസങ്ങൾ! അതുപോലെതന്നെ തെലങ്കാനയുടെ ഓർമ്മകളും കയ്യൂരിന്റെ ഓർമ്മകളും മറക്കാൻ പാടില്ല. പാട്ടിലൂടെ, നാടകങ്ങളിലൂടെ പ്രസംഗങ്ങളിലൂടെ ഈ ഓർമ്മകളെല്ലാം നിലനിർത്തണം.

*സൂര്യാപേട്ടി*ന്റെ ഓർമ്മകളിൽമുങ്ങി അന്ന് എ കെ ധാരാളം സംസാരിച്ചതായി ഓർക്കുന്നുണ്ട്.

സ. എ കെയുടെ പ്രസംഗത്തിന് ഒരു പ്രത്യേകതയുള്ളതായി എനിക്ക് തോന്നിയിട്ടുണ്ട്. പ്രേക്ഷകരെ ആവേശംകൊള്ളിക്കുന്ന നക്ഷത്രവിളക്കായിരുന്നില്ല അത്. ചിന്തയെ ഉദ്ദീപിപ്പിക്കുന്ന വഴിമരുന്നായിരുന്നു. നിരന്തരമായ വായനയിൽ നിന്നുകിട്ടുന്ന അറിവുകൾ പ്രസംഗത്തിൽ നിറഞ്ഞുനിൽക്കും. വിശദീകരണയോഗങ്ങളിലാണ് ഇത് കൂടുതൽ പ്രകടമാവുക.

അതിയാമ്പൂർ ബാലബോധിനി ഗ്രന്ഥാലയവുമായുള്ള സ. എ കെയുടെ അടുപ്പം ബാലബോധിനിയുടെ വളർച്ചയ്ക്കും ബാലബോധിനിയുടെ വളർച്ച സഖാവ് എ കെക്കും വലിയതോതിൽ സഹായകമായിത്തീർന്നിട്ടുണ്ട്. ജീവിതത്തിന്റെ ഏതാണ്ട് അവസാനകാലംവരെ വായനശാലയിൽ എത്തി എല്ലാ പത്രങ്ങളും 'എഡിറ്റഡ് & പബ്ലിഷ്ഡ് ബൈ' വരെ വായിച്ചു തീർക്കുന്നത് കണ്ടിട്ടുണ്ട്. ചിലപ്പോൾ ഏകാകിയായിരുന്ന് വായിച്ച കാര്യങ്ങൾ ഓർത്തുകൊണ്ട് അദൃശ്യരായ പ്രേക്ഷകരോട് സംസാരിക്കുന്നതുപോലെ തോന്നും. ഇരുട്ടുവീഴുമ്പോളായിരിക്കും വീട്ടിലേക്കുള്ള തിരിച്ചുനടത്തം. വൻമരങ്ങൾ വീഴുന്നു! വിപിനങ്ങൾ അപ്രത്യക്ഷമാവുന്നു. അടിക്കാടുകൾക്ക് കാടിന്റെ സംഗീതം നഷ്ടപ്പെടുന്നു! കാർമേഘങ്ങൾ ഭൂമിയെ നോക്കി എവിടെയൊക്കെയോ അലയുന്നു!

സ്നേഹത്തിൽ അഭിനയമില്ല;
പ്രണയം കൂടരുത്!

ഡോ. വി പി പി മുസ്തഫ

1990 കളുടെ ആദ്യപകുതിയിൽ എസ് എഫ് ഐയുടെ കാസർഗോഡ് ജില്ലാതല സമ്മേളനമോ പഠനക്യാമ്പോ നടക്കുന്നു. സി പി ഐ (എം) നേതാവായ സ. എ കെ നാരായണൻ പ്രസംഗിക്കുന്നു. നീലേശ്വരത്തുകാരനും പടന്നക്കാട് നെഹ്റു കോളേജിലെ വിദ്യാർത്ഥിയുമായ സി എച്ച് ഹനീഫ ഓരോ വാചകം പറയും. അതുതന്നെയായിരിക്കും പ്രസംഗത്തിൽ നാരായണേട്ടന്റെ അടുത്ത വരി. എസ് എഫ് ഐയിൽ ഞാൻ സജീവമായിത്തുടങ്ങിയ സന്ദർഭമാണത്. ഹനീഫയുടെ ഇടപെടലായപ്പോൾ നാരായണേട്ടന്റെ പ്രസംഗം ഞങ്ങൾ കൗതുകത്തോടെ കേട്ടിരുന്നു. ഏതാണ്ട് ഒരു പത്രഭാഷയിൽ, ഒരേ താളത്തിൽ നടത്തുന്ന പ്രസംഗം. പിന്നെ എത്രയോതവണ കേട്ടു; ഒരുമിച്ച് പ്രസംഗിച്ചു. കാർഗിൽ യുദ്ധകാലം. പത്ര തലക്കെട്ടുകളിൽ വരുന്ന അതേ പ്രയോഗം- ഇന്ത്യ-പാക് സംഘർഷം! പാകിസ്ഥാൻ എന്ന് പൂർണ്ണമായി അദ്ദേഹം പറഞ്ഞിരുന്നില്ല. ചീമേനി ടൗണിൽ പാർട്ടിയുടെയും സി ഐ ടി യുവിന്റേയും പതാകകൾ നശിപ്പിച്ച സംഭവത്തിൽ പ്രതിഷേധയോഗം. ജില്ലാ സെക്രട്ടറിയായ എ കെയുടെ പ്രസംഗം പതിഞ്ഞ ശബ്ദത്തിലായിരുന്നു. പ്രതിഷേധയോഗത്തിന്റേതായ ചൂടും ചൂരും പോരെന്ന തോന്നൽ. തന്റെ പ്രസംഗത്തിനുശേഷം അദ്ദേഹം എന്നോടു പറഞ്ഞു: "നീ കുറച്ചു കത്തിച്ചുതന്നെ പറയണം." ആരോഗ്യ പ്രശ്നങ്ങളും മറ്റും മൂലം അവസാനകാലത്ത് നാരായണേട്ടന് ദീർഘമായി പ്രസംഗിക്കാൻ സാധിച്ചിരുന്നില്ല. ചില സന്ദർഭങ്ങളിൽ നാവ് കുഴയുന്നതുപോലെ തോന്നി; വാക്കുകൾ വ്യക്തമായി പുറത്തുവന്നിരുന്നില്ല. അത്തരം ചില യോഗങ്ങളിലും

എന്നോടു പറഞ്ഞു: "ഞാൻ കുറച്ചേ പറയൂ; നീ കുറച്ച് നീട്ടിപ്പറയണം."

അധികം ചുളിവൊന്നുമില്ലാത്ത വെള്ള ഷർട്ടും വെള്ള മുണ്ടും നല്ല കണ്ണടയും സാമാന്യം ഉയരമുള്ള ആകാരവും. രൂപം കൊണ്ടുതന്നെ നാരായണേട്ടന് തലയെടുപ്പുണ്ട്. പൊതുജീവിതത്തിലും അദ്ദേഹം തലയെടുപ്പോടെ നിലകൊണ്ടു. അദ്ദേഹത്തിന്റെ പെരുമാറ്റം ഏറെ ഹൃദ്യമായിരുന്നു. തള്ളിക്കയറി മുന്നിൽ വന്നുനിൽക്കുന്നതോ ജാഡയുള്ളതോ ആയ ശൈലി അദ്ദേഹത്തെ സ്പർശിച്ചിരുന്നില്ല. നാട്യമില്ല. ഉള്ളിലും പുറത്തും എ കെയ്ക്ക് ഒരേ ശൈലിമാത്രം. നാട്യ, നയ കോവിദന്മാരായ ഞങ്ങളിൽ പലരുമായും തട്ടിച്ചുനോക്കുമ്പോൾ ഈ മനുഷ്യൻ വേറിട്ട് നിൽക്കുന്നു. സ്നേഹവും കാർക്കശ്യവും ഇഴുകിച്ചേർന്ന നേതൃരൂപമായിരുന്നു സഖാവ് എ കെ.

അദ്ദേഹവുമായി വളരെ അടുപ്പമുള്ള ദൃഢബന്ധമൊന്നും എനിക്കുണ്ടായിരുന്നില്ല. പാർട്ടിയുടെയും സി ഐ ടി യുവിന്റെയും മുതിർന്ന നേതാവായി അദ്ദേഹം നിൽക്കുന്നകാലത്ത് ഞാനൊക്കെ വിദ്യാർത്ഥി പ്രസ്ഥാനത്തിലൂടെ വളർന്നുവരുന്നതേയുള്ളൂ. എങ്കിലും ഈ വലിയ നേതാവ് ഞങ്ങളുടെയൊക്കെ ജീവിതത്തിലേക്ക് കടന്നുവന്നു. എസ് എഫ് ഐ ജില്ലാ സെക്രട്ടറിയായി ഞാൻ പ്രവർത്തിക്കുന്ന സമയം. ഒരു ദിവസം നാരായണേട്ടനും പി രാഘവേട്ടനുംകൂടി എന്നെ കാഞ്ഞങ്ങാട് കുന്നുമ്മലിലെ ഓഫീസിലേക്ക് വിളിപ്പിച്ചു. പതിവ് കുശലാന്വേഷണങ്ങൾക്കുശേഷം, ഗൗരവമായ കാര്യത്തിന് നാരായണേട്ടൻ തുടക്കമിട്ടു; രാഘവേട്ടൻ വിശദീകരിച്ചു. ഞങ്ങളുടെ എസ് എഫ് ഐ ബാച്ചിൽ പലക്കെ പ്രണയബന്ധങ്ങൾ വളർന്നിരിക്കുന്നു. അവയിൽ ചിലത് വിവാഹം നടത്താവുന്ന ഘട്ടത്തിലുമെത്തി. അതാണ് വിഷയം. പ്രവർത്തകരായ പെൺകുട്ടികളും ആൺകുട്ടികളും തമ്മിൽ ഇങ്ങനെ പ്രണയം തുടങ്ങിയാൽ, പെൺകുട്ടികൾ സംഘടനാരംഗത്ത് സജീവമാകുന്നതിനെ രക്ഷിതാക്കൾ നിരുത്സാഹപ്പെടുത്തില്ലേ? ഇതാണ് നേതാക്കളുടെ ചോദ്യം. പ്രണയമൊന്നും വേണ്ട എന്നല്ല; പ്രധാന വിദ്യാർത്ഥി നേതാക്കളെല്ലാവരും സഹപ്രവർത്തകരായ പെൺകുട്ടികളുമായി പ്രണയബന്ധങ്ങളുമായി പോയാൽ രക്ഷിതാക്കളിൽനിന്ന് എതിർപ്പുയരും; തുടർന്നങ്ങോട്ട് സജീവ പ്രവർത്തനങ്ങളിൽ പെൺകുട്ടികൾ കടന്നുവരുന്നതിന് തടസ്സങ്ങളുണ്ടായേക്കും എന്നതാണ് അവരിവരും പങ്കുവെച്ച ആശങ്ക. അതുകൊണ്ട് എസ് എഫ് ഐ ജില്ലാ സെക്രട്ടറി ഇടപെട്ട് ഇക്കാര്യത്തിൽ ചില നിയന്ത്രണങ്ങളുണ്ടാക്കണം എന്നതായിരുന്നു അവരുടെ നിർദ്ദേശം. അതുകൊണ്ട് ഒരു കാര്യമുണ്ടായി. എന്നിൽ മുളച്ച പ്രണയം കരിഞ്ഞു; സാബു അബ്രഹാമിന്റെയും വിനോദ് കുമാർ തെക്കേ വീട്ടിലിന്റെയും മാധവൻ മണിയറയുടെയും ശ്രീജിത്ത് വാഴയിലിന്റെയും മറ്റും പ്രണയം പൂവണിയിക്കാൻ ഒപ്പം

നിന്നു. സമരതീക്ഷ്ണമായ ജീവിതമായിരുന്നു സഖാവ് എ കെയുടേത്. സമരാനുഭവങ്ങൾ സ്വാംശീകരിച്ച് പടിപടിയായി ജനനേതാവായി വളർന്നു വന്നു. പാർലമെന്ററിയും പാർലമെന്റേതരവുമായ പ്രവർത്തനങ്ങളാണ് കമ്യൂണിസ്റ്റ് പാർട്ടി നടത്തുന്നത്. അതിൽ പാർലമെന്റേതര മാർഗ്ഗത്തിൽ സവിശേഷമായ ഇടപെടലുകളാണ് എ കെ നടത്തിയത്. പാർട്ടിയുടെ രാഷ്ട്രീയ സംഘടന ധാരണകൾ പ്രവർത്തകരിലും ജനങ്ങളിലും എത്തിക്കുന്നതിൽ അദ്ദേഹം പ്രകടിപ്പിച്ച ശേഷി മികവുറ്റതാണ്. രാഷ്ട്രീയപ്രവർത്തനം സ്ഥാനമാനങ്ങൾ കരഗതമാക്കുന്നതിനുള്ള ട്രപ്പീസ് കളിയായി അദ്ദേഹം കണ്ടിരുന്നില്ല. എന്നാൽ പാർട്ടി ജില്ലാ സെക്രട്ടറിയുടെ ചുമതലയിൽ എല്ലാവരെയും കൂട്ടിയോജിപ്പിച്ചുകൊണ്ടുപോകുക എന്നത് ഒരുതരം ട്രപ്പീസ് കളിയായി അദ്ദേഹത്തിന് അനുഭവപ്പെട്ടിരുന്നതായി എ കെ തന്റെ ഒരു സഹപ്രവർത്തകനോട് പറഞ്ഞറിവുണ്ട്. ആളുകളെ അകറ്റലല്ല; അടുപ്പിക്കലാണ് തന്റെ ദൗത്യമെന്ന് മനസ്സിലാക്കിയ കമ്യൂണിസ്റ്റ് നേതാവായിരുന്നു നാരായണേട്ടൻ. കാണുമ്പോഴെല്ലാം അദ്ദേഹം പ്രകടിപ്പിച്ചിരുന്ന സ്നേഹം അഭിനയമായിരുന്നില്ല. എ കെ എന്ന പച്ച കമ്യൂണിസ്റ്റിന്റെ ജീവിതത്തെ അങ്ങനെയും കാണേണ്ടതുണ്ട്.

സഖാവ് എ കെ

കെ പി നാരായണൻ ചായ്യോം

എന്റെ ഹൃദയത്തിലുള്ള 'എ കെ' എന്ന വെളുത്ത് മെല്ലിച്ച ശരീരത്തോടുകൂടിയ സാമാന്യത്തിലധികം ഉയരമുള്ള ഒരു ശുഭ്ര വസ്ത്രധാരിയാണ് സഖാവ് 'എ കെ' എന്ന ചുരുക്കപ്പേരിലറിയപ്പെടുന്ന എ കെ നാരായണൻ. നല്ല ശബ്ദ ഗാംഭീര്യമുള്ള സംസാരമാണ് 'എ കെ'യുടേത്. ശത്രുക്കളോടും മിത്രങ്ങളോടും ചിരിച്ചുകൊണ്ട് വളരെ താഴ്മയോടുള്ള പെരുമാറ്റവും ഇടപെടലുകളും അദ്ദേഹത്തെ മറ്റുള്ളവരിൽ നിന്ന് വ്യത്യസ്തനാക്കുന്നു. 1968 മുതൽ പരിചയപ്പെട്ടുവന്ന ഒരു സഖാവാണ് 'എ കെ.' അന്ന് ഞാൻ നിത്യാനന്ദ പോളിടെക്നിക്കിൽ ഒരു വിദ്യാർത്ഥിയായിരുന്നു. കുറച്ചുകാലം കാഞ്ഞങ്ങാട് താമസിച്ച് പഠിക്കുന്ന സന്ദർഭത്തിലാണ് 'എ കെ'യെ നേരിൽക്കാണുന്നതും പരിചയപ്പെടുന്നതും.

അന്ന് കോട്ടച്ചേരി കുന്നുമ്മൽ ബീഡിക്കമ്പനിയിൽ ബീഡി തെറുപ്പ് തൊഴിലാളിയായിരുന്നു. ചിലപ്പോൾ പത്രത്തിന്റെ തല നോക്കാൻ ഞാൻ അവിടെ ചെല്ലുമായിരുന്നു. ബീഡിത്തൊഴിലാളികളിൽ ഒരാൾ പത്രം ഉച്ചത്തിൽ വായിക്കുകയും, മറ്റുള്ളവർ സശ്രദ്ധം കേൾക്കുകയുമായിരുന്നു. ഇവിടെയാണ് 'എ കെ'യുടെ ജീവിതസമരത്തിന്റെ തുടക്കം. ജീവിതത്തിനിടയിൽ ഒട്ടനവധി സംഭവബഹുലമായ കാര്യങ്ങൾക്ക് സാക്ഷ്യം വഹിക്കുകയുണ്ടായി. ബീഡിത്തൊഴിലാളികളെ സംഘടിപ്പിക്കുക എന്നത് മുഖ്യ ചുമതലയായി 'എ കെ' സ്വീകരിച്ചു. കാസർഗോഡ് ജില്ലയിൽ പ്രത്യേകിച്ച്, ഹോസ്ദുർഗ്ഗ് താലൂക്കിൽ ബീഡിത്തൊഴിലാളി സംഘടന രൂപീകരിക്കുന്നതിൽ മുന്നിൽനിന്ന് പ്രവർത്തിച്ച് ബീഡിത്തൊഴിലാളികളുടെ ട്രേഡ് യൂണിയൻ സംഘടനയിൽ പടിപടിയായി

ഉയർന്നുവന്നു. ജില്ല, സംസ്ഥാന, അഖിലേന്ത്യാ തലത്തിൽ നേതൃപദവികളിൽ ഒരാളായി വളർന്നുവന്നു. തൊഴിലാളികളുടെ കേന്ദ്രസംഘടനയായ സി ഐ ടി യുവിന്റെ കേന്ദ്രസംസ്ഥാന പദവികളിൽ 'എ കെ' ശോഭിച്ചു. തൊഴിലാളികളുടെ പ്രക്ഷോഭസമരത്തിന് നേതൃത്വം നൽകി. തൊഴിലാളികളെ ചൂഷണം ചെയ്യുന്നതിനെതിരായി, കൂലി കൂട്ടുന്നതിനുവേണ്ടി നടത്തിയിട്ടുള്ള സമരങ്ങൾ നിരവധിയാണ്. അതിൽ ഒന്ന് മംഗലാപുരം ആസ്ഥാനമായി പ്രവർത്തിച്ചിരുന്ന ഗണേഷ് ബീഡി. മാനേജ്മെന്റിന്റെ ചൂഷണത്തിനും ജോലി കുറയ്ക്കുന്നതിനും എതിരായി നടത്തിയിട്ടുള്ള ഐതിഹാസികമായ സമരത്തിന് നേതൃത്വം നൽകിയതാണ്. ബീഡി മുതലാളി ജില്ലയിലെ കമ്പനി പൂട്ടി മംഗലാപുരത്തേക്ക് മാറി. അവിടെയും തൊഴിലാളികൾ നിരന്തരം സമരം നടത്തുകയും മാനേജ്മെന്റ് പോലീസിനെ ഉപയോഗിച്ച് തൊഴിലാളികളെ അറസ്റ്റുചെയ്ത് ജയിലിലടച്ച സംഭവവും എടുത്ത് പറയത്തക്കതാണ്.

1964-67 കാലഘട്ടത്തിൽ പാർട്ടിക്കകത്ത് ഉയർന്നുവന്ന ഇടത്-വലത് വ്യതിയാനങ്ങൾക്കെതിരെ 'എ കെ' നേതൃത്വപരമായ പങ്ക് വഹിക്കുകയും, പാർട്ടിയെ നേർവഴിക്ക് നയിക്കുകയും ചെയ്തു. അപ്പോഴേക്കും 'എ കെ' പാർട്ടിയുടെ സമുന്നത നേതാക്കളിൽ ഒരാളായി മാറി.

വർഷങ്ങൾക്കുമുമ്പ് ജന്മിമാരുടെ കിരാതമായിട്ടുള്ള ചൂഷണങ്ങൾക്കെതിരെയും കൃഷിക്കാരെ തങ്ങളുടെ ഭൂമിയിൽനിന്ന് ഇറക്കിവിടുന്ന നയത്തിനെതിരെയും പോരാടി. ഈ സന്ദർഭത്തിൽ കോടോത്ത് ബേഡകം കൃഷ്ണൻ നായർ എന്ന ജന്മി ഒരു കൃഷിക്കാരനെ ഒഴിപ്പിക്കുന്നതുമായി ബന്ധപ്പെട്ട് ഒരു പ്രശ്നത്തിൽ സഖാവ് സി കേളുനായർ സംസാരിക്കുന്നതിനായി അവിടെ പോയി. കേളുനായർ കൃഷിക്കാരന് അനുകൂലമായ ശക്തമായ നിലപാട് സ്വീകരിച്ചപ്പോൾ ജന്മിയായ ബേഡകം കൃഷ്ണൻ നായരും സംഘവും കേളുവേട്ടനെ കുത്തി മാരകമായി പരിക്കേൽപ്പിച്ചു. ഈ വിവരം ബീഡിക്കമ്പനിയിൽ കിട്ടിയപ്പോൾ തൊഴിലാളികളുമായി 'എ കെ' സംഭവസ്ഥലത്ത് പോയി. എന്നാൽ കേളുനായരെ കണ്ടെത്താൻ കഴിഞ്ഞില്ല. ആ സ്ഥലത്ത് അകലെയായി ഒരു കുറ്റിക്കാട്ടിൽ കേളുനായർ രക്തം വാർന്ന് കിടക്കുകയായിരുന്നു. അദ്ദേഹത്തെ തൊഴിലാളികൾ ചേർന്ന് ആശുപത്രിയിൽ എത്തിക്കുന്നതിനും, ജീവൻ രക്ഷിക്കുന്നതിനും 'എ കെ' മുൻപന്തിയിലുണ്ടായിരുന്നു. 1977 നുശേഷം സി പി ഐ (എം) ഉം, ആർ എസ് എസും തമ്മിലുള്ള സംഘർഷത്തിൽ ചെറുത്തുനില്പിന് നിർണ്ണായകമായ പങ്കുവഹിച്ചു. വാഴക്കോട്ട് നമ്മുടെ സഖാവിന്റെ വീട് ആക്രമിച്ചപ്പോൾ ആ വീട് പുനർനിർമ്മിക്കുന്നതിന്, 'എ കെ'യും സമരവളണ്ടിയർമാരും നിർണ്ണായക പങ്കുവഹിച്ചു.

67-68 കാലഘട്ടത്തിൽ ദിനേശ് ബീഡിയുടെ സൊസൈറ്റി രൂപീക

രിച്ചപ്പോൾ അതിന്റെ പ്രാഥമിക സംഘത്തിന്റെ, ഭാരവാഹിയായി 'എ കെ' വന്നു. പിന്നീട് അപെക്സ് സംഘത്തിന്റെ ഡയറക്ടറായി ഉയർന്നുവന്നു. സഹകരണരംഗത്ത് പ്രാഗത്ഭ്യം നേടിയിട്ടുള്ള 'എ കെ'യെ സംസ്ഥാന ഗവൺമെന്റ് കൺസ്യൂമർ ഫെഡിന്റെ ചെയർമാനായി നിയമിച്ചു, താൻ കൈവെച്ച മേഖലകളെല്ലാം ആർക്കും പരാതികളില്ലാതെ മുന്നോട്ട് കൊണ്ടുപോയി, പാർട്ടിയുടെ സംഘടന പ്രവർത്തനവും പാർലമെന്ററി പ്രവർത്തനവും രണ്ടും പാർട്ടിയെ ശക്തിപ്പെടുത്താൻ ഉള്ളതാണ്. എന്നാൽ 'എ കെ'യെ പാർലമെന്ററി പ്രവർത്തനത്തിൽ പരിഗണിക്കാതെ പോയതിൽ എന്നെപ്പോലെയുള്ളവർക്ക് ദുഃഖമുണ്ട്. പാർട്ടിയുടെ ജില്ലാ സെക്രട്ടറി, സംസ്ഥാന കമ്മിറ്റി അംഗം എന്നീ നിലകളിൽ പ്രാഥമിക വിദ്യാഭ്യാസംമാത്രം ലഭിച്ചിട്ടുള്ള 'എ കെ' ശോഭിച്ചു. അവസാന നാൾ വരെ ജനങ്ങളുടെ കണ്ണിലുണ്ണിയായിരുന്നു.

താത്വികമായും സംഘടനാപരമായും പഠനക്ലാസ് കൈകാര്യം ചെയ്യുന്നതിൽ 'എ കെ'യ്ക്ക് വിജയം കൈവരിക്കാൻ കഴിഞ്ഞിട്ടുണ്ട്. സംഘടനയ്ക്ക് അകത്തുണ്ടാകുന്ന പ്രശ്നങ്ങൾ വളരെ ലളിതമായി കൈകാര്യം ചെയ്യാനുള്ള കഴിവ് വേറെതന്നെയാണ്. നീലേശ്വരത്തെ പാലായിയിൽ ജനിച്ച് പ്രാഥമിക വിദ്യാഭ്യാസം പൂർത്തിയാക്കി കാഞ്ഞങ്ങാടിലേക്ക് കുടുംബസമേതം മാറുകയാണുണ്ടായത്. സഖാവിന് ഒരു കണ്ണിന്റെ കാഴ്ചയില്ലെന്ന് എല്ലാ ആളുകൾക്കും അറിയില്ല. ജനനത്തിലേയുള്ള വൈകല്യമാണ് അത്. ഇത് തിരിച്ചറിയാൻ വീട്ടുകാർക്കും കുട്ടികൾക്കും കഴിഞ്ഞില്ല. ഒരു പ്രാവശ്യം കുട്ടികൾ കണ്ണുപൊത്തി കളിക്കാനും, മാങ്ങ എറിഞ്ഞ് വീഴ്ത്താനും ഒത്തുകൂടിയപ്പോൾ ഒരു കണ്ണ് പൊത്തിയാൽ മറ്റേ കണ്ണ് കാണില്ല എന്ന് 'എ കെ' എന്ന കുട്ടി മറ്റു കുട്ടികളോട് ശക്തമായി വാദിച്ചു. എന്നാൽ മറ്റ് കുട്ടികൾ 'എ കെ'യുടെ കണ്ണിന് കാഴ്ചയില്ലായെന്ന് തെളിയിച്ചുകൊടുത്തു. ബസിൽ യാത്രചെയ്യുമ്പോൾ കാഴ്ചയില്ലാത്ത ഭാഗത്തിരുന്ന ആളെ കാണാതിരിക്കുക പതിവാണ്. ആ ഇരിക്കുന്ന ആളുകൾ വേണ്ടപ്പെട്ടവരും പരിചയക്കാരും ആയിരിക്കും. അത്തരം ആളുകൾ കണ്ടിട്ട് മിണ്ടിയില്ല എന്ന് പരിഭവം പറയുകയും ചെയ്തിട്ടുണ്ട്. കണ്ണിന്റെ ചികിത്സയ്ക്ക് അങ്കമാലിയിൽ ഓപ്പറേഷന് പോയി. ഓപ്പറേഷനുവേണ്ടി എല്ലാ തയ്യാറെടുപ്പും നടത്തി. ഓപ്പറേഷൻ തീയറ്ററിൽ കയറ്റി. ഡോക്ടർ ഓപ്പറേഷനു വേണ്ട എല്ലാ ഉപകരണവും എടുത്ത് കാഴ്ചയുള്ള കണ്ണിനാണ് ഓപ്പറേഷൻ നടത്താൻ ശ്രമിച്ചത്. ഇത് മനസ്സിലാക്കിയ 'എ കെ' ബഹളംവെച്ച് ഉരുണ്ടുപെരണ്ട് എഴുന്നേറ്റതുകൊണ്ട് ആ അപകടം ഒഴിവായി.

ഒരു ദരിദ്ര കുടുംബത്തിൽ ജനിച്ചുവളർന്ന് ജനങ്ങളുടെ നേതാവായി, ജനങ്ങൾക്കുവേണ്ടി ജീവിച്ച ഒരു വ്യക്തിത്വത്തിന്റെ ഉടമയാണ് 'എ കെ'യെന്ന് നിസ്സംശയമായി പറയാവുന്നതാണ്.

സഖാവ് എ കെ നാരായണനെക്കുറിച്ച് അല്പം ചില ഓർമ്മകൾ

കെ കുഞ്ഞിക്കണ്ണൻ നായർ

അവിഭക്ത കണ്ണൂർ ജില്ലയിലെ പ്രസ്ഥാനത്തിന്റെ ഒരു പ്രധാനപ്പെട്ട വിളനിലമാണ് നീലേശ്വരത്തെ പാലായി എന്ന ഗ്രാമം. ചരിത്ര പ്രസിദ്ധമായ വിളകൊയ്ത്ത് സമരത്തിൽ പ്രധാന പങ്കുവഹിച്ച് ജന്മിത്വത്തെ വെല്ലുവിളിച്ച ഈ നാട് തെക്കൻ കർണ്ണാടകയുടെ ഭാഗമായിരുന്നു. കേരള സംസ്ഥാന രൂപീകരണത്തിനുമുമ്പ് അവിടെ ഒരു വലിയ സമ്മേളനം നടന്നത് ഓർക്കുന്നു. പൊതുസമ്മേളനം നീലേശ്വരത്തായിരുന്നു. ജില്ലയിലെ പാർട്ടിയുടെ നേതാക്കന്മാരെല്ലാം പങ്കെടുത്ത സമ്മേളനം ഉദ്ഘാടനംചെയ്തത് സഖാവ് എൻ ഇ ബൽറാമാണ്. പാലായിയിൽനിന്നും പൊതുസമ്മേളന വേദിയായ നീലേശ്വരം പേരോലിലേക്ക് ഉശിരൻ ഒരു പ്രകടനവും ഇതിന്റെ ഭാഗമായി സംഘടിപ്പിച്ചു. പൊതുസമ്മേളനത്തിന്റെ ഭാഗമായി *പട്ടിണിപ്പാവങ്ങൾ* എന്ന നാടകം അവതരിപ്പിച്ചപ്പോൾ ഇതിലേക്ക് ജനങ്ങൾ ഒഴുകിയെത്തിയത് അന്ന് വലിയൊരു സംഭവമായിരുന്നു. ഈ പ്രവർത്തനങ്ങളിലെല്ലാം നേതൃത്വംകൊടുത്ത ചെറുപ്പക്കാരിൽ ഏറ്റവും പ്രധാനിയായിരുന്ന പാലായിയിൽ ജനിച്ച എ കെ നാരായണൻ എന്ന സഖാവ്. ചെറുപ്പക്കാരുടെയെല്ലാം ആവേശമായി മാറാൻ ഈ സമ്മേളനത്തിന്റെ നേതൃത്വം വഹിച്ചതിലൂടെ അന്ന് എ കെക്ക് കഴിഞ്ഞു. പിന്നീടാണ് സഖാവ് എ കെ കാഞ്ഞങ്ങാടേക്ക് താമസം മാറുന്നത്. ഈ സമ്മേളനവും മറ്റും നടക്കുന്ന ഘട്ടത്തിൽ നീലേശ്വരം ഗണേഷ് ബീഡിക്കമ്പനിയിൽ ബീഡി തെറുക്കാൻ പഠിക്കുന്ന ഒരു കാലഘട്ടം കൂടിയായിരുന്നു. ചെറുപ്പത്തിൽ പാലായി എ എൽ പി സ്കൂളിൽ വിദ്യാഭ്യാസം പൂർത്തീകരിച്ച് പിന്നീട് നീലേശ്വരം എ യു പി സ്കൂളിൽ വിദ്യാഭ്യാസത്തിന് പോയിരുന്നു. പിന്നീടാണ് ഗണേഷ് ബീഡിക്കമ്പനിയിൽ സഖാവ് പി കെ കുഞ്ഞമ്പുവിന്റെ കീഴിൽ ബീഡി തെറുക്കാൻ പഠിക്കാൻ ചേർന്നത്. ഈ ഘട്ടത്തിൽ ഞാനും ഗണേഷ് ബീഡിക്കമ്പ

നിയിൽ ബീഡി തെറുക്കാൻ പഠിക്കുകയായിരുന്നു. എന്നേക്കാളും പ്രായക്കൂടുതലുള്ള ആളായിരുന്നു സഖാവ് എ കെ. അന്നൊക്കെ കമ്യൂണിസ്റ്റ് പാർട്ടിയിലും പി എസ് പിയിലും കോൺഗ്രസിലുമൊക്കെ പ്രവർത്തിക്കുന്നവർ ബീഡി തെറുക്കാൻ ഉണ്ടായിരുന്നു. രാഷ്ട്രീയ വാദപ്രതിവാദങ്ങൾ നല്ല നിലയിൽ നടക്കുമായിരുന്നു. ഈ ഘട്ടത്തിലൊക്കെ സഖാവ് എൻ ജി കമ്മത്ത് അടക്കമുള്ള നേതാക്കൾ കമ്പനിയിൽ വരുമായിരുന്നു. വാദപ്രതിവാദത്തിൽ പങ്കെടുക്കുമായിരുന്നു. അതൊക്കെ പുതിയ തലമുറയ്ക്ക് വളർന്നുവരാനുള്ള പ്രോത്സാഹനമായിരുന്നു. ഇതൊക്കെ മനസ്സിലാക്കാനും ഇതിലൊക്കെ ഇടപെടാനും സഖാവ് എ കെക്ക് കഴിഞ്ഞിരുന്നു.

നീലേശ്വരം, മൂന്നാംകുറ്റി, പൂവാലംകൈ മുതലായ പ്രദേശങ്ങളിൽ ഗൗരവത്തോടെ പാർട്ടി പ്രവർത്തനം നടത്തിയിരുന്ന ഒരു സഖാവായിരുന്നു എ കെ. 1956 ൽ ഗോവ സമരത്തിൽ പങ്കെടുക്കുന്നതിന് പി കെ കുഞ്ഞമ്പു പോയിരുന്നു. പാർട്ടിയുടെ ജില്ലാ കമ്മിറ്റിതന്നെ മുൻകൈയെടുത്ത് നീലേശ്വരത്ത് മാത്രമായി യാത്രയയപ്പ് പൊതുയോഗം ചേർന്ന് യാത്രയാക്കി. ഈ ഘട്ടത്തിൽ സഖാവ് എ കെയെ ബീഡി തെറുക്കാൻ ഇരുത്തിയാണ് സഖാവ് പി കെ സമരത്തിൽ പങ്കെടുക്കാൻ ഗോവയിലേക്ക് പോയത്. ഈ ഘട്ടത്തിലൊക്കെ സഖാവ് എ കെയുമായി ബന്ധപ്പെട്ട് പ്രവർത്തിക്കാനുംമറ്റും എനിക്ക് കഴിഞ്ഞിട്ടുണ്ട്. മുഴുവൻ തൊഴിലാളികൾക്കും എ കെ നാരായണനെക്കുറിച്ച് നല്ല അഭിപ്രായമാണുണ്ടായത്. പിന്നീടാണ് സഖാവ് കാഞ്ഞങ്ങാടേക്ക് താമസം മാറിയത്. പിന്നീട് തൊഴിലാളികളെ സംഘടിപ്പിക്കുന്നതിൽ നിർണ്ണായകമായ പങ്കുവഹിച്ചിട്ടുണ്ട്. താലൂക്ക് തലത്തിലും, പ്രാദേശിക തലത്തിലും സംഘടന കെട്ടിപ്പടുക്കുന്നതിനുവേണ്ടി സഖാവ് നല്ല രീതിയിൽ പ്രവർത്തിച്ചിരുന്നു.

1968 ൽ ഗണേഷ്, ഭാരത് ബീഡി കമ്പനികൾ അടച്ചുപൂട്ടി മുതലാളിമാർ കൈയൊഴിഞ്ഞപ്പോൾ അതിനെതിരായി ജില്ലയിലെ എല്ലാ മേഖലകളിലും തൊഴിലാളികളെ സംഘടിപ്പിക്കാൻ സഖാവ് എ കെക്ക് കഴിഞ്ഞിട്ടുണ്ട്. എന്നും എ കെയുടെ ബീഡിത്തൊഴിലാളികളുമായുള്ള ബന്ധം വളരെ ഉറച്ചതായിരുന്നു. 1968 ൽ കാഞ്ഞങ്ങാട് നടന്ന ബീഡിത്തൊഴിലാളികളുടെ ഒരു പ്രധാനപ്പെട്ട യോഗത്തിൽ നമ്മുടെ മഹാനായ സഖാവ് എ കെ ജി പങ്കെടുത്തിരുന്നു. ആ യോഗം കഴിഞ്ഞു സഖാവ് എ കെ ജി തൃക്കരിപ്പൂർ പാർട്ടി മണ്ഡലം സമ്മേളനത്തിന് പങ്കെടുക്കുന്നതിന് പോകുമ്പോൾ എ കെ ജിയുടെ കൂടെ സഖാവ് എ കെയും നീലേശ്വരത്തുനിന്ന് ഞാനും, സഖാവ് എ സി ആമുവും പ്രസ്തുത വണ്ടിയിൽ കയറി തൃക്കരിപ്പൂരിലേക്ക് പൊതുയോഗത്തിന് പോയിരുന്നു. സഖാവ് കെ എസ് ജോർജ്ജ് പങ്കെടുത്ത പൊതുയോഗമായിരുന്നു. അങ്ങനെ അവിഭക്ത കണ്ണൂർ ജില്ലയിലും, പിന്നീട് രൂപീകരിക്കപ്പെട്ട കാസർഗോഡ് ജില്ലയിലും തൊഴിലാളി സംഘടന കെട്ടിപ്പടുക്കുന്നതിൽ സഖാവ് എ കെയുടെ മുൻകൈ പ്രധാനമായിരുന്നു.

സഖാവ് എ കെ

മൂലക്കണ്ടം പ്രഭാകരൻ

ഞാൻ ബി എസ്സ് പഠിക്കുന്ന സമയത്ത് യേശുവിന്റെ അന്ത്യപ്രലോഭനം എന്ന പാഠം, യേശുവിനെ അപമാനിക്കുന്നു എന്നും അത്തരം പാഠഭാഗങ്ങൾ പുസ്തകത്തിൽനിന്ന് ഒഴിവാക്കണമെന്നും ആവശ്യപ്പെട്ട് വിവാദം നടക്കുന്ന സമയമായിരുന്നു. ഇതിൽ യേശുവിനെ നിന്ദിക്കുന്ന വിഷയം ഇല്ലായെന്നും ഈ പാഠഭാഗം നീക്കം ചെയ്യേണ്ടതില്ലായെന്നും ആവശ്യപ്പെട്ട് വിദ്യാർത്ഥികൾ സമരരംഗത്ത് ഇറങ്ങിയ സമയം - കാഞ്ഞങ്ങാട് പാരലൽ കോളേജിൽ വിദ്യാർത്ഥിസമരം നടക്കുന്നു. അവിടെ വിദ്യാർത്ഥികളെ ആദ്യം സസ്പെന്റും പിന്നീട് ഡിസ്മിസും ചെയ്യുന്നു. ഈ സാഹചര്യത്തിലാണ് കാഞ്ഞങ്ങാട് എ സി ഓഫീസിലെത്തി സഖാവ് എ കെ നാരായണനെ കാണേണ്ട സാഹചര്യം ഉണ്ടാകുന്നത്. ഈ വിഷയത്തിൽ സഖാവ് എ കെ കുട്ടികളെ സഹായിക്കാനുള്ള നിലപാട് സ്വീകരിക്കുന്നു. പിന്നീട് ഈ സമരത്തിൽ അപ്പുക്കുട്ടൻ വക്കീൽ, വി വി രമേശൻ, എം രാഘവൻ എന്നിവർ ഇടപെട്ട് സമരത്തിന്റെ പേരിൽ ഡിസ്മിസ് ചെയ്ത കുട്ടികളെ തിരിച്ചെടുക്കുന്നു. പിന്നീട് ഡിവൈ എഫ് ഐ അജാനൂർ വില്ലേജ് കമ്മിറ്റി മാവുങ്കാലിൽ നടത്തിയ ഉപവാസ സമരത്തിൽ പങ്കെടുത്ത് സംസാരിച്ചതും ഓർക്കുന്നു. പിന്നീട് പാർട്ടി വിവിധ ഘടകങ്ങളിൽ അദ്ദേഹത്തിന്റെ സംഘടനാരംഗത്തെ കഴിവ് നേരിട്ട് മനസ്സിലാക്കാനും കഴിഞ്ഞു. സംഘടനാരംഗത്ത് എത്ര ഗൗരവമുള്ള പ്രശ്നങ്ങളിലും നിറഞ്ഞ ചിരിയോടുകൂടി പ്രശ്നങ്ങളെ അഭിമുഖീകരിക്കാനും ലാളിത്യത്തോടുകൂടി പ്രശ്നങ്ങൾ പരിഹരിക്കാനും അദ്ദേഹത്തിന് കഴിയാറുണ്ട്. അദ്ദേഹത്തിന്റെ സംഘടനാ പാടവം

എടുത്തുപറയേണ്ടതാണ്. സഖാവ് അടിയന്തരാവസ്ഥക്കാലത്ത് മിസ തടവുകാരനായി ജയിലിൽ കഴിഞ്ഞിരുന്നു. മിച്ചഭൂമി സമരത്തിൽ പങ്കെടുത്തും ജയിൽവാസം അനുഷ്ഠിച്ചു. പുതിയ കാലത്ത് പുതു തലമുറയ്ക്ക് പ്രചോദനം നൽകുന്ന ഒന്നാണ് സഖാവിന്റെ ജീവിതം. രാവണേശ്വരം നെല്ലെടുപ്പ് സമരത്തിന്റെ 75-ാം വാർഷികവുമായി കർഷകസംഘം ബല്ല വില്ലേജ് കമ്മിറ്റി നടത്തിയ അനുബന്ധ പരിപാടിയുടെ ഭാഗമായി സഖാവ് എ കെയെ ആദരിക്കാൻ തീരുമാനിച്ചിരുന്നു. ആദരവ് ഏറ്റുവാങ്ങാൻ അവിടെ വരാൻ അദ്ദേഹത്തിന് അനാരോഗ്യം കാരണം കഴിഞ്ഞില്ല. കർഷകസംഘം സംസ്ഥാന വൈസ് പ്രസിഡന്റ് പ്രകാശൻ മാഷ്, സി എച്ച് കുഞ്ഞമ്പു, ജില്ലാ സെക്രട്ടറി പി ജനാർദ്ദനൻ, പി ആർ ചാക്കോ എന്നിവരോടൊപ്പം ഞാനും അദ്ദേഹത്തിന്റെ വീട്ടിൽ പോയി. കർഷകസംഘം ഏരിയ ഭാരവാഹികളായ പി നാരായണൻ, തങ്കമണി വില്ലാരംപതി, എൻ ഗോപി എന്നിവരുമുണ്ടായിരുന്നു അതോടൊപ്പം. അദ്ദേഹത്തെ വീട്ടിൽ ചെന്ന് ആദരിക്കാൻ കഴിഞ്ഞതിൽ വലിയ അഭിമാനം തോന്നുന്നു.

ഇലയ്ക്കും മുള്ളിനും കേടില്ലാതെ സംഘടനാ പ്രശ്നങ്ങൾ പരിഹരിക്കുന്ന നേതാവ്

സി കെ നാരായണൻ, ഭീമനടി

1968–70 കാലം. വല്ലപ്പോഴും മാത്രം കാഞ്ഞങ്ങാട് പോകുന്ന ഞാൻ ഉദ്ദേശ്യ കാര്യങ്ങൾ കഴിഞ്ഞാൽ തൊട്ടടുത്തുള്ള ബസിന് തിരിച്ച് പോരുകയില്ല. കാരണം കാഞ്ഞങ്ങാട് എനിക്ക് പരിചയമില്ലാത്ത സ്ഥലം. ചുറ്റിക്കറങ്ങി സ്ഥലങ്ങളൊക്കെ കാണുക. അവിടെയെങ്ങും പരിചയമുള്ള മുഖം കണ്ടെത്താറില്ലായിരുന്നു. കറക്കത്തിൽ ആദ്യമായി കയറിച്ചെല്ലുന്നത് റെയിൽവേ സ്റ്റേഷൻ റോഡിൽ പഴയൊരു കെട്ടിടത്തിന്റെ മുകളിലത്തെ നിലയിൽ സി പി ഐ (എം) ന്റെ ഓഫീസിലേക്കാണ്. അവിടെയെത്തിയാൽ സ്ഥിരമായിക്കാണുന്ന മൂന്നുനാല് പേരിൽ ഒരാളായിരുന്നു സഖാവ് എ കെ നാരായണൻ. നീളംവെച്ച് മെല്ലിച്ച ഒരാൾ. കാണുമ്പോൾത്തന്നെ നല്ലൊരു ചിരിയോടെ വരവേൽക്കും. വിളിച്ചിരുത്തി താമസിക്കുന്ന സ്ഥലത്തെക്കുറിച്ചും പേരും മറ്റു കാര്യങ്ങളെക്കുറിച്ചും ചോദിച്ചറിയും. വൈകുന്നേരമാണ് എത്തുന്നതെങ്കിൽ സഖാവ് അവിടെ യുണ്ടാവുക പതിവാണ്. മറ്റൊരാൾ ഒരു കണ്ണേട്ടൻ. എപ്പോഴും കാണുകയില്ലായെങ്കിലും ഇടയ്ക്കൊക്കെ കാണുന്ന, മറക്കാൻകഴിയാത്ത മറ്റൊരു മുഖമാണ് ചാത്തുവേട്ടൻ. മറ്റു പലരുമുണ്ടെങ്കിലും ഓർത്തിരിക്കുന്ന മുഖങ്ങൾ ഇന്നില്ല. ആളുകളെ ആകർഷിക്കുന്ന സഖാവിന്റെ ആ ചിരി എനിക്ക് ഏറെ ഇഷ്ടപ്പെട്ടിരുന്നു. സഖാവിന്റെ പ്രവർത്തന രംഗം, ബീഡി മേഖല ആയിരുന്നതുകൊണ്ട് സംഘടനാരംഗത്തേക്ക് ഞാൻ കടന്നുവന്നപ്പോൾ അടുത്തിടപഴകാൻ കഴിഞ്ഞിരുന്നില്ല.

1970-71 കാലത്ത് മാലോത്ത് ചുള്ളി പോപ്പുലർ എസ്റ്റേറ്റ് സമരത്തിൽ നേതൃത്വംകൊടുത്ത സഖാക്കളെ കാഞ്ഞങ്ങാട് പോലീസ് സ്റ്റേഷനി

ൽവെച്ച് ക്രൂരമായ മർദ്ദനത്തിന് വിധേയമാക്കി. പ്രശ്നത്തിൽ ഇടപെട്ട സഖാവ് പി പി കോരൻ, ചാത്തുവേട്ടൻ, എ കെ നാരായണൻ എന്നിവരെയും മർദ്ദിച്ചു. ഈ പോലീസ് മർദ്ദനത്തിൽ പ്രതിഷേധിച്ച് നടത്തിയ പ്രതിഷേധ പ്രകടനത്തിലും യോഗത്തിലും ഞാൻ പങ്കെടുത്തിരുന്നു. അക്കാലത്ത് തന്നെയാണ് പറമ്പിൽചന്ദ്രൻ കുന്നേൽ എസ്റ്റേറ്റ് സമരം നടന്നത്. ചന്ദ്രൻ കുന്നേൽ എസ്റ്റേറ്റ് മുതലാളിയും പോപ്പുലർ മുതലാളിയും സഹായിച്ചു. ഇതിന്റെകൂടി പ്രതിഷേധം എന്നിൽ ഉണ്ടായിരുന്നു. സമരത്തെക്കുറിച്ചും തൊഴിലാളികളുടെ അവകാശങ്ങളെക്കുറിച്ചും നടത്തിയ പ്രസംഗം ആവേശകരമായിരുന്നു. ഭരണത്തിന്റെ മുഷ്ടികൊണ്ട് തൊഴിലാളിസമരങ്ങളെ അടിച്ചമർത്തുന്ന നിലപാടിനെ വിമർശിച്ചുകൊണ്ട് നടത്തിയ വിശദീകരണം തൊഴിലാളികൾക്ക് എക്കാലവും ചെറുത്തുനിൽപ്പിന് ഊർജ്ജം പകരുന്നതായിരുന്നു.

1977 ൽ അടിയന്തരാവസ്ഥയ്ക്കുശേഷം ജയിൽവാസം അനുഭവിച്ച സഖാക്കൾക്ക് കാഞ്ഞങ്ങാട് പുതിയ കോട്ട മാന്തോപ്പ് മൈതാനത്ത് വെച്ച് നൽകിയ സ്വീകരണയോഗത്തിൽ വൈകുന്നുവരെ കാത്തുനിന്ന് പങ്കെടുത്തു. അടിയന്തരാവസ്ഥയിലെ ജയിൽവാസത്തിൽ അനുഭവിച്ച ദുരിതത്തെക്കുറിച്ച് സഖാവിന്റെ വിശദീകരണം വളരെ ഹൃദയസ്പൃക്കായിരുന്നു. കാലം ഏറെ കഴിഞ്ഞു. ഞാൻ ബളാൽ ലോക്കൽ സെക്രട്ടറി സ. എ കെ ജില്ലാ സെക്രട്ടറി, ഞാൻ ലോക്കൽ കമ്മിറ്റിയിലേക്ക് എത്തുമ്പോൾ അവിടെ പല ബ്രാഞ്ചുകളിലും കുറെ സംഘടനാപ്രശ്നങ്ങൾ നിലനിന്ന ഒരു സമയമായിരുന്നു. പാർട്ടിയോട് അളവറ്റ കൂറല്ലാതെ സംഘടനാപരമായ അറിവിന്റെ കാര്യത്തിൽ പിറകിലായിരുന്നു അവിടെയുള്ള സഖാക്കൾ. അവിടെയുള്ള ചില സഖാക്കളുടെ ധാരണ അവരുടെ പ്രവർത്തന രീതിയാണ് ശരിയായിട്ടുള്ളതെന്നായിരുന്നു. ബളാൽ എൽ സി യിലെ രണ്ട് ബ്രാഞ്ചിലെ ചില സഖാക്കൾ തമ്മിൽ ചില പ്രശ്നങ്ങളുണ്ടായി. പലവട്ടം ചർച്ചനടത്തി. പ്രശ്നം പരിഹരിക്കാൻ കഴിഞ്ഞില്ല. നീലേശ്വരം ഏരിയ കമ്മിറ്റിയുടെ ഭാഗമായതുകൊണ്ട് സഖാവ് അമ്പാടിയേട്ടനും സ. കണ്ണൻനായരും വന്ന് ചർച്ചനടത്തി. പരിഹാരം ഉണ്ടായില്ല.. പ്രശ്നം ജില്ലാ കമ്മിറ്റിയിലെത്തി. സ. എ കെ പങ്കെടുത്തുകൊണ്ട് അരിങ്കല്ലിൽ വെച്ച് സഖാക്കളെയെല്ലാം മൊത്തമായി വിളിച്ച് ചർച്ചനടത്തി. സഖാവ് അമ്പാടിയേട്ടനും പങ്കെടുത്തു. പ്രശ്നത്തിന്റെ തുടക്കം ചില്ലറ മോശപ്പെട്ട സംസാരവുമായി ബന്ധപ്പെട്ട് ഉണ്ടായതാണെങ്കിലും പിന്നീട് അത് വളരെ ഗൗരവമുള്ള സംഘടനാപ്രശ്നത്തിലേക്ക് എത്തിച്ചു. ചില പ്രവർത്തകർ നഷ്ടപ്പെടുമെന്ന അവസ്ഥയിലേക്കും എത്തി. അതിനാലാണ് ഈ രീതിയിൽ ചർച്ചനടത്തേണ്ടി വന്നത്. എല്ലാവരുടെയും സംസാരം കഴിഞ്ഞപ്പോൾ നമുക്കൊന്ന് ആലോചിക്കാമെന്ന് പറഞ്ഞ്

എ കെ എന്നെയും അമ്പാടിയേട്ടനെയും മാത്രമായി വിളിച്ച് ആലോചന നടത്തി. സംഘടനാരംഗത്ത് മെമ്പർമാരിൽ ചിലരെ ബ്രാഞ്ചുകൾ മാറ്റിക്കൊണ്ട് ഒരു തീരുമാനമെടുത്തു. ഇത്തരം പ്രശ്നങ്ങളോട് നമ്മുടെ പാർട്ടിയുടെ നിലപാട് സഖാക്കളുടെ മുന്നിൽ അവതരിപ്പിച്ചു. ഈ നിർദ്ദേശം അംഗീകരിച്ചുകൊണ്ട്, അരിങ്കല്ലിന്റെ മറ്റ് സാഹചര്യത്തിലേക്കൊന്നും പോകേണ്ടതില്ല എന്ന നിലപാട് കൈക്കൊണ്ടു. പാർട്ടിയുടെ കെട്ടുറപ്പിനും സംഘടനാപരമായ വളർച്ചയ്ക്കും എല്ലാവരും ഒന്നിച്ച് പോകേണ്ടതിന്റെ ആവശ്യകതയും സഖാവ് വിശദീകരിച്ചു. ഈ തീരുമാനം ലോക്കൽ കമ്മിറ്റിയുടെ തീരുമാനമായി എടുത്ത് നടപ്പാക്കുന്നതിനും നിർദ്ദേശിച്ചു. പാർട്ടിക്ക് വലിയ ക്ഷതമേൽക്കാൻ വരെ സാദ്ധ്യതയുണ്ടായിരുന്ന ആ പ്രശ്നം പരിഹരിക്കാൻ കഴിഞ്ഞത് സഖാവിന്റെ ഇടപെടലിന്റെയും പ്രായോഗിക തീരുമാനമെടുക്കാനുള്ള കഴിവിന്റെയും തെളിവാണ്. സംഘടനാരംഗത്ത് പ്രവർത്തിക്കുന്നവർക്ക് ഇത്തരം അനുഭവം വിലപ്പെട്ടതാണ്. പ്രശ്നങ്ങളുടെ സ്വഭാവത്തിനനുസരിച്ച് നടപ്പിലാക്കുന്ന രീതിയാണ് പരമപ്രധാനം.

അങ്ങനെ ഓരോ പ്രശ്നങ്ങളിലും അതിന്റെ ഗൗരവത്തിനും സാഹചര്യത്തിനും അനുസരിച്ചെടുത്ത എത്രയെത്ര തീരുമാനങ്ങൾക്ക് ഞാൻ പിന്നീടും അനുഭവസ്ഥനായിട്ടുണ്ട്. പ്രശ്നങ്ങളിൽ ഇടപെടുമ്പോൾ, പ്രായോഗിക തീരുമാനങ്ങൾ എടുക്കുമ്പോൾ ഇലയ്ക്കും മുള്ളിനും കേടില്ലാതെ കൈകാര്യം ചെയ്യുന്നതിൽ സഖാവ് എ കെക്കുള്ള കഴിവ് പാർട്ടിരംഗത്ത് പ്രവർത്തിക്കുന്നവർക്ക് വഴികാട്ടിയായിരുന്നു.

എ കെ എന്ന ദ്വയാക്ഷരി
ഓർമ്മയിലെ ചില ഏടുകൾ

എം വി കോമൻ നമ്പ്യാർ

2023 ഡിസംബർ ജില്ലയിലെ കമ്യൂണിസ്റ്റ് പാർട്ടി പ്രവർത്തകർക്ക് ഏറെ നഷ്ടമുണ്ടാക്കിയ മാസം. സഖാക്കൾ എ കെ നാരായണന്റെയും കെ കുഞ്ഞിരാമന്റെയും വിയോഗം.

രക്തസാക്ഷി പള്ളിക്കൽ അബൂബക്കറിന്റെ നാട്ടിൽ ജനിച്ച, സ്വാതന്ത്ര്യ സമരസേനാനികളുടെ കളിത്തട്ടിൽ വളർന്ന എ കെയെന്ന് സഖാക്കൾ വിളിക്കുന്ന എ കെ നാരായണന് പ്രാഥമിക വിദ്യാഭ്യാസം പോലും നേടാൻ തന്റെ കുടുംബത്തിന്റെ സാമ്പത്തികശേഷി അനുവദിച്ചില്ല. ജീവിതം മുന്നോട്ടുപോകാൻ ഒരു തൊഴിൽ തേടാൻ നിർബ്ബന്ധിക്കപ്പെട്ടപ്പോൾ എത്തിയത് ബീഡിക്കമ്പനിയിൽ. ആ ജോലി ഭാവിയിലെ ഒരു രാഷ്ട്രീയ നേതാവിനെക്കൂടി പാകപ്പെടുത്തി. അസംഘടിത തൊഴിൽ മേഖലയിൽ സംഘടന രൂപീകരിച്ച് വിമോചനത്തിന്റെ മുന്നണി പോരാളികളാക്കാൻ സ. കൃഷ്ണപിള്ള കേരളത്തിലുടനീളം സഞ്ചരിച്ചു. ബീഡിത്തൊഴിലാളികളെ സംഘടിപ്പിച്ചു. സഖാക്കൾ പി വി കുട്ടി, സി കണ്ണൻ തുടങ്ങിയ നേതാക്കളുടെ കൂടെ ഹോസ്ദുർഗ്ഗിൽ ബീഡി മേഖലയിൽ ഒരു നേതാവ് ഉയർന്നുവന്നു, അതാണ് സഖാവ് എ കെ.

മാംഗ്ലൂർ കേന്ദ്രമായി അന്ന് നിരവധി തൊഴിലാളികൾ ജോലി ചെയ്യുന്ന ഒരു വൻകിട ബീഡി വ്യവസായിയായിരുന്നു മാംഗ്ലൂർ ഗണേഷ്. അന്നത്തെ അവിഭക്ത കണ്ണൂർ ജില്ല മാംഗ്ലൂർ ഗണേഷിന്റെ പ്രധാന ഉല്പാദന കേന്ദ്രമായിരുന്നു. ജില്ലയിലെ തൊഴിലാളികൾക്ക് മുന്നറിയിപ്പുപോലും നൽകാതെ ഗണേഷ് ബീഡി മാംഗ്ലൂരിലേക്ക് മാറ്റുകയായിരുന്നു. കണ്ണൂർ ജില്ലയിലേയും ഒപ്പം മാംഗ്ലൂരിലേയും തൊഴിലാളികളുടെ സമരം

അന്ന് മുതലാളിമാർ കണ്ടു. കണ്ണൂരിൽ സി കണ്ണൻ, പി വി കുട്ടി, കെ പി സഹദേവൻ, ഒപ്പം ചേർത്തുവെച്ച പേർ എ കെ. ബീഡി മേഖലയിലെ നേതൃത്വനിരയിലേക്ക് ഉയർന്നുവന്നു എ കെ.

കോഴിക്കോട് ജില്ലയുടെ വടക്കൻ ഗ്രാമങ്ങളുൾപ്പെട്ട അവിഭക്ത കണ്ണൂർ ജില്ലയിൽ ഗണേശ് ബീഡിത്തൊഴിലാളികളെ കേന്ദ്രീകരിച്ച് രൂപീകരിച്ച കേരള ദിനേശ് ബീഡി സഹകരണ സംഘം ഈ സമരത്തിന്റെ ഉല്പന്നമായിരുന്നു. ഹോസ്ദുർഗ്ഗ് ആസ്ഥാനമായി രൂപീകരിച്ച കേരള ദിനേശ് ബീഡി പ്രാഥമിക സഹകരണ സംഘത്തിന്റെ അമരക്കാരൻ എ കെ ആകുന്നതും അങ്ങനെയാണ്.

ട്രേഡ് യൂണിയൻ രംഗത്തോടൊപ്പം പാർട്ടിരംഗത്തും സഖാവ് എ കെ നേതൃപദവി അലങ്കരിച്ചു. സി പി ഐ (എം) ന്റെ ജില്ലാ സെക്രട്ടറി, സംസ്ഥാന കമ്മിറ്റി അംഗം എന്നീ നിലകളിൽ ദീർഘകാലം എ കെ പ്രവർത്തിച്ചു. ജീവിതത്തിന്റെ അന്ത്യംവരെ ഒരു പോരാളിയായാണ് സഖാവ് കഴിഞ്ഞത്. ജീവിതത്തിന്റെ ഏറിയ കാലം സാമൂഹ്യ തിന്മകൾക്കെതിരെയുള്ള പോരാട്ടം. ജീവിതാവസാനം രോഗത്തിനെതിരെയുള്ള പോരാട്ടവും. ഞാൻ സഖാവുമായി ബന്ധപ്പെടുന്നത് അറുപതുകളുടെ അവസാനത്തിലാണ്. കർഷകത്തൊഴിലാളി യൂണിയൻ ഹോസ്ദുർഗ്ഗ് താലൂക്ക് കമ്മിറ്റി അംഗമെന്ന നിലയിൽ പ്രവർത്തിക്കുമ്പോൾ ഞാനും കൊടക്കാട്ടേ സ. കെ രാജനും താലൂക്ക് കമ്മിറ്റി അംഗങ്ങൾ. കാഞ്ഞങ്ങാട് കുന്നുമ്മലിലായിരുന്നു പാർട്ടി ട്രേഡ് യൂണിയൻ കർഷകത്തൊഴിലാളി യൂണിയൻ. ഇവയുടെയെല്ലാം ഓഫീസ് ഒരു കെട്ടിടത്തിലാണ് പ്രവർത്തിച്ചത്. കർഷകത്തൊഴിലാളി യൂണിയൻ താലൂക്ക് സെക്രട്ടറി സ. സി കേളുനായർ. തടിച്ചുരുണ്ട ആജാനുബാഹു. വെളുത്തു മെലിച്ച സ. എ കെ നാരായണൻ. രണ്ട് വ്യത്യസ്ത രൂപങ്ങൾ അന്നേ എന്നിൽ കൗതുകമുണ്ടാക്കിയിരുന്നു. രണ്ടുപേരും പാർട്ടി നേതാക്കൾ. പാർട്ടി സംഘടനയുടെ അതിർവരമ്പുകളുടെ മാറ്റം ദീർഘകാലം എ കെയുമായി ബന്ധപ്പെടുന്നതിൽ തടസ്സമുണ്ടായി. എന്നാലും സമരമുഖങ്ങളിലും സംയുക്ത യോഗവേദികളിലുമെല്ലാം എ കെയുമായി സൗഹൃദം പുലർത്താൻ ശ്രമിച്ചിരുന്നു.

ഞാൻ ദീർഘകാലം പാർട്ടിയിൽ പയ്യന്നൂർ ഏരിയയിലായിരുന്നു പ്രവർത്തിച്ചത്. അടിയന്തരാവസ്ഥയുടെ ഘട്ടത്തിലെല്ലാം ആ നിലയിലായിരുന്നു.

അവിഭക്ത കണ്ണൂർ ജില്ലാ വിഭജനം, കാസർഗോഡ് ജില്ലാ രൂപീകരണം പാർട്ടി രംഗത്തും വർഗ്ഗ ബഹുജന പ്രവർത്തന രംഗങ്ങളിലുമെല്ലാം കാസർഗോഡ് ജില്ലയിൽ ആയി.

എ കെ അന്ന് സി ഐ ടി യു മേഖലയിലും ഞാൻ കർഷക

സംഘം ജില്ലാ അടിസ്ഥാനത്തിലെ പ്രവർത്തകനുമായി മാറി. ജില്ലാ അടിസ്ഥാനത്തിലെ വർഗ്ഗ ബഹുജന സംഘടനാരംഗത്തെ സംയുക്ത പ്രവർത്തനങ്ങളിൽ ഞങ്ങൾക്കു ഒന്നിച്ചു പ്രവർത്തിക്കാനും സ. എ കെയുടെ നേതൃപാടവം നേരിട്ട് അനുഭവിക്കാനും സാധിച്ചു. പാർട്ടി സംഘടനാവിപുലീകരണം പുതിയ കമ്മിറ്റികളുടെ രൂപീകരണത്തിലേക്ക് നയിച്ചു. അതുവരെ ഞാൻ നീലേശ്വരം പാർട്ടി ഏരിയ കമ്മിറ്റിയിലായിരുന്നു. നീലേശ്വരം ഏരിയ കമ്മിറ്റി വിഭജിച്ച് ഇന്നത്തെ ചെറുവത്തൂർ, തൃക്കരിപ്പൂർ എ സികൾ യോജിച്ചു തൃക്കരിപ്പൂർ ഏരിയ കമ്മിറ്റി രൂപീകരിച്ചു. ഞാൻ തൃക്കരിപ്പൂർ ഏരിയ കമ്മിറ്റി സെക്രട്ടറിയായി ചുമതലയേറ്റു. തുടർന്ന് പാർട്ടി ജില്ലാ കമ്മിറ്റിയിലേക്ക് തെരഞ്ഞെടുക്കപ്പെട്ടു. അന്നു മുതൽ എനിക്ക് സഖാവുമൊത്ത് ജില്ലാ കമ്മിറ്റിയിൽ പ്രവർത്തിക്കാൻ സാധിച്ചു. സ. എ കെ പാർട്ടി ജില്ലാ സെക്രട്ടറിയുടെ ചുമതലയിൽ പ്രവർത്തിക്കുമ്പോൾ അദ്ദേഹത്തോടൊപ്പം ജില്ലാ സെക്രട്ടറിയേറ്റിൽ എനിക്ക് പ്രവർത്തിക്കാനും സാധിച്ചു.

ഏത് പ്രതിസന്ധിയിലും പാർട്ടിയെ നേർവഴിയിൽ നയിച്ചുകൊണ്ടു പോകുന്നതിൽ ഒരിക്കലും എ കെ ചാഞ്ചാട്ടം കാണിച്ചിരുന്നില്ല. പാർട്ടിക്കകത്ത് ആശയക്കുഴപ്പം വരുമ്പോൾ ശരിയുടെ വഴിയിൽ സഖാക്കളെ ചേർത്തുകൊണ്ടുപോകാൻ അദ്ദേഹം ശ്രമിച്ചു.

85 ലെ ബദൽരേഖ വിഷയം പാർട്ടിയിൽ വലിയ വിവാദങ്ങൾ സൃഷ്ടിച്ച കാലം. സ. എം വി രാഘവൻ ബദൽരേഖയോടൊപ്പം ആളുകളെ സംഘടിപ്പിക്കാൻ ശ്രമിക്കുന്ന കാലം. ജില്ലയിൽ വടക്കേയറ്റം മുതൽ തെക്കേയറ്റം വരെ പാർട്ടി ബാനറിൽ ക്യാമ്പയിൻ. ജില്ലയിലെ അവസാന പരിപാടി പടന്ന മുസ്സഹാജി മുക്കിൽ. പരിപാടി കഴിഞ്ഞു. എം വി ആറിനോടൊപ്പം വി കെ രവീന്ദ്രനും സ. സി കൃഷ്ണേട്ടനും ഞാനും. കൃഷ്ണേട്ടൻ പടുവളം ഇറങ്ങി. തുടർന്ന് ഞാനും രവീന്ദ്രനും. ഞാൻ മാണിയാട്ട് വീട്ടിനടുത്തിറങ്ങി. എം വി ആർ രവീന്ദ്രനോട് ഒരു ചോദ്യം.

"ഇവനോട് പറഞ്ഞുവോടോ?"

"ഇല്ല നാളെ പറയാം." രവീന്ദ്രന്റെ മറുപടി. ആദ്യം എനിക്കൊന്നും മനസ്സിലായില്ല. പിന്നീടാണ് എം വി രാഘവന്റെ ബദൽരേഖയ്ക്കുള്ള കളമൊരുക്കലാണതെന്ന് മനസ്സിലായത്. കാഞ്ഞങ്ങാട് എ കെയുടെ തട്ടകം ഒരു നേതൃനിരതന്നെ. ബദൽരേഖയുടെ പ്രചാരകരും സംഘാടകരും സഖാക്കൾ പി കുഞ്ഞിക്കണ്ണൻ, പാവൽ കുഞ്ഞിക്കണ്ണൻ, ടി കൃഷ്ണൻ, ഭാര്യ ആലീസ് കൃഷ്ണൻ തുടങ്ങിയവർ. എല്ലാം എ കെയുടെ ഒപ്പംനിന്നു പ്രവർത്തിക്കുന്നവർ. ഒരു ഘട്ടത്തിൽ സ. കെ പുരുഷോത്തമൻ വരെ മറുകണ്ടം ചാടുമോ എന്ന നില. പ്രതിരോധത്തിന്റെ മതിൽ തീർക്കുന്ന എ കെയെ പാർട്ടി കണ്ടു. പലരും പിന്നീട് തിരിച്ചുവന്നതും എ കെയുടെ

നേതൃപാടവം.

സംഘടനാപരമായി ഏറെ തെളിമയുള്ള ഒരു സഖാവാണ് എ കെ. പാർട്ടിക്കകത്തു വിവാദങ്ങൾ വന്നാൽ ശരിയുടെ പക്ഷത്തേക്കു സഖാക്കളെ എത്തിക്കാൻ എപ്പോഴും മുന്നിൽ. പ്രവർത്തകരുടെ ഭാഗത്തുനിന്നും ഉണ്ടാകുന്ന വീഴ്ചകൾ കണ്ടെത്താൻ പലപ്പോഴും അന്വേഷണ കമിഷനുകളെ നിയോഗിക്കാറുണ്ട്. പല പ്രശ്നങ്ങളിലും എ കെയോടൊപ്പം അന്വേഷണ കമിഷനുകളിൽ അംഗമാകാൻ എനിക്ക് സാധിച്ചിട്ടുണ്ട്. അന്വേഷണത്തിന്റെ ടേംസ് ഓഫ് റഫറൻസ് പഠിച്ച് ബന്ധപ്പെട്ട കക്ഷികളെ വിളിച്ച് തെളിവെടുപ്പ് നടത്തുന്നതിൽ എ കെയുടെ കഴിവ് ശ്രദ്ധേയമായിരുന്നു.

എപ്പോഴും ചിരിച്ചുകൊണ്ട് എതിരാളികളെപ്പോലും നേരിട്ടിരുന്ന സഖാവിനു വ്യക്തിജീവിതത്തിൽ കയ്പ്പേറിയ അനുഭവങ്ങളുമുണ്ടായിരുന്നു. അതിയാമ്പൂരിൽ സഖാവ് ഒരു പുതിയ വീടുവെച്ചു. വീടിനൊപ്പം അപവാദങ്ങളും ഉണ്ടായി. എ കെയുടെ മണിമാളിക കാണാൻ, അകത്തെ ചന്ദനക്കട്ടിൽ കാണാൻ സന്ദർശകർ വന്നകാര്യം എ കെ തന്നെ രസകരമായി അവതരിപ്പിക്കുമായിരുന്നു.

തമാശപറയുന്ന, ആസ്വദിക്കുന്ന എ കെയെ അറിയാൻ ഒന്നിച്ച് യാത്രചെയ്യണം. പലപ്പോഴും പാർട്ടിക്കമ്മിറ്റി കഴിഞ്ഞു തിരിച്ചുവരുമ്പോൾ എ കെയോടൊപ്പം ചേരാൻ കഴിഞ്ഞിട്ടുണ്ട്. ജയിൽ ജീവിത കാലത്തെ തമാശകൾ, കാഞ്ഞങ്ങാട്ടെ തമാശക്കൂട്ടത്തിന്റെ തമാശകൾ, എ കെ സരസമായി അവതരിപ്പിക്കും.

മുനിഞ്ഞുകത്തുന്ന, കത്തിത്തീരുന്ന ഒരു മെഴുകുതിരിപോലെ ആരോഗ്യം അനുവദിച്ച കാലംവരെ സഹപ്രവർത്തകർക്കും സഖാക്കൾക്കും വഴികാട്ടിയായി, നേതാവായി സഖാവ് എ കെ പ്രവർത്തിച്ചു. സമരമുഖങ്ങളിൽ നേതൃനിരയിൽ പ്രവർത്തിച്ച സ. എ കെ എന്ന എ കെ നാരായണന്റെ ജ്വലിക്കുന്ന ഓർമ്മകൾക്കു മുന്നിൽ ഒരുപിടി രക്തപുഷ്പങ്ങൾ അർപ്പിക്കട്ടെ.

സഖാവ് എ കെ എന്റെ കൂട്ടുകാരൻ, സഹപ്രവർത്തകൻ

കെ പി സഹദേവൻ

നാമൊക്കെ എ കെ എന്ന് രണ്ടക്ഷരത്തിൽ വിളിച്ചിരുന്ന സഖാവ് എ കെ നാരായണൻ നമ്മെ വിട്ടുപിരിഞ്ഞിട്ട് ഒരു വർഷം പൂർത്തിയാവുകയാണ്. ജീവിതകാലംമുഴുവൻ തൊഴിലാളികൾക്കുവേണ്ടി പ്രവർത്തിച്ച്, ജീവിതകടമ നിർവ്വഹിച്ച് അദ്ദേഹം വിടവാങ്ങി.

ഏതാണ്ട് സമപ്രായക്കാരനായ സഖാവ് എ കെ എന്റെ സഹപ്രവർത്തകൻ, ട്രേഡ് യൂണിയൻ രംഗത്തെ എന്റെ കൂട്ടുകാരൻ, ജീവിതത്തിലുടനീളം ഒന്നായി പ്രവർത്തിച്ച സഹപ്രവർത്തകൻ മാത്രമല്ല മറക്കാൻ ശ്രമിക്കുമ്പോഴും ഓർമ്മയിൽ എല്ലായ്പ്പോഴും നിലനിന്ന സഖാവായിരുന്ന എ കെ. ഒരു ബീഡിത്തൊഴിലാളിയായി ജീവിതം ആരംഭിച്ച് ആ വിഭാഗം തൊഴിലാളികളെ സംഘടിപ്പിച്ച് അവരുടെ ജീവിത സാഹചര്യം മെച്ചപ്പെടുത്തുന്നതിനുവേണ്ടി അദ്ദേഹം പ്രവർത്തിച്ചു. മറ്റ് പല തൊഴിൽമേഖലയ്ക്കകത്തും അദ്ദേഹം സംഘടന രൂപീകരിച്ച് പ്രവർത്തിച്ചുവന്നിട്ടുണ്ട്. എങ്കിലും പ്രാമുഖ്യംകൊടുത്തത് ബീഡിത്തൊഴിലാളി മേഖലയ്ക്കായിരുന്നു.

അവിഭക്ത കണ്ണൂർ ജില്ലയിലെ സംഘടനാ പ്രവർത്തനമായിരുന്ന ആദ്യകാല പ്രവർത്തനത്തിനുള്ള കേന്ദ്രം. ആദ്യകാലത്ത് ബീഡിതെറുപ്പ് ജോലിചെയ്യുന്നവർക്ക് സമൂഹം വേണ്ടത്ര പരിഗണന നൽകാൻ തയ്യാറായിരുന്നില്ല. ജീവിതസാഹചര്യം ഏറ്റവും പ്രയാസപ്പെട്ടുപോകുന്ന കുടുംബങ്ങൾ കുടുംബജീവിതം മുന്നോട്ട് കൊണ്ടുപോകുന്നതിന് പത്തും പന്ത്രണ്ടും വയസ്സുമാത്രം പ്രായമുള്ള പറക്കമുറ്റാത്ത തന്റെ പൊന്നുമക്കളെ ജോലിയിലേക്ക് അയക്കുക എന്നത് പതിവായിരുന്നു. മറ്റ് വരുമാനമു

ണ്ടാക്കാൻ പ്രത്യേക ജോലിയൊന്നും ഇല്ലാത്ത അവസരത്തിൽ ഒരു ചെറിയ വരുമാനം തന്റെ കൊച്ചുമകൻ മുഖേന ലഭിക്കണമെന്ന ഉദ്ദേശ്യത്തോടെയാണ് ഈ മേഖലയ്ക്കകത്ത് പിഞ്ചുകുട്ടികളെ തള്ളിവിട്ടിരുന്നത്. പ്രാഥമികമായ വിദ്യാഭ്യാസംപോലും നൽകാൻ കഴിയാത്ത അവസ്ഥ നിലനിൽക്കുമ്പോഴാണ് ജോലിയിലേക്ക് അയക്കപ്പെടുന്നത്. "ജോലിയിലേർപ്പെട്ടാൽ ആഴ്ചയിൽ ആദ്യാവസരത്തിൽ കിട്ടുന്ന രണ്ടണ, പിന്നീട് വർദ്ധിപ്പിച്ച് ലഭിക്കുന്ന നാലണ തുടർന്ന് എട്ടണയായി വർദ്ധിച്ച് ലഭിക്കുമ്പോൾ ആയത് കുടുംബത്തിനൊരു വരുമാനമായി ഉപയോഗിക്കപ്പെടുന്നു. സമയം നോക്കാതെ ജോലിയിൽ ഏർപ്പെടാൻ വിധിക്കപ്പെട്ടവർ. തിരപ്പുകാരൻ ചായ വാങ്ങി കഴിക്കുമ്പോൾ കഴിച്ച ചായയുടെ പകുതി നൽകി, അത് കഴിച്ച് ജോലി ചെയ്യുന്നവർ ട്രൗസർ!

ഇല്ലാത്തതിന്റെ ഭാഗമായി കീറിയ ട്രൗസർ ദിവസങ്ങളോളം ധരിക്കേണ്ടി വന്നവർ, ആ കൂട്ടത്തിൽ ഒരാളായി സഖാവ് എ കെയും ഉണ്ടായിരുന്നു. ജീവിതകാലം മുന്നോട്ടുപോയപ്പോൾ താൻ ജോലിചെയ്ത മേഖലയിലെ തൊഴിലാളികളെ സംഘടിപ്പിച്ചു. അവരുടെ താൽപ്പര്യം സംരക്ഷിക്കണമെന്ന മോഹം എ കെയിലുണ്ടായി.

ജീവിത പ്രയാസങ്ങളും യാഥാർത്ഥ്യങ്ങളുമായി ബന്ധപ്പെട്ട് മാറ്റമുണ്ടാവണമെന്ന വ്യക്തമായ കാഴ്ചപ്പാടോടെയാണ് തൊഴിലാളികളെ സംഘടിപ്പിക്കാൻ അദ്ദേഹം മുതിർന്നത്. സഖാവ് എ കെ തൊഴിലാളി പ്രസ്ഥാനവുമായി ബന്ധപ്പെട്ട് പ്രവർത്തിക്കുന്നതിന് മുൻപുതന്നെ തൊഴിലാളികൾ സംഘടന രൂപീകരിച്ച് പ്രവർത്തനത്തിൽ ഏർപ്പെട്ടിരുന്നു. അതിൽ പ്രവർത്തിച്ചുവന്നിരുന്ന പ്രവർത്തകരും നേതാക്കളും വഴികാട്ടിയായി. ആ പ്രവർത്തനമാണ് കാസർഗോഡ് ജില്ലയിലെ ട്രേഡ് യൂണിയൻ പ്രസ്ഥാനത്തിന്റെയും കമ്യൂണിസ്റ്റ് പ്രസ്ഥാനത്തിന്റെയും അമരക്കാരനായി അദ്ദേഹത്തെ എത്തിച്ചത്. രാഷ്ട്രീയപ്രവർത്തനത്തിൽ മോഹങ്ങൾ പലരിലും കാണാം. മോഹങ്ങൾക്ക് നാം പ്രസക്തി കൊടുക്കാറില്ല പക്ഷേ! അർഹത പരിഗണിക്കപ്പെടണം. അർഹത പരിഗണിക്കപ്പെടാതിരിക്കുന്നത് നീതികേടാണ്. താൻ വളർത്തിയെടുത്തവർ, തന്നോടൊപ്പം പ്രവർത്തിച്ചവർ തന്നെക്കടന്നു മുന്നോട്ടുപോയപ്പോൾ നിസ്സഹായനായി അദ്ദേഹം നോക്കിനിന്നു. വിശദമായി എന്തെങ്കിലും കാര്യം ഉന്നയിക്കാൻ ഇവിടെ ഉദ്ദേശിക്കുന്നില്ല.

അവിഭക്ത കണ്ണൂർ ജില്ലയിലെ കാഞ്ഞങ്ങാട്, കാസർഗോഡ് മേഖലയ്ക്കകത്താണ് അദ്ദേഹത്തിന്റെ പ്രവർത്തന കേന്ദ്രം. നാൽപ്പത് വർഷം മുൻപേ കാസർഗോഡ് ജില്ല രൂപീകരിക്കപ്പെട്ടപ്പോൾ സഖാവ് എ കെ അവിടെ അന്നുണ്ടായിരുന്ന പ്രധാന നേതാക്കന്മാരുടെ നിരയിലേക്ക് നിലനിന്നിരുന്നു. പിന്നീട് നിരവധി തൊഴിലാളി സംഘടനകൾക്ക്

രൂപംകൊടുത്തു. എത്തിപ്പെടാത്ത ഗ്രാമങ്ങളിലെ മുക്കിലും മൂലയിലും പ്രസ്ഥാനം വളർത്തുന്നതിൽ പങ്കുവഹിച്ചു. ഗവൺമെന്റ് നയവുമായി ബന്ധപ്പെട്ട നിരവധി സമരങ്ങൾ സംഘടിപ്പിക്കപ്പെട്ടു. അത് സംഘടിപ്പിക്കുന്നതിന് മുൻനിരയിൽ അദ്ദേഹം പ്രവർത്തിച്ചു. പലപ്പോഴും പോലീസിന്റെ ക്രൂരമർദ്ദനത്തിന് വിധേയനായി കൽത്തുറുങ്കിൽ അടയ്ക്കപ്പെട്ടു.

പതിനെട്ടുമാസം എന്നോടൊപ്പം കണ്ണൂർ സെൻട്രൽ ജയിലിലെ എട്ടാം നമ്പർ ബ്ലോക്കിൽ ഒരു പായയിൽ ഒന്നായി കിടന്നു. ഒരു ചാഞ്ചാട്ടവും ഉണ്ടായില്ല. കുടുംബത്തെ ഓർത്തില്ല, പ്രസ്ഥാനത്തിന്റെ താൽപ്പര്യം മാത്രമാണ് മുന്നിൽക്കണ്ടത്. ജീവിതകാലം മുഴുവനും അദ്ദേഹവുമായി ബന്ധപ്പെട്ട് പ്രവർത്തിക്കാൻ എനിക്ക് കഴിഞ്ഞു. ഒരുപക്ഷേ, അദ്ദേഹത്തിന്റെ പ്രിയ സഹപ്രവർത്തകരിൽ ഒരാളായി ഞാൻ പരിഗണിക്കപ്പെട്ടു.

മരണം കീഴടക്കാൻ സമയമെത്തുന്നു എന്നുകണ്ട അവസരത്തിൽ പലതവണ അദ്ദേഹത്തിന്റെ വീട്ടിൽ പോയി. എന്നെ നോക്കി ചിരിക്കാൻ ശ്രമിക്കുന്ന എ കെയെ മറക്കാൻ കഴിയില്ല. അദ്ദേഹത്തിന്റെ നെറ്റിയും മുഖവും കൈയുമെല്ലാം ഓരോ അവസരത്തിലും കാണുമ്പോഴും ഞാൻ തടവിക്കൊണ്ടിരുന്നു. അങ്ങനെ തടവുമ്പോൾ ഞങ്ങൾ തമ്മിലുള്ള ആത്മബന്ധം എന്നെ സ്പർശിച്ചു കടന്നുപോയി. സുഖമില്ലാതെ പൊതുപ്രവർത്തനത്തിൽ സജീവമായി ഇടപെടാൻ കഴിയാത്ത സാഹചര്യത്തിൽ സംസ്ഥാന ബീഡി ഫെഡറേഷൻ പ്രസിഡന്റ് സ്ഥാനത്തുനിന്ന് എന്ത് ചെയ്യണമെന്ന തോന്നൽ ഉടലെടുത്തു. കറിവേപ്പിലയെപ്പോലെ വലിച്ചെറിയണമെന്ന ബീഡി മേഖലയിലല്ലാത്ത ചിലരുടെ ഉള്ളിൽ മോഹമുണ്ടായിരുന്നു. പ്രവർത്തിക്കാത്തവർ സംഘടനയിൽ ഭാരവാഹിത്വത്തിൽ തുടരുന്നത് എന്ത് സംഘടനാരീതിയാണ് എന്ന ചോദ്യം ഉന്നയിച്ചവർ ഉണ്ടായിരുന്നു. അദ്ദേഹം വഹിച്ചുവന്ന ചുമതലയുടെ ഗൗരവം വച്ചുകൊണ്ടുതന്നെ അദ്ദേഹം പൂർണ്ണമായും കിടപ്പിലായ അവസരത്തിൽ നടന്ന ഫെഡറേഷൻ സംസ്ഥാന സമ്മേളനത്തിൽ അദ്ദേഹമായിരിക്കണം സംഘടനയുടെ പ്രസിഡന്റ് എന്ന നിലപാട് സ്വീകരിക്കപ്പെട്ടു. അദ്ദേഹം വഹിച്ചുവന്ന ചുമതലയ്ക്ക് ഒരു പോറൽപോലും ഏൽപ്പിക്കാതെയുള്ള പ്രവർത്തനം മുന്നോട്ട് കൊണ്ടുപോയി. സംഘടനാപരമായി എടുത്ത നിലപാട് തെറ്റാണ് എന്ന് വിലയിരുത്താം. അദ്ദേഹത്തോടുള്ള ബീഡിത്തൊഴിലാളി പ്രസ്ഥാനത്തിന്റെ കടമ നിറവേറ്റാൻ കഴിഞ്ഞു എന്ന് എനിക്ക് തോന്നുന്നു. ഇനിയൊരിക്കലും കാണാൻ കഴിയാത്ത എന്റെ പ്രിയപ്പെട്ട കൂട്ടുകാരന്റെ ഓർമ്മകൾ നിങ്ങളോടൊപ്പം ഞാനും പങ്കുവെക്കുന്നു.

2006 ലെ മഞ്ചേശ്വരം
തിരഞ്ഞെടുപ്പ് വിജയവും എ കെയും

സി എച്ച് കുഞ്ഞമ്പു

സ. എ കെ നാരായണൻ സി പി ഐ (എം) കാസർഗോഡ് ജില്ലാ സെക്രട്ടറിയായിരിക്കുമ്പോൾ സംഘടനാ കാര്യങ്ങളിൽ കാർക്കശ്യ നിലപാടുള്ള നേതാവായിരുന്നു.

2006 ൽ നിയമസഭാ തിരഞ്ഞെടുപ്പിൽ മഞ്ചേശ്വരം മണ്ഡലത്തിൽ നിന്നും എൽ ഡി എഫ് സ്ഥാനാർത്ഥിയായി മത്സരിക്കാൻ അവസരം ലഭിച്ചത് എനിക്കാണ്. 2001 ൽ നടന്ന തിരഞ്ഞെടുപ്പിൽ സ. എം രാമണ്ണറൈ സ്ഥാനാർത്ഥിയായി മത്സരിച്ചു. പാർട്ടിക്ക് കിട്ടിയ സ്ഥാനം മൂന്നാമതായിരുന്നു. 2003 ലാണ് മഞ്ചേശ്വരത്തിന്റെ സംഘടനാ ചുമതല ജില്ലാ കമ്മിറ്റി എനിക്കും സ. സതീഷ് ചന്ദ്രനും നൽകുന്നത്. ഞങ്ങൾ രണ്ടുപേരും മഞ്ചേശ്വരം, കുമ്പള ഏരിയകളിലെ എല്ലാ ലോക്കൽ കമ്മിറ്റികളിലും മാറിമാറി പങ്കെടുക്കുകയും നിലവിലുണ്ടായിരുന്ന സംഘടനാ പരമായ പ്രശ്നങ്ങൾ ഓരോന്നായി പരിഹരിച്ച് പാർട്ടി ബ്രാഞ്ച് തലം വരെ ശക്തിപ്പെടുത്തുകയും ചെയ്തു.

മഞ്ചേശ്വരം, കുമ്പള, മംഗൽപ്പാടി, വോർക്കാടി, മീഞ്ച, പൈവളികെ, പുത്തിഗെ, എൺമകജെ തുടങ്ങി എല്ലാ പഞ്ചായത്തുകളിലും നിരവധി പരിപാടികൾ സംഘടിപ്പിച്ച് പാർട്ടിയും ബഹുജന സംഘടനകളും സജീവമായി. ആ ഘട്ടത്തിലാണ് 2006 ലെ നിയമസഭാ തിരഞ്ഞെടുപ്പ് വരുന്നത്. പാർട്ടി ജില്ലാ കമ്മിറ്റിയിൽ മഞ്ചേശ്വരത്ത് ഞാൻ മത്സരിക്കണമെന്ന നിർദ്ദേശം സ. എ കെ മുന്നോട്ടുവച്ചു. കമ്മിറ്റി പ്രസ്തുത നിർദ്ദേശം ഐകകണ്ഠ്യേന അംഗീകരിച്ചു. മൂന്നാമതുള്ള എൽ ഡി എഫ് രണ്ടാമതെങ്കിലും എത്തുമെന്ന പ്രതീക്ഷമാത്രമെ അന്നുണ്ടായിരുന്നുള്ളൂ.

2005 ൽ പതിനെട്ടാം പാർട്ടി കോൺഗ്രസിന്റെ ഭാഗമായുള്ള ജില്ലാ സമ്മേളനം ഉപ്പളയിൽ നടത്താൻ തീരുമാനിക്കുമ്പോൾ ആ മേഖലയിൽ പാർട്ടിക്ക് സ്വാധീനം വളരെ കുറവായിരുന്നു. ഞാൻ കൺവീനറും സ. എ അബൂബക്കർ ചെയർമാനുമായി സംഘാടകസമിതി രൂപീകരിക്കുകയും, മണ്ഡലത്തിന്റെ ഓരോ മുക്കിലും മൂലയിലും ഇടപെട്ട് സമ്മേളനം വിജയിപ്പിക്കുന്നതിനുള്ള പ്രവർത്തനങ്ങൾ സംഘടിപ്പിക്കുകയും ചെയ്തു. സമ്മേളനം ചരിത്രസംഭവമായി. പതിനായിരങ്ങൾ അണിനിരന്ന ബഹുജന പ്രകടനവും റെഡ് വളണ്ടിയർ മാർച്ചും തുളുനാടൻ മേഖലയിൽ പാർട്ടിയുടെ സ്വാധീനം വർദ്ധിപ്പിക്കാൻ വളരെയേറെ ഉപകരിച്ചു. സമ്മേളന വിജയം പാർട്ടി പ്രവർത്തകരിൽ കൂടുതൽ ആവേശം ജനിപ്പിച്ചു. ഈ സാഹചര്യത്തിലാണ് ഞാൻ 2006 ലെ നിയമസഭാ തിരഞ്ഞെടുപ്പിൽ മഞ്ചേശ്വരത്ത് മത്സരിക്കുന്നത്.

സ. എ കെയുടെ മികച്ച നേതൃത്വം തിരഞ്ഞെടുപ്പ് പ്രവർത്തനങ്ങൾക്ക് കൃത്യതയും ചിട്ടയും ഉണ്ടാക്കുന്നതിന് സഹായകരമായി. ഇടതുമുന്നണി ആകെ സജീവമായതോടൊപ്പം ആൺപെൺ വ്യത്യാസമില്ലാതെ മുഴുവൻ പ്രവർത്തകരും രംഗത്തിറങ്ങി. പ്രചരണം ഉച്ചസ്ഥായിയിലെത്തി. സ്ഥാനാർത്ഥി പര്യടന പരിപാടികളിലെ സ്വീകരണ കേന്ദ്രങ്ങളിൽ അഭൂതപൂർവ്വമായ ജനക്കൂട്ടം പ്രതീക്ഷയ്ക്ക് വകനൽകുന്ന തിരഞ്ഞെടുപ്പ് ഫലം വരാൻ പോകുന്നു എന്ന സൂചന. തിരഞ്ഞെടുപ്പ് കമ്മിറ്റി സെക്രട്ടറി സ. സതീഷ്ചന്ദ്രൻ ജില്ലയിലെ 150 ഓളം വരുന്ന യുവജന മഹിളാ പ്രവർത്തകരെ മഞ്ചേശ്വരത്ത് വിന്യസിപ്പിച്ചു. ഓരോ ബൂത്തിലും കേന്ദ്രീകരിച്ച് പ്രവർത്തനങ്ങൾ സംഘടിപ്പിച്ചു. മുഴുവൻ വീടുകളും കയറിയിറങ്ങി. വലിയ തിരഞ്ഞെടുപ്പ് റാലികൾ സംഘടിപ്പിച്ചു. കേന്ദ്രനേതാക്കൾ മഞ്ചേശ്വരത്തെത്തി റാലികളിൽ പങ്കെടുത്തു. ഒടുവിൽ തിരഞ്ഞെടുപ്പ് ദിവസമെത്തി. സാധാരണഗതിയിൽ ബി ജെ പി വരും എന്ന ഭീതി ജനിപ്പിച്ച് മതേതര വോട്ടുകൾ യു ഡി എഫിന് നൽകുന്ന ശീലമായിരുന്നു മഞ്ചേശ്വരത്ത്. ഈ പ്രവണതയെ നേരിടണം എന്നുറച്ച് കാര്യങ്ങൾ നീക്കി.

മണ്ഡലത്തിലെ പ്രശസ്ത വിദ്യാഭ്യാസ സ്ഥാപനമായ മുഹിമ്മാത്തിൽ, അതിന്റെ സ്ഥാപകനും പ്രസിഡന്റുമായ താഹിറുൽ തങ്ങളെ സമീപിച്ചു. അദ്ദേഹം പൂർണ്ണപിന്തുണ നൽകി. കൂടാതെ വിവിധ ജനവിഭാഗങ്ങളെയും നേരിട്ടുകണ്ട് സഹായമഭ്യർത്ഥിച്ചു. അതോടെ വിജയം ഏറക്കുറെ ഉറപ്പായി.

മഞ്ചേശ്വത്തിന്റെ തിരഞ്ഞെടുപ്പ് ചരിത്രത്തിൽ ആദ്യമായി വോട്ടർമാരെ പരമാവധി ബൂത്തിലെത്തിച്ച് വോട്ടുചെയ്യിപ്പിച്ച് പോളിങ് ശക്തിപ്പെടുത്തി. 6 മണിക്ക് വോട്ടെടുപ്പ് അവസാനിച്ചപ്പോൾ ബൂത്തുകളിൽനി

ന്ന് ലഭിക്കാൻ സാദ്ധ്യതയുള്ള വോട്ടുകളുടെ കണക്ക് ബൂത്ത് ഏജന്റുമാർ ഉപ്പളയിലെ തിരഞ്ഞെടുപ്പ് കമ്മിറ്റി ഓഫീസിലെത്തിച്ചു. കണക്കനുസരിച്ച് 4000 ത്തോളം വോട്ടിന് എൽ ഡി എഫ് മുന്നിൽ നിൽക്കുന്നു.

ഏതാനും ദിവസങ്ങൾക്കുശേഷം വോട്ടെണ്ണിയപ്പോൾ എൽ ഡി എഫ് 4500 വോട്ടിന് ജയിച്ചു. അത്ഭുതകരമായ വിജയം, യു ഡി എഫ് അപ്രതീക്ഷിതമായി പരാജയപ്പെട്ടുകമാത്രമല്ല മൂന്നാംസ്ഥാനത്തേക്ക് പിന്തള്ളപ്പെട്ടുകയും ചെയ്തു.

മഞ്ചേശ്വരത്തിന്റെ ഈ രാഷ്ട്രീയ പോരാട്ടത്തിന് നേതൃത്വം നൽകിയത് അന്നത്തെ ജില്ലാ സെക്രട്ടറി കൂടിയായ സ. എ കെ നാരായണനാണ്. സഖാവിന്റെ സ്മരണയ്ക്ക് മുമ്പിൽ ആദരമർപ്പിക്കുന്നു.

സമരപോരാട്ടത്തിലെ മുന്നണിപ്പോരാളി

പി ദാമോദരപണിക്കർ

എണ്ണമറ്റ തൊഴിൽ സമരങ്ങളിൽ എന്നും മുന്നിൽനിന്ന് നയിച്ച അപൂർവ്വം വ്യക്തിത്വങ്ങളിൽ ഒരാളായിരുന്ന സഖാവ് എ കെ നാരായണേട്ടൻ. തൊഴിലാളികളുടെ നീറുന്ന പ്രശ്നങ്ങളിൽ, പ്രത്യേകിച്ച് ബീഡിത്തൊഴിലാളികളുടെ ജോലിസ്ഥിരത, കൂലി വർദ്ധന, ബോണസ് തുടങ്ങി ഏറ്റവും അടിസ്ഥാന പ്രശ്നങ്ങളിൽ, ബീഡി മുതലാളിമാരുടെ കേരളത്തിലെ ഡിപ്പോയിലേക്കും ദക്ഷിണ കർണ്ണാടകത്തിലുള്ള ഹെഡ് ഓഫീസിലേക്കും നടത്തിയ മാർച്ചും ധർണ്ണയും നടത്താനും മറ്റ് നിരവധി സമരപോരാട്ടങ്ങളിൽ മുമ്പിൽനിന്ന് നയിക്കാനും അവകാശങ്ങൾ നേടിയെടുക്കാനും എ കെ നടത്തിയ പോരാട്ടങ്ങൾ ആ തൊഴിലാളി നേതാവിനെ പ്രശസ്തനാക്കി എന്നുമാത്രമല്ല അത്തരം സമരങ്ങൾ തൊഴിൽ മേഖലയിലെ പാവപ്പെട്ട തൊഴിലാളികൾക്കും പ്രസ്ഥാനത്തിനും ആവേശം പകരുന്നതുമായിരുന്നു.

ഏത് സംഘടനാരംഗത്ത് പ്രവർത്തിക്കുന്നവരായാലും തൊഴിലാളി നേതാക്കന്മാർക്ക് ജീവിതത്തിൽ നിരവധി പരീക്ഷണങ്ങളെ നേരിടാതെ കടന്നുപോയവരാരുമുണ്ടാകില്ലെന്നത് ഒരു പരമാർത്ഥമാണ്. ദാരിദ്ര്യവും പട്ടിണിയും കുടുംബപ്രശ്നങ്ങളും പ്രാരാബ്ധങ്ങളും കൊടികുത്തിവാണ ഒരു പഴയകാലം എ കെ നാരായണേട്ടനുമുണ്ടായിരുന്നതായി എന്നോട് മനസ്സ് തുറന്നിട്ടുണ്ട്. ഒന്നിച്ചുള്ള യാത്രയിൽ ചിലപ്പോഴെങ്കിലും ഇത്തരം സംഭാഷണങ്ങൾ കടന്നുവരാറുണ്ടെന്ന കാര്യം ഓർത്തുപോവുകയാണ്. മക്കളുടെ വിദ്യാഭ്യാസം, വിവാഹം, അമ്മയുടെ അസുഖം, അവസാനം മംഗലാപുരം ആശുപത്രിയിൽവെച്ച് അമ്മയുടെ മരണം, സാമ്പത്തിക

വിഷമം കാരണം മൃതദേഹം അവിടെത്തന്നെ സംസ്കരിച്ച കാര്യം. അങ്ങനെ പോകുന്നു.

എന്നാൽ ഇത്തരം പ്രതിസന്ധികൾ ധാരാളമുണ്ടായാലും മനസ്സ് അന്തർമുഖമാണെങ്കിലും പുറമെ അതൊന്നും കാണിക്കാറില്ലെന്നത് എ കെയുടെ ഒരു പ്രത്യേകത തന്നെയാണെന്ന് എനിക്ക് തോന്നിയിട്ടുണ്ട്.

തൊഴിലിന്റെ മേഖലയിൽ പലരംഗത്തും തൊഴിൽ പ്രശ്നങ്ങളുമായി തൊഴിലുടമകളുമായി വാശിയോടെ സംസാരിക്കുമ്പോൾ ഒരു കട്ടംപിട്ടത്തക്കാരനായ തൊഴിലാളി നേതാവിനെയാണ് എനിക്ക് പലപ്പോഴും കാണാൻ കഴിഞ്ഞത്.

സംയുക്ത സമരസമിതിയുടെ ഭാഗമായി പത്ത് നാൽപത് വർഷത്തോളം ഒന്നിച്ച് പ്രവർത്തിക്കാൻ എനിക്ക് കഴിഞ്ഞിട്ടുണ്ട്. സമരത്തിന്റെ ചില പ്രത്യേക രീതികളും, സമരത്തിന്റെകൂടെനിന്ന് പിന്നിൽനിന്ന് കുത്തിയവരെക്കുറിച്ചും, മുതലാളിമാരോടൊപ്പം ചേർന്ന് തൊഴിൽ സമരങ്ങളെ ഇരുപക്ഷത്തുനിന്നും കളിച്ച് ഒറ്റുകൊടുത്ത ചില നേതാക്കളെക്കുറിച്ചും പറഞ്ഞത് എന്നെ സംബന്ധിച്ചിടത്തോളം ഒരു അനുഭവപാഠമാണ്.

വ്യത്യസ്ത സംഘടനകളിലാണെങ്കിലും ട്രേഡ് യൂണിയൻ രംഗത്തെ ചില ബാലപാഠങ്ങൾ നാരായണേട്ടനിൽനിന്നും പഠിക്കാൻ കഴിഞ്ഞത് ഈ അവസരത്തിൽ ഞാൻ നന്ദിപൂർവ്വം അനുസ്മരിക്കുകയാണ്. ജീവിതംമുഴുവനും പ്രസ്ഥാനത്തിനുവേണ്ടി സമർപ്പിച്ച എ കെയുടെ വേർപാടിന്റെ ഒരു വർഷം തികയുന്ന ഈ അവസരത്തിൽ ഇങ്ങനെയൊരു സ്മരണികയിറക്കാൻ തീരുമാനിച്ച എല്ലാ സുമനസ്സുകൾക്കും അഭിനന്ദനങ്ങൾ.

സ്നേഹനിധിയായ സ. എ കെയെ സ്മരിക്കുമ്പോൾ

കെ വി കൃഷ്ണൻ

ഞാൻ സജീവമായി പൊതുപ്രവർത്തനരംഗത്ത് വരുന്നതിന് മുമ്പുതന്നെ സ. എ കെയെക്കുറിച്ച് മനസ്സിലാക്കാനും പഠിക്കാനും കഴിഞ്ഞിരുന്നു. അദ്ദേഹത്തിന്റെ വിവാഹബന്ധം എന്റെ തറവാട് വീടിന്റെ തൊട്ടടുത്തായിരുന്നു. ആ വീടുമായി വളരെ ചെറുപ്പത്തിൽത്തന്നെ എനിക്ക് അടുത്ത ബന്ധമുണ്ടായിരുന്നു. അന്ന് ഞങ്ങളുടെ വീട്ടിലെ നിത്യസന്ദർശകരായിരുന്നു എ കെയുടെ ഭാര്യയും ഭാര്യയുടെ അമ്മയും സഹോദരങ്ങളുമെല്ലാം.

സ. എ കെ വിവാഹബന്ധം ആലോചിച്ചപ്പോൾ തന്നെ മുമ്പോട്ടു വെച്ച നിബന്ധന കമ്യൂണിസ്റ്റ് കുടുംബമായിരിക്കണം എന്നതാണെന്നാണ് ഞാൻ കേട്ടറിഞ്ഞത്. ആ നിലയിൽത്തന്നെ ഭാര്യയുടെ വീട്ടുകാരെല്ലാം കറകളഞ്ഞ കമ്യൂണിസ്റ്റുകാരാണ്.

അങ്ങനെയൊരു ബന്ധംവഴി ചെറിയ പ്രായത്തിൽത്തന്നെ എ കെയെന്ന നിഷ്കളങ്കനായ വലിയ മനുഷ്യനെ ആദ്യം ദൂരെനിന്നും പിന്നീട് അടുത്തും പരിചയപ്പെടാനുള്ള അവസരം എനിക്കുണ്ടായിട്ടുണ്ട്.

പിന്നീട് ഞാൻ സി പി ഐയുടെ ജില്ലാ സെക്രട്ടറിയായി തിരഞ്ഞെടുക്കപ്പെട്ടതിനെ തുടർന്ന് അടുത്ത് ഇടപെടാനും കൂടുതൽ മനസ്സിലാക്കാനും കഴിഞ്ഞു.

നിഷ്കളങ്കമായ പെരുമാറ്റത്തിലൂടെ കക്ഷിരാഷ്ട്രീയത്തിനതീതമായി എല്ലാവരുടെയും സ്നേഹാദരവ് നേടിയെടുത്ത ഒരു വലിയ മനുഷ്യനായിരുന്നു സ. എ കെ. പുഞ്ചിരിക്കുന്ന മുഖവുമായല്ലാതെ ഒരിക്കൽപ്പോലും അദ്ദേഹത്തെ കാണാൻ കഴിഞ്ഞിട്ടില്ല. അദ്ദേഹം എപ്പോഴും

ധരിക്കുന്ന വെള്ളവസ്ത്രംപോലെ പരിശുദ്ധമായിരുന്നു അദ്ദേഹത്തിന്റെ മനസ്സ്.

വളരെ പാവപ്പെട്ട ഒരു കുടുംബത്തിൽ ജനിച്ച് പ്രാഥമിക വിദ്യാഭ്യാസംമാത്രം നേടി ബീഡിതെറുപ്പ് തൊഴിലാളിയായി ജീവിതമാരംഭിച്ച് തന്റെ കുടുംബത്തെ നോക്കുന്നതോടൊപ്പം സജീവമായി പൊതുപ്രവർത്തനരംഗത്തേക്ക് കടന്നുവന്നു. ട്രേഡ് യൂണിയൻരംഗത്ത് കാസർഗോഡ്-കണ്ണൂർ ജില്ലകളിലും കേരളത്തിലാകെയും ശ്രദ്ധേയനായ ഒരു തൊഴിലാളി നേതാവായി മാറുവാൻ സ. എ കെക്ക് കഴിഞ്ഞിട്ടുണ്ട്. നിരന്തരമായ വായനയിലൂടെയും പഠനത്തിലൂടെയും തൊഴിലാളികളുടെ അവകാശങ്ങളെക്കുറിച്ചും തൊഴിൽ നിയമങ്ങളെക്കുറിച്ചും അവഗാഹമായ പാണ്ഡിത്യംനേടാൻ അദ്ദേഹത്തിന് കഴിഞ്ഞിരുന്നു.

നിരവധിയായ തൊഴിലാളി യൂണിയനുകൾ രൂപീകരിച്ചുകൊണ്ട് അവരുടെ അവകാശങ്ങൾ നേടിയെടുക്കുന്നതിനുവേണ്ടി ഉജ്ജ്വലമായ പോരാട്ടങ്ങൾക്ക് നേതൃത്വം കൊടുത്തുകൊണ്ട് തൊഴിലാളികളുടെ മനസ്സിൽ മായാത്ത സ്ഥാനം നേടിയെടുക്കാൻ കഴിഞ്ഞ തൊഴിലാളി നേതാവായിരുന്നു സ. എ കെ. ബീഡിത്തൊഴിലാളികളെ സംഘടിപ്പിച്ചുകൊണ്ടാണ് അദ്ദേഹം ട്രേഡ് യൂണിയൻ പ്രവർത്തനം ആരംഭിക്കുന്നത്. അക്കാലത്ത് കടുത്ത ചൂഷണത്തിന് വിധേയരായിരുന്ന ബീഡി മേഖലയിൽ പണിയെടുക്കുന്ന തൊഴിലാളികളെ അവകാശബോധമുള്ളവരാക്കി മാറ്റിയെടുക്കാൻ അദ്ദേഹത്തിന്റെ നേതൃപാടവംകൊണ്ട് കഴിഞ്ഞിട്ടുണ്ട്.

മംഗലാപുരം ആസ്ഥാനമായി പ്രവർത്തിച്ചുകൊണ്ടിരുന്ന സ്വകാര്യ ബീഡി മാനേജ്മെന്റിന്റെ കടുത്ത ചൂഷണത്തിനെതിരായി തൊഴിലാളികളെ സംഘടിപ്പിച്ചുകൊണ്ട് നിരന്തരമായ സമരത്തിനിറങ്ങിയപ്പോൾ കേരളത്തിലെ കമ്പനികൾ അടച്ചുപൂട്ടി സ്ഥലംവിട്ടപ്പോൾ അവരുടെ കർണ്ണാടകയിലെ ആസ്ഥാനത്തടക്കം തൊഴിലാളികളെ സംഘടിപ്പിച്ച് നടത്തിയ സമരം ചരിത്രത്തിന്റെ ഏടുകളിൽ സ്ഥാനം പിടിച്ചവയാണ്.

പിന്നീട് സഹകരണ മേഖലയിൽ ദിനേശ് ബീഡി സഹകരണ സംഘം രൂപീകരിച്ചുകൊണ്ട് തൊഴിലാളികൾക്ക് തൊഴിൽ ലഭിക്കാൻ സാഹചര്യമുണ്ടാക്കിയതും സ്വകാര്യ ബീഡി മാനേജ്മെന്റിന്റെ വെല്ലുവിളിയെ നേരിട്ടതുമെല്ലാം പോയകാലത്തെ ചരിത്രം പഠിക്കുന്നവർക്ക്, ഒരു പാഠമാണ്. ആ സമരങ്ങളുടെയെല്ലാം മുൻനിരയിൽ സ. എ കെയുണ്ടായിരുന്നു. മറ്റൊട്ടേറെ മേഖലകളിൽ തൊഴിലാളികളെ സംഘടിപ്പിച്ചുകൊണ്ട് അവരുടെ അവകാശങ്ങൾക്കുവേണ്ടി നടത്തിയ പോരാട്ടങ്ങൾ നിരവധിയാണ്. ചുള്ളി പോപ്പുലർ എസ്റ്റേറ്റിലെ തൊഴിലാളികളെ സംഘടിപ്പിച്ചുകൊണ്ടു നടത്തിയ സമരം കാഞ്ഞങ്ങാട് കല്ലട്ട വുഡ് ഇൻസ്റ്റി

യിൽ നടത്തിയ സമരം, കാഞ്ഞങ്ങാട്ടെ പീടികത്തൊഴിലാളികളെ സംഘടിപ്പിച്ചുകൊണ്ട് നടത്തിയ സമരങ്ങൾ, സ്വകാര്യ ബസ്, കള്ളുചെത്ത് ഉൾപ്പെടെ നിരവധിയായ മേഖലകളിൽ നിരന്തരമായ ഒട്ടേറെ സമരങ്ങൾക്ക് അദ്ദേഹം നേതൃത്വം നൽകിയിട്ടുണ്ട്.

സി ഐ ടി യു നേതൃത്വത്തിൽ നടത്തിയ സമരങ്ങളിൽ മാത്രമല്ല മറ്റ് സംഘടനകൾ തൊഴിലാളികളുടെ ആവശ്യമുന്നയിച്ചുകൊണ്ട് നടത്തിയ സമരമുഖങ്ങളിലും എ കെയുടെ സാന്നിദ്ധ്യമുണ്ടാകാറുണ്ട്.

പുതുതലമുറ ബാങ്കുകളിലെ ജീവനക്കാർ നേരിട്ട കടുത്ത ചൂഷണത്തിനും പീഡനത്തിനുമെതിരായി എ ഐ ടി യു സിയുടെ നേതൃത്വത്തിൽ ആഴ്ചകൾ നീണ്ടുനിന്ന സമരം നടത്തിയപ്പോൾ സംഘടന ഏതെന്ന് നോക്കാതെ സമരപ്പന്തലിൽ സജീവ സാന്നിദ്ധ്യമായിരുന്നു സഖാവ്.

സൗമ്യമായ പെരുമാറ്റത്തിലൂടെ കക്ഷിരാഷ്ട്രീയ ഭേദമന്യേ എല്ലാവരുടെയും ആദരവ് പിടിച്ചുപറ്റിയ ഉത്തമനായ ഒരു കമ്യൂണിസ്റ്റായിരുന്നു സ. എ കെ. അദ്ദേഹത്തിന്റെ പ്രവർത്തന മാതൃക പിന്തുടർന്നുകൊണ്ട് വർത്തമാനകാലത്തെ വെല്ലുവിളി നേരിടാൻ പുതിയ തലമുറയെ സജ്ജമാക്കുക എന്നതാണ് അദ്ദേഹത്തെ അനുസ്മരിക്കുമ്പോൾ ചെയ്തുതീർക്കാനുള്ള കടമ. അധികാരസ്ഥാനങ്ങളിലൊന്നും അമിതമായ താല്പര്യം കാണിക്കാതെ ജീവിതകാലം മുഴുവൻ പാവപ്പെട്ട ജനങ്ങളോടൊപ്പം നിന്നുകൊണ്ട് അവരുടെ മോചനത്തിനുവേണ്ടി പോരാടിയ സഖാവിന്റെ ഓർമ്മകൾക്ക് മുമ്പിൽ ശിരസ്സ് നമിക്കുന്നു.

പ്രിയപ്പെട്ട സഖാവ് എ കെ

ടി കെ രാജൻ

അവിഭക്ത കണ്ണൂർ ജില്ലയിലെയും കാസർഗോഡ് ജില്ല രൂപീകരിക്കപ്പെട്ടതിനുശേഷം കാസർഗോട്ടെയും പൊതുമണ്ഡലത്തിൽ നിറഞ്ഞുനിന്ന വ്യക്തിത്വമായിരുന്ന സ. എ കെ നാരായണൻ നമ്മെ വിട്ടുപിരിഞ്ഞ് ഒരു വർഷം തികയുകയാണ്. ത്യാഗ സന്നദ്ധതയുടെയും ലാളിത്യത്തിന്റെയും ആൾരൂപമായിരുന്ന സ. എ കെ ഉജ്ജ്വലനായ സംഘാടകനും തൊഴിലാളി സമരങ്ങളുടെ മുന്നണി പോരാളിയുമായിരുന്നു. തന്റെ കർമ്മമണ്ഡലങ്ങളിൽ പാർട്ടി എൽപ്പിച്ച ഉത്തരവാദിത്വങ്ങൾ നിശ്ചയദാർഢ്യത്തോടെ ഏറ്റെടുക്കുന്നതിൽ സ. എ കെ നടത്തിയ പ്രവർത്തനങ്ങൾ നമ്മുക്കെല്ലാം മാതൃകയാണ്.

ബീഡിത്തൊഴിലാളിയിൽനിന്ന് തൊഴിലാളി നേതാവായി ഉയർന്ന് ഏഴുപതിറ്റാണ്ടോളം കർമ്മനിരതനായി ജനങ്ങൾക്കൊപ്പം സ. എ കെ പ്രവർത്തിച്ചു. സഹനങ്ങളുടെയും സമരങ്ങളുടെയും നിരവധി ഘട്ടങ്ങൾ പിന്നിട്ടതായിരുന്നു സഖാവിന്റെ ജീവചരിത്രം. മംഗലാപുരം ആസ്ഥാനമായി പ്രവർത്തിച്ചിരുന്ന ഗണേശ് ബീഡിക്കമ്പനിയുടെ ശാഖകളിൽ കണ്ണൂർ-കാസർഗോഡ് പ്രദേശത്തെ ആയിരക്കണക്കിന് തൊഴിലാളികൾ ജോലിചെയ്തിരുന്നു. ചെറുപ്രായത്തിൽത്തന്നെ എ കെയും ബീഡിത്തൊഴിലാളിയായി കാഞ്ഞങ്ങാട് ജോലിയിൽ പ്രവേശിച്ചു. ന്യായമായ കൂലിയോ സേവന വ്യവസ്ഥകളോ ഇല്ലാതെ കടുത്ത ചൂഷണത്തിന് വിധേയരായ ബീഡിത്തൊഴിലാളികളെ സംഘടിപ്പിച്ചുകൊണ്ടാണ് സഖാവ് രാഷ്ട്രീയ പ്രവർത്തനം ആരംഭിക്കുന്നത്. 1966 ബീഡി സിഗാർ നിയമത്തിലൂടെ തൊഴിലാളികളുടെ ക്ഷേമം ഉറപ്പാക്കാൻ കേന്ദ്ര സർക്കാർ

ഉത്തരവിറക്കിയെങ്കിലും നടപ്പാക്കാൻ സംസ്ഥാന സർക്കാരുകളെ നിർബ്ബന്ധിക്കാൻ കേന്ദ്ര സർക്കാർ തയ്യാറായിരുന്നില്ല. 1967 ൽ അധികാരത്തിൽ വന്ന ഇ എം എസ് സർക്കാർ കേന്ദ്ര നിയമം നടപ്പിലാക്കി തൊഴിലാളികൾക്ക് മെച്ചപ്പെട്ട ആനുകൂല്യം നല്കാൻ കമ്പനിയോട് ആവശ്യപ്പെട്ടു. നിയമം നടപ്പാക്കാൻ തയ്യാറായില്ലെന്ന് മാത്രമല്ല 1968 ഒക്ടോബർ 15 ന് പന്ത്രണ്ടായിരത്തോളം വരുന്ന തൊഴിലാളികളെ വഴിയാധാരമാക്കി ബീഡിക്കമ്പനികൾ അടച്ചിടാനാണ് മാനേജ്മെന്റ് തീരുമാനിച്ചത്. ശക്തമായ പ്രതിഷേധമുയർത്തി സ. എ കെയടക്കമുള്ളവരുടെ നേതൃത്വത്തിൽ സമരം ആരംഭിച്ചു. മംഗലാപുരത്തെ കമ്പനി ആസ്ഥാനത്ത് നടന്ന പിക്കറ്റിങ്ങിനെ തുടർന്ന് നിരവധി തൊഴിലാളികൾ അറസ്റ്റ് ചെയ്യപ്പെട്ടു. സഖാവ് എ കെ ഉൾപ്പടെയുള്ള ട്രേഡ് യൂണിയൻ നേതാക്കളെയും പ്രവർത്തകരെയും ജയിലിലടച്ചു. ബീഡിത്തൊഴിലാളികളുടെ അതിജീവന സമരത്തിന് നേതൃത്വവും പിന്തുണയും നൽകാൻ സഖാവ് എ കെ ജി, അഴീക്കോടൻ രാഘവൻ ഉൾപ്പെടെയുള്ള നേതാക്കൾ രംഗത്തിറങ്ങി. എ കെ ജിയെ കർണ്ണാടകത്തിൽ കടക്കാൻ അനുവദിക്കില്ലെന്ന കോൺഗ്രസ് സർക്കാരിന്റെ തിട്ടൂരത്തെ വെല്ലുവിളിച്ച് എ കെ ജി കർണ്ണാടക മാർച്ച് പ്രഖ്യാപിച്ചു. ജനപിന്തുണയോടെ സമരം സജീവമായി തുടർന്നു. കർണ്ണാടക സർക്കാരിന് നിരോധനം പിൻവലിക്കേണ്ടിവന്നു. ചരിത്രത്തിന്റെ ഭാഗമായി. മലബാർ മേഖലയിലെ ബീഡിക്കമ്പനി തുറക്കുന്നില്ലെങ്കിൽ തൊഴിലാളികളെ പുനരധിവസിപ്പിക്കുമെന്ന് മുഖ്യമന്ത്രി ഇ എം എസ് പ്രഖ്യാപിച്ചതിനെത്തുടർന്നാണ് ദിനേശ് ബീഡി സഹകരണ സംഘം രജിസ്റ്റർ ചെയ്യപ്പെട്ടത്. വ്യവസായ മന്ത്രി സ. ടി വി തോമസ് നേതൃപരമായ പങ്കുവഹിച്ചു. 1969 ൽ ആരംഭിച്ച സംഘം ആയിരങ്ങൾക്ക് തൊഴിലവസരം നൽകുന്ന സ്ഥാപനമായി ഉയർന്നു. ബീഡി വ്യവസായം വിവിധ കാരണങ്ങളാൽ പ്രതിസന്ധിയിലായതിനെ തുടർന്ന് വൈവിദ്ധ്യവൽക്കരണത്തിലൂടെ ഈ സംഘം ഇന്നും മലയാളികൾക്കിഷ്ടപ്പെട്ട ഉല്പന്നങ്ങൾ നിർമ്മിച്ചുനൽകി പ്രവർത്തന രംഗത്തുണ്ട്. നിരവധി കുടുംബങ്ങളുടെ ജീവിത ഭദ്രത ഉറപ്പാക്കിയത് സ. എ കെ നാരായണൻ ഉൾപ്പെടെയുള്ള നേതാക്കളുടെ പ്രക്ഷോഭത്തിന്റെയും ഇടപെടലിന്റെയും ഭാഗമായിട്ടാണ്.

ബീഡിത്തൊഴിലാളി യൂണിയന്റെ അഖിലേന്ത്യാ സംസ്ഥാന നേതൃത്വത്തിൽ രോഗബാധിതനാകുന്നതുവരെ സഖാവ് പ്രവർത്തിച്ചു. ദിനേശ് ബീഡി കേന്ദ്ര സംഘം ഡയറക്ടർ, ഹോസ്ദുർഗ് സംഘം പ്രസിഡന്റ്, കോട്ടച്ചേരി ബാങ്ക് പ്രസിഡന്റ്, കാസർഗോഡ് ജില്ലാ മൊത്ത വ്യാപാര സംഘം പ്രസിഡന്റ് എന്നീ നിലകളിൽ ദീർഘകാലം പ്രവർത്തിച്ചു. കൺസ്യൂമർഫെഡ് ചെയർമാൻ എന്ന നിലയിലും മികവുറ്റ പ്രവർത്തനം

കാഴ്ച വെച്ചു. ബീഡിത്തൊഴിലാളികളോടൊപ്പം അസംഘടിത തൊഴിലാളികളെ സംഘടിപ്പിക്കുന്നതിലും എ കെ നേതൃത്വം നൽകി.

ജോലിസ്ഥിരതയ്ക്കും കൂലിവർദ്ധനവിനും വേണ്ടി നിരവധി സമരമുഖങ്ങളിൽ നേതൃത്വം നൽകിയ എ കെ നിരവധി തവണ ജയിൽ വാസവും അനുഭവിച്ചു. ചുള്ളി പോപ്പുലർ എസ്റ്റേറ്റ് പണിമുടക്ക്, കാഞ്ഞങ്ങാട്ടെ കല്ലട ഫുഡ് ഇൻഡസ്ട്രീസ് എന്നീ സമരങ്ങളുടെ നേതൃത്വം സഖാവിനായിരുന്നു. പോലീസ് മർദ്ദനവും ജയിൽവാസവും എ കെ എന്ന കമ്യൂണിസ്റ്റുകാരനെ കരുത്തനാക്കി മാറ്റുകയായിരുന്നു. അടിയന്തരാവസ്ഥക്കാലത്ത് പതിനേഴ് മാസക്കാലം കണ്ണൂർ സെൻട്രൽ ജയിലിൽ തടവിലാക്കപ്പെട്ടു. 1984 കാസർഗോഡ് ജില്ല രൂപീകരിക്കപ്പെട്ടത് മുതൽ പാർട്ടിയുടെ ജില്ലാ സെക്രട്ടറിയേറ്റംഗമായി. സി ഐ ടി യുവിന്റെ ജില്ലാ സെക്രട്ടറി, പ്രസിഡന്റ് എന്നനിലയിൽ ദീർഘകാലം പ്രവർത്തിച്ചു. സി ഐ ടി യു സംസ്ഥാന വൈസ് പ്രസിഡന്റായും ദേശീയ വർക്കിങ് കമ്മിറ്റി അംഗമായും സഖാവ് എ കെ പ്രവർത്തിച്ചിട്ടുണ്ട്. 1989 മുതൽ 1994 വരെയും 2004 മുതൽ 2008 വരെയും സി പി ഐ (എം) കാസർഗോഡ് ജില്ലാ സെക്രട്ടറിയായിരുന്നു. പാർട്ടി സംസ്ഥാന കമ്മിറ്റി അംഗമായും ദീർഘകാലം പ്രവർത്തിച്ചു.

മൂന്നരപ്പതിറ്റാണ്ടിലധികം സ. എ കെയോടൊപ്പം ട്രേഡ് യൂണിയൻ രാഷ്ട്രീയപ്രവർത്തനം നടത്താൻ അവസരം ലഭിച്ചപ്പോഴുള്ള അനുഭവങ്ങൾ നിരവധിയാണ്. ഈ കുറിപ്പിൽ ഉൾപ്പെടുത്താവുന്നതിലധികമാണത്. കെ എസ് ആർ ടി സിയിലെ യൂണിയൻ പ്രവർത്തന പരിചയം മാത്രമായി 1986 ൽ കാസർഗോഡ് എത്തിയ എനിക്ക് സഖാക്കൾ എ കെയും സ. പി രാഘവേട്ടനും ചേർന്ന് നൽകിയ ട്രേഡ് യൂണിയൻ പരിശീലനം ഇന്നും ആവേശകരമായ ഓർമ്മയാണ്. ബീഡിത്തൊഴിലാളികളുടെ വിവിധ ആവശ്യങ്ങൾ ഉന്നയിച്ചുകൊണ്ടുള്ള വാഹന പ്രചാരണ ജാഥയിൽ അംഗമായി എന്നെ തീരുമാനിച്ചു. വ്യവസായ പ്രശ്നങ്ങൾ ഏറെ മനസ്സിലാകാതെ പ്രാസംഗികനായി പോകാൻ വിസമ്മതിച്ച എന്നെ കുറിപ്പുകൾ നൽകിയും പോയിന്റുകൾ പകർന്ന് നൽകിയും ആത്മധൈര്യം നൽകി കൂടെനിന്ന് പുഞ്ചിരിയോടെ തോളത്ത് തട്ടുന്ന സ. എ കെയുടെ രൂപം ഇന്നും മനസ്സിൽത്തട്ടുന്ന ഓർമ്മയാണ്. സംഘടിത മേഖലയിലെ കേഡർമാരാണ് അസംഘടിത മേഖലയിലെ തൊഴിലാളികളെ സംഘടിപ്പിക്കാൻ നേതൃത്വം നൽകേണ്ടത് എന്ന വീക്ഷണം നടപ്പാക്കുകയായിരുന്നു നേതാക്കൾ എന്ന് പിന്നീട് ബോദ്ധ്യമായി. കാസർഗോട്ടെ ട്രേഡ് യൂണിയൻ പ്രസ്ഥാനം കെട്ടിപ്പടുത്ത പ്രമുഖ നേതാക്കളെല്ലാം നമ്മെ വിട്ടുപിരിഞ്ഞു. സഖാക്കൾ എ കെ, പി രാഘവൻ, കെ ബാലകൃഷ്ണൻ എന്നിവർ നമുക്കൊപ്പമില്ല.

വർത്തമാനകാലത്ത് ഇടത് രാഷ്ട്രീയപ്രസ്ഥാനവും ട്രേഡ് യൂണിയൻ പ്രസ്ഥാനവും വലിയ വെല്ലുവിളി നേരിടുകയാണ്. ഇടതുപക്ഷ തൊഴിലാളി പ്രസ്ഥാനത്തെ തകർക്കാൻ ആസൂത്രിതമായ നീക്കങ്ങൾ നടന്നുകൊണ്ടിരിക്കുന്നു. വർഗ്ഗസമരത്തെ, വർഗ്ഗ ഐക്യത്തെ തകർക്കാൻ വർഗ്ഗീയതയെ ഉപയോഗപ്പെടുത്താൻ ഭൂരിപക്ഷ-ന്യൂനപക്ഷ മത മൗലിക വാദികൾ യോജിക്കുന്നു. ഇടതുപക്ഷ രാഷ്ട്രീയ നേതൃത്വത്തെ അപവാദ പ്രചാരണം നടത്തി ഒറ്റപ്പെടുത്താനും ദുർബ്ബലപ്പെടുത്താനും കഴിയുമെന്നവർ കരുതുന്നു. എല്ലാ പ്രതിലോമകാരികളും ഇക്കാര്യത്തിൽ ഒറ്റക്കെട്ടാണ് എന്നത് ഗൗരവമേറിയ കാര്യമാണ്. സംഘടിക്കാൻ, കൂട്ടായി വിലപേശാൻ, സമരം ചെയ്യാനുള്ള തൊഴിലാളികളുടെ അവകാശങ്ങൾ പോലും നിഷേധിക്കാൻ തൊഴിൽ നിയമ ഭേദഗതിയിലൂടെ കേന്ദ്ര സർക്കാർ നടപടി ആരംഭിച്ചിരിക്കുകയാണ്. കേന്ദ്ര സർക്കാരിന്റെ ജനവിരുദ്ധ തൊഴിലാളി ദ്രോഹ നയങ്ങൾക്കെതിരെ നടന്നുവരുന്ന പോരാട്ടങ്ങൾ ശക്തിപ്പെടുത്തി മുന്നേറാൻ സഖാവ് എ കെയുടെ ഓർമ്മകൾ പ്രചോദനമാകട്ടെ...

എ കെ എന്ന രണ്ടക്ഷരം

കെ എൻ ബാലഗോപാൽ

എ കെ നാരായണൻ എന്ന തൊഴിലാളി നേതാവിനെ കാസർഗോഡ് നെഞ്ചേറ്റിയത് എ കെ എന്ന രണ്ടക്ഷരത്തിലാണ്. സ. എ കെയുടെ ജീവിതം തൊഴിലാളി സംഘടനാ മേഖലയിൽ ആരാലും അറിയപ്പെടാത്ത സഹനജീവിതത്തിന്റെ ജ്വലിക്കുന്ന ഏടുകളാൽ നെയ്തെടുത്തതായിരുന്നു. പ്രാഥമികവിദ്യാഭ്യാസത്തിനുശേഷം ചെറുപ്രായത്തിൽത്തന്നെ ബീഡിതെറുപ്പ് തൊഴിൽരംഗത്തെ തന്റെ പൊതുപ്രവർത്തനത്തിനുള്ള വഴിയായി അദ്ദേഹം തെരഞ്ഞെടുക്കുകയായിരുന്നു. ബീഡിതെറുപ്പ് തൊഴിലാളികളെ ദേശീയ തലത്തിൽത്തന്നെ സംഘടിപ്പിക്കാനുള്ള നേതൃപാടവം അദ്ദേഹത്തിന് നേടിയെടുക്കാനായത് ചെറുപ്പകാലം മുതലുള്ള തന്റെ കയ്പ്പേറിയ ജീവിതാനുഭവങ്ങളായിരുന്നു എന്നതാണ് യാഥാർത്ഥ്യം. തൃക്കരിപ്പൂർ മുതൽ ഉദുമവരെയുള്ള പ്രദേശങ്ങളിൽ അസംഘടിതരായ ബീഡിത്തൊഴിലാളികളെ സംഘടിത ശക്തിയാക്കി മാറ്റുക വഴി അവർക്കിടയിൽ ശക്തിപ്രാപിച്ച അവകാശബോധത്തെ നാടിന്റെ ആകെ ഊർജ്ജമായി പരിവർത്തനപ്പെടുത്തുന്നതിൽ സ. എ കെക്കും വലിയ പങ്കുവഹിക്കാനായി എന്നത് തൊഴിലാളി സംഘടനാപ്രവർത്തകർക്ക് നൽകുന്ന മികച്ച മാതൃകയാണ്.

ആയിരത്തിത്തൊള്ളായിരത്തി അറുപതുകളുടെ അവസാനകാലത്ത് ബീഡിത്തൊഴിലാളികളുടെ ഇടയിൽ വളർന്ന അവകാശബോധചിന്ത നാടാകെ പടരുകയായിരുന്നു. തൊഴിലാളികളെ അടിമകളായി കണ്ട്, അവരുടെ അദ്ധ്വാനത്തെ ചൂഷണംചെയ്ത് വൻലാഭം കൊയ്തുകൂട്ടിയിരുന്ന മംഗളൂരുവിലെ ബീഡിവ്യവസായികളുടെ എതിർപ്പിനെ മറി

കടന്നായിരുന്നു കേരളത്തിലെ ബീഡിത്തൊഴിലാളി പ്രസ്ഥാനത്തിന്റെ മുന്നേറ്റം. കേരളത്തിലെ തൊഴിലാളികൾക്ക് ഏകപക്ഷീയമായി തൊഴിൽ നിഷേധിക്കുക, കമ്പനികൾ കർണ്ണാടകയിലേക്ക് മാറ്റി പ്രവർത്തിപ്പിക്കുക തുടങ്ങിയ വെല്ലുവിളികളാണ് ബീഡി വ്യവസായികൾ ഉയർത്തിയത്. അതിനെ തെല്ലും വകവയ്ക്കാൻ തൊഴിലാളികൾ തയ്യാറായില്ല. ദക്ഷിണകാനറവരെ നീണ്ട ആ തൊഴിലാളി പോരാട്ടത്തിന് ഉത്തര മലബാറിൽ നേതൃത്വം നൽകിയവരിൽ സ. എ കെയുമുണ്ടായി. മംഗലാപുരത്തേക്ക് വ്യാപിപ്പിച്ച സമരത്തിന്റെ നായകനായ എ കെ ജിയുടെ ഒപ്പം എ കെയും മുന്നിൽനിന്നു. ബീഡിത്തൊഴിലാളികളുടെ ചെറുത്തുനിൽപ്പ് അടിച്ചമർത്താൻ മുതലാളിമാർക്കൊപ്പം കർണ്ണാടക സർക്കാരും ചേർന്നപ്പോൾ എ കെയും സഹപ്രവർത്തകരും ജയിലിലടയ്ക്കപ്പെടുകയായിരുന്നു. ജയിൽവാസം മാത്രമായില്ല, ഭീകര മർദ്ദനവും അദ്ദേഹം സഹിക്കേണ്ടി വന്നു. അടിയന്തരാവസ്ഥയുടെ ഭീകര നാളുകളിൽ മിസാ നിയമപ്രകാര തടവുകാലം ഉൾപ്പെടെ വിവിധ ഘട്ടങ്ങളിലായി രണ്ടു വർഷത്തിലേറെയായ ജയിൽവാസം എ കെയിലെ പോരാട്ടവീര്യത്തിന് എന്തെങ്കിലും കുറവുവരുത്താനായില്ലെന്നതും പൊതുപ്രവർത്തകർക്ക് വലിയ ആത്മവിശ്വാസം പകരുന്ന ചരിത്രമാണ്. സി പി ഐ (എം) കണ്ണൂർ ജില്ലാ കമ്മിറ്റിയംഗം, കാസർഗോഡ് ജില്ലാ സെക്രട്ടറിയേറ്റംഗം, ജില്ലാ സെക്രട്ടറി, സംസ്ഥാന കമ്മിറ്റിയംഗം തുടങ്ങിയ നിലകളിൽ തന്റെ നിസ്വാർത്ഥമായ പൊതുജീവിതം അദ്ദേഹം നയിച്ചു. ബീഡിത്തൊഴിലാളി സംഘടനകളുടെ അഖിലേന്ത്യാ ഫെഡറേഷനിലും സംസ്ഥാന ഫെഡറേഷനിലും ഭാരവാഹിയായി. ബീഡിത്തൊഴിലാളികളിൽ തുടങ്ങി തോട്ടം. സ്വകാര്യ ബസ്, കള്ളുചെത്ത്, സിനിമ, മദ്യഷാപ്പ് തൊഴിലാളികളെ ഉൾപ്പെടെ സംഘടിപ്പിക്കുന്നതിലും എ കെ മുന്നിൽനിന്നു. മികച്ച സഹകാരി എന്ന നിലയിലും പേരെടുത്തു.

ആരോടും വിടർന്ന പുഞ്ചിരിയുമായി സംവദിക്കുന്ന എ കെയെയാണ് എല്ലാവർക്കും ഓർത്തെടുക്കാനാകുന്നത്. പ്രശ്നങ്ങളുടെ മർമ്മമറിഞ്ഞ് ഇടപെടുക, സൗമ്യമായി പരിഹാരം ഉറപ്പാക്കുക എന്നതാണ് അദ്ദേഹത്തിന്റെ തനതായ കഴിവായി ശ്രദ്ധയിൽപ്പെട്ടിട്ടുള്ളത്. ബന്ധങ്ങൾ സൂക്ഷിക്കുന്നതിനും തുടരുന്നതിനും അദ്ദേഹത്തിന് അപാരമായ ശേഷിയുണ്ടായിരുന്നു. സഖാവ് എ കെ നമ്മെ വിട്ടുപിരിഞ്ഞിട്ട് ഒരു വർഷം തികയുകയാണ്. ഒന്നാം ചരമവാർഷികദിനത്തിൽ സഖാവിനെ കുറിച്ചുള്ള സഹപ്രവർത്തകരുടെ സ്മരണകൾ ഉൾക്കൊള്ളുന്ന ഓർമ്മ പുസ്തകം പ്രസിദ്ധീകരിക്കുന്നുവെന്നത് എന്തുകൊണ്ടും ശ്രദ്ധേയമായ പ്രവർത്തനമാണ്. ഇന്നത്തെയും നാളത്തേയും തലമുറയിലെ പൊതുപ്രവർത്തകർക്ക് വലിയ ആവേശം പകരുന്നതാകും സ. എ കെയുടെ ഓർമ്മ പുസ്തകം.

സ. എ കെയെ ഓർക്കുമ്പോൾ

സാബു എബ്രഹാം

മൂന്നര പതിറ്റാണ്ടോളം നീണ്ട സ്നേഹാദര ബന്ധങ്ങളുടെ സാന്ദ്രമായ ഓർമ്മയാണ് എന്റെ തലമുറക്കാരെ സംബന്ധിച്ചിടത്തോളം സ. എ കെ. വിദ്യാർത്ഥി സംഘടനാ പ്രവർത്തനത്തിന്റെ കാലത്താണ് സ. എ കെയെ പരിചയപ്പെടുന്നത്. എളേരിത്തട്ട് ഗവൺമെന്റ് കോളേജിൽ നിന്ന് യു യു സിയായി തിരഞ്ഞെടുക്കപ്പെട്ട് കാലിക്കറ്റ് സർവ്വകലാശാല വിദ്യാർത്ഥി യൂണിയൻ ജനറൽ സെക്രട്ടറിയായി മത്സരിപ്പിക്കാൻ തീരുമാനിച്ച വിവരം അറിയിക്കാൻ എസ് എഫ് ഐ ജില്ലാ നേതൃത്വം എന്നെ ജില്ലാ കമ്മിറ്റി ഓഫീസിലേക്ക് വിളിപ്പിച്ചു. അവിടെവെച്ചാണ് സഖാവിനെ ആദ്യമായി കാണുന്നത്. സി പി ഐ (എം) ജില്ലാ സെക്രട്ടറിയായ എ കെയെ ഗൗരവക്കാരനായ വ്യക്തിയായാണ് ദൂരെനിന്ന് ഞാൻ കണ്ടിരുന്നത്. എന്നാൽ നേരിൽക്കണ്ടപ്പോൾ നിറഞ്ഞ ചിരിയുമായി അദ്ദേഹം എന്നോട് വ്യക്തിപരമായ വിവരങ്ങളും താമസസ്ഥലവും മറ്റും അന്വേഷിച്ചു. സഖാവിനെക്കുറിച്ചുണ്ടായിരുന്ന എന്റെ മുൻധാരണ മാറിമറിഞ്ഞു. കിഴക്കൻ മലയോര മേഖലയിൽനിന്നാണ് എന്ന് പറഞ്ഞപ്പോൾ പഴയ പോപ്പുലർ എസ്റ്റേറ്റ് സമരത്തെക്കുറിച്ചും അവിടുത്തെ പഴയകാല തോട്ടം തൊഴിലാളി സംഘടനാ പ്രവർത്തനത്തെക്കുറിച്ചും ആ കാലത്തെ യൂണിയൻ നേതാവായ എളേരിയിലെ മനിയേരിയുടെ പ്രവർത്തനത്തെക്കുറിച്ചും എന്നോട് പറഞ്ഞുതന്നു. ഞാൻ വളരെ കൗതുകത്തോടെയാണ് അദ്ദേഹത്തെ വീക്ഷിച്ചത്. വളരെ സൗമ്യമായി അദ്ധ്യാപകൻ വിദ്യാർത്ഥിക്ക് പറഞ്ഞുതരുന്നതുപോലെ പ്രസ്ഥാനത്തി

ന്റെ മലയോരത്തെ ചരിത്രം ചുരുങ്ങിയ സമയംകൊണ്ട് അദ്ദേഹം വിശദീകരിച്ചു.

പിന്നീട് വിദ്യാർത്ഥി പ്രസ്ഥാനത്തിന്റെ ജില്ലയിലെ മുഖ്യ ചുമതല നിർവ്വഹിച്ച് പ്രവർത്തിക്കുന്ന കാലയളവിൽ പാർട്ടി ജില്ലാ സെക്രട്ടറിയോട് വിവിധ വിഷയങ്ങളിൽ ബന്ധപ്പെട്ടുവാനും എ കെയെ അടുത്തറിയാനും സാധിച്ചു. 1994-95 കാലത്ത് അതിശക്തമായ വിദ്യാർത്ഥി സമരം ജില്ലയിൽ നടക്കുന്ന സന്ദർഭം. കാസർഗോഡ് നഗരത്തിൽ തുടർച്ചയായ ദിവസങ്ങളിൽ സമരമായിരുന്നു. കൂത്തുപറമ്പ് വെടിവെപ്പ് നടന്ന വാർത്ത അറിഞ്ഞപ്പോൾ പുലിക്കുന്നിൽ എസ് പി ഓഫീസിന് കല്ലെറിഞ്ഞ സംഭവംവരെയുണ്ടായി.

കാസർഗോഡ് കെ എസ് ആർ ടി സിയിലേക്ക് നടത്തിയ വിദ്യാർത്ഥി മാർച്ചിനിടയിൽ ഡി വൈ എസ് പിക്കുനേരെ കൈയേറ്റമുണ്ടായി. യു ഡി എഫ് ഭരണകാലത്ത് അകാരണമായി കാസർഗോഡേക്ക് സ്ഥലം മാറ്റപ്പെട്ട ഇടതുപക്ഷ അനുഭാവിയായ ഉദ്യോഗസ്ഥനായിരുന്നു അദ്ദേഹം. സംഘർഷത്തിനിടയിൽ സാരമായ പരിക്ക് അദ്ദേഹത്തിനുണ്ടായി. ആ സംഭവം വലിയ ചർച്ചയായ സന്ദർഭത്തിൽ പൊതുസമക്ഷത്തിൽ എസ് എഫ് ഐയെ സംരക്ഷിക്കാൻ എ കെ ശക്തമായ നിലപാട് സ്വീകരിച്ചു. അതോടൊപ്പം വിദ്യാർത്ഥി നേതാക്കളായ ഞങ്ങളെ വിളിപ്പിച്ച് ശക്തമായ താക്കീതും നൽകി. സമരമുഖത്ത് അതിസാഹസികത കാണിച്ചാൽ ഉണ്ടാകുന്ന ഭവിഷ്യത്ത് ഓർമ്മിപ്പിച്ചു. അന്നാണ് സൗമ്യനായ എ കെയിൽ നിന്ന് കർക്കശക്കാരനായ കമ്യൂണിസ്റ്റിനെ എനിക്ക് കാണാൻ കഴിഞ്ഞത്.

പിൽക്കാലത്ത് യുവജനരംഗത്തെ മുഖ്യ ചുമതല ഏറ്റെടുത്ത സമയത്തും ഇത്തരം നിരവധി അനുഭവങ്ങളുണ്ടായി. ഞങ്ങളുടെ തലമുറയിലുള്ള ഇന്നത്തെ പാർട്ടി സഖാക്കളെ രൂപപ്പെടുത്തുന്നതിലും തെറ്റുകൾക്ക് വിധേയപ്പെടാതെ മുന്നോട്ടുപോകുന്നതിനും എ കെ നൽകിയ മാർഗ്ഗനിർദ്ദേശങ്ങൾ വലിയ ഊർജ്ജമാണ് പകർന്നത്.

ഒരു സാധാരണ തൊഴിലാളിയിൽനിന്നും ഉശിരുള്ള തൊഴിലാളി നേതാവ് എന്ന നിലയിലേക്കുള്ള എ കെയുടെ ഉയർച്ച തീക്ഷ്ണമായ ജീവിതാനുഭവങ്ങളിലൂടെയുള്ളതാണ്. ദിനേശ് ബീഡി സഹകരണ സംഘത്തിന്റെ രൂപീകരണത്തിലേക്ക് നയിച്ചത് എ കെ നാരായണൻ ഉൾപ്പെടെയുള്ളവരുടെ പ്രക്ഷോഭത്തിന്റെയും ഇടപെടലുകളുടെയും ഫലമായാണ്. ബീഡിത്തൊഴിലാളി യൂണിയന്റെ സംസ്ഥാനത്തെയും അഖിലേന്ത്യാ തലത്തിലെയും പ്രമുഖ നേതാക്കളിൽ ഒരാളായിരുന്നു അദ്ദേഹം. ദിനേശ് ബീഡി കേന്ദ്രസംഘം ഡയറക്ടർ, ഹോസ്ദുർഗ് ദിനേശ് സംഘം പ്രസിഡന്റ്, കാസർഗോഡ് ജില്ലാ മൊത്ത വ്യാപാരസംഘം

പ്രസിഡന്റ് എന്നീ നിലകളിൽ അദ്ദേഹം ദീർഘകാലം പ്രവർത്തിച്ചു. സംഘത്തിന്റെ സുഗമമായ പ്രവർത്തനങ്ങൾക്കും തൊഴിലാളികളുടെ ക്ഷേമത്തിനും ഉതകുന്ന നിരവധി ഇടപെടലുകൾ നടത്താൻ എ കെക്ക് സാധിച്ചിട്ടുണ്ട്. നിരവധി തൊഴിൽ സമരങ്ങളിൽ നേതൃത്വപരമായ പങ്കു വഹിച്ച അദ്ദേഹം പലതവണ ജയിലിലടയ്ക്കപ്പെട്ടു. കമ്മാടംചുള്ളി എസ്റ്റേറ്റ് സമരം, കാഞ്ഞങ്ങാട്ട് കല്ലട വുഡ് ഇൻഡസ്ട്രീസ് സമരം എന്നിവയുടെ നേതൃത്വം എ കെക്കായിരുന്നു. ജയിൽവാസങ്ങൾ എ കെയിലെ കമ്യൂണിസ്റ്റുകാരനെ കൂടുതൽ കരുത്തനാക്കുകയായിരുന്നു. അവിഭക്ത കമ്യൂണിസ്റ്റ് പാർട്ടിയിലും അക്കാലംമുതൽ ട്രേഡ് യൂണിയനുകൾ കെട്ടിപ്പടുക്കുന്നതിലും സജീവമായ പങ്ക് അദ്ദേഹം വഹിച്ചു.

നമ്മുടെ ജില്ലയിലെ ട്രേഡ് യൂണിയൻ പ്രസ്ഥാനത്തിന്റെ ചരിത്രത്തിൽ എ കെയുടെ സ്ഥാനം അദ്വിതീയമാണ്. ബീഡിത്തൊഴിലാളിയായ സഖാവ് അവരിലൊരാളായി അവസാന കാലംവരെ പ്രവർത്തിച്ചു. ജില്ലയിൽ ഇന്ന് പ്രവർത്തിക്കുന്ന വ്യത്യസ്ത മേഖലയിലെ പല യൂണിയനുകളും രൂപീകരിക്കാൻ മുൻകൈയെടുത്തത് അദ്ദേഹമായിരുന്നു. പാർട്ടി പ്രവർത്തനങ്ങളെക്കാളും പാർലമെന്ററി പ്രവർത്തനത്തിന് പ്രാമുഖ്യംകാണുന്ന വലതുപക്ഷ വ്യതിയാനങ്ങളിൽനിന്ന് വ്യത്യസ്തമായ പ്രവർത്തനശൈലികൊണ്ട് ജനങ്ങൾക്കിടയിൽ സ്വാധീനം നേടാൻ കഴിയുമെന്ന് തെളിയിച്ച നേതാവാണ് സഖാവ് എ കെ. മുന്നോട്ടുള്ള പ്രയാണത്തിൽ അദ്ദേഹത്തിന്റെ ജ്വലിക്കുന്ന സ്മരണകൾ കരുത്താകും എന്നതിൽ സംശയമേതുമില്ല.

പ്രിയപ്പെട്ട എ കെ

പി കാര്യമ്പു

1970-72 കാലം. ചിത്താരി പുഴയ്ക്ക് അക്കരെ ചേറ്റുകുണ്ടിൽ പോകാൻ റെയിൽപ്പാലത്തിലൂടെയോ കടത്തുതോണിയിലൂടെയോ മാത്രമേ ഗതാഗതസൗകര്യം ഉണ്ടായിരുന്നുള്ളൂ. റോഡ് പാലത്തിന്റെ പണി നടന്നുവരുന്നു. ഞാൻ ചേറ്റുകുണ്ടിലെ സി ബി മയമ്മദ് എന്നയാളുടെ ബീഡിക്കമ്പനിയിൽ അബൂബക്കർ എന്നയാൾ തിരച്ച് തരുന്ന ബീഡിക്ക് നൂലുകെട്ടി പഠിക്കുന്ന കാലം. പതിനഞ്ചോളം പുരുഷ തൊഴിലാളികൾ ബീഡി തെരച്ച് വരുന്ന കമ്പനിയിൽ സഖാവ് എ കെയും സി കേളുനായരും വന്നത് ഇന്നും ഓർമ്മയിൽ നിഴൽ വെട്ടമായി ഉണ്ട്. എ കെ മെലിഞ്ഞ് എന്നാൽ നല്ല ഉയരവും കേളുനായർ നല്ല തടിയുമുള്ള പ്രകൃതമായിരുന്നു. എനിക്ക് 15 -16 വയസ്സ് പ്രായമുണ്ടാവും. ഇവരുടെ പേര് എനിക്ക് അന്ന് അറിയില്ലായിരുന്നു. അവർ ബീഡി തെരക്കുന്ന ഓരോരുത്തരുടെയും അടുത്തുചെന്ന് ബീഡിയെക്കുറിച്ചും യൂണിയനെക്കുറിച്ചും വളരെ ഗൗരവത്തോടെ പറയുന്ന കാര്യങ്ങൾ കേൾക്കാൻ കഴിഞ്ഞത് ഓർമ്മയുണ്ട്. ചേറ്റുകുണ്ടിൽ ഗണേഷ്/ ഗുരുകൃപ ബീഡിക്കമ്പനി ഉണ്ടായിരുന്നു. ഒന്ന് മയമ്മദ് എന്നയാളുടെയും മറ്റൊന്ന് ബല്ല്യ കുട്ടിയന്റെയും എന്നവരുടെയും എന്നാണ് എന്റെ ഓർമ്മ. അവിടെയും നേതാക്കൾ പോയി സംഘടനാ യോഗങ്ങൾ ചേർന്നിരുന്നു. തൊഴിലാളികളിൽ മുസ്ലിം തൊഴിലാളികൾ ഒട്ടേറെ ഉണ്ടായിരുന്നു. നമ്മുടെ അനുഭാവികൾ ആയിരുന്നു അവരിൽ ഏറെയും. ജനസംഘക്കാരായിരുന്നു മറ്റൊരു വിഭാഗം. അവരുടെ ഇടയിൽപ്പോലും എ കെയോട് നല്ല മതിപ്പുണ്ടായിരുന്നു. മനസ്സിൽ വലിയ എതിർപ്പും അവരിലുണ്ട് എന്നത് കണ്ടിരുന്നു.

1972 ൽ അഴീക്കോടൻ കൊല്ലപ്പെട്ടതിന്റെ അനുശോചനയോഗം ചേറ്റുകുണ്ടിൽ നടന്നപ്പോൾ എ കെ അവിടെ സംസാരിച്ചിട്ടുണ്ട്. ജനസംഘക്കാർ കവാത്ത് ശാഖ നടത്തി ഭീഷണി ഉണ്ടാക്കാൻ ശ്രമിച്ചിരുന്നു. അന്നേദിവസം എ കെയോടൊപ്പം തോണികടന്നു കടവത്ത് നിർത്തിയിട്ട അശോക ബസ്സിൽക്കയറി പയ്യനായ ഞാനും ഒപ്പം യാത്രചെയ്യുകയുണ്ടായി. ഇത് ഒരു ഓർമ്മയായി ഇപ്പോഴും മനസ്സിലുണ്ട്. സഖാവ് എ കെയുടെ ജീവിതം ബീഡിത്തൊഴിലാളികളുടെ അവകാശ പോരാട്ടങ്ങൾക്ക് എന്നും തലയെടുപ്പുള്ള നേതൃത്വമായിരുന്നു. വായന സഖാവിന്റെ ഹരമായിരുന്നു. എവിടെച്ചെന്നാലും പത്രമാസികകൾ കണ്ടാൽ പിന്നെ എല്ലാം മറക്കുന്ന പ്രകൃതം. ഈ അടുത്തകാലത്ത് അവശതവന്ന് വീട്ടിലായാലും അടുത്തുള്ള വായനശാലയിലായാലും അത്യാവശ്യം കുന്നുമ്മൽ വന്നാലും പത്രങ്ങൾ, മാസികകൾ എന്നുവേണ്ട എല്ലാം ചുരുട്ടിക്കെട്ടിക്കൊണ്ടു പോകുന്ന ശീലമുണ്ടായിരുന്നു. പലരും അതിനെ മറ്റൊരുരീതിയിൽ കാണാൻ ശ്രമിക്കുമ്പോൾ എനിക്ക് സഖാവിന്റെ അവശതയിലും വായനയോടുള്ള ആർത്തി എന്ന തോന്നലേ ഉണ്ടായിട്ടുള്ളൂ. എന്നും പുഞ്ചിരിച്ചുമാത്രം ആരെയും മുഷിപ്പിക്കാതെ അക്ഷരസ്ഫുടതയോടെ എണ്ണിയെണ്ണിപ്പറയുന്ന സംസാരശൈലിയാണ് എ കെയുടേത്. എന്റെ പ്രിയപ്പെട്ട സഖാവ് നാരായണേട്ടന്റെ ഓർമ്മ എന്നും മനസ്സിൽ സൂക്ഷിക്കുന്നു.

സ. എ കെ സി പി ഐ (എം) ലെ സൗമ്യസാന്നിദ്ധ്യം

എം വി ബാലകൃഷ്ണൻമാസ്റ്റർ

സി പി ഐ (എം) കാസർഗോഡ് ജില്ലയിലെ നേതാക്കളിൽ എല്ലാ അർത്ഥത്തിലും മികച്ച സംഘാടനം, ഉയർന്ന രാഷ്ട്രീയ കാഴ്ചപ്പാട്, വിട്ടുവീഴ്ചയില്ലാത്ത അച്ചടക്കം എന്നീ നിലകളിലെല്ലാം നേതൃത്വപരമായ പങ്കുവഹിച്ച ഒരു സഖാവായിരുന്ന എ കെ ജില്ലയിൽ പാർട്ടിയും വർഗ്ഗബഹുജന പ്രസ്ഥാനങ്ങളും കെട്ടിപ്പടുക്കുന്നതിൽ നിർണ്ണായകമായ പങ്കുവഹിച്ചു.

1930 ൽ നീലേശ്വരം പാലായിയിൽ ജനിച്ച എ കെ പിന്നീട് കാഞ്ഞങ്ങാട്ടുകാരനായി അറിയപ്പെട്ടു. പിൽക്കാലത്ത് തന്റെ പ്രധാന കർമ്മമണ്ഡലമായ ബീഡി മേഖലയിലെ തൊഴിലാളികളെ സംഘടിപ്പിച്ചു കൊണ്ടാണ് പൊതുപ്രവർത്തനത്തിന് നാന്ദി കുറിക്കുന്നത്. പിന്നീട് ബീഡിത്തൊഴിലാളി പ്രസ്ഥാനത്തിന്റെ അഖിലേന്ത്യ ഭാരവാഹിത്വത്തിൽ എത്തിച്ചേർന്നു. മംഗലാപുരത്തെ ബീഡിത്തൊഴിലാളി സമരത്തിൽ പങ്കെടുത്തും അടിയന്തരാവസ്ഥയിൽ മിസ്സ തടവുകാരനായും രണ്ടുവർഷം ജയിൽവാസമനുഷ്ഠിച്ചു. ബീഡിത്തൊഴിലാളി പ്രസ്ഥാനത്തിന്റെ പകരം വെക്കാനാവാത്ത നേതാവായിരുന്നു സഖാവ് എ കെ.

വടക്കേ മലബാറിൽ കമ്യൂണിസ്റ്റ് തൊഴിലാളി പ്രസ്ഥാനത്തിന് അടിത്തറയുണ്ടാക്കിയ നേതാവാണ് അദ്ദേഹം. ജന്മിത്വവും ഭരണകൂടവും സാധാരണ മനുഷ്യരുടെ ജീവിതം നരകസമാനമാക്കി. അതിന്റെ തിക്തഫലം അനുഭവിച്ച് വളർന്ന എ കെയിലെ രാഷ്ട്രീയക്കാരനെ പരുവപ്പെടുത്തിയെടുത്തതും സമര തീക്ഷ്ണമായ അനുഭവങ്ങളായിരുന്നു.

സ. എ കെ നമ്മെ വിട്ടുപിരിയുമ്പോൾ 84 വയസ്സായിരുന്നു. വാർദ്ധ

ക്യസഹജമായ അസുഖത്തെത്തുടർന്ന് അതിയാമ്പൂരിലെ തന്റെ വീട്ടിൽ അഞ്ചുവർഷത്തോളമായി വിശ്രമജീവിതത്തിലായിരുന്നു.

1989 മുതൽ 1994 വരെയും 2004 മുതൽ 2008 വരെയും സി പി ഐ (എം) ജില്ലാ സെക്രട്ടറിയായി പ്രവർത്തിച്ചു. ജില്ലയുടെ പാർട്ടിയുടെ അമരക്കാരിൽ എന്തുകൊണ്ടും പലരോടൊപ്പവും മുൻനിരയിൽനിന്ന് പ്രവർത്തിച്ച ഒരു സഖാവാണദ്ദേഹം. അദ്ദേഹം ദീർഘകാലം പാർട്ടി സംസ്ഥാന കമ്മിറ്റി അംഗവുമായിരുന്നു. ആലപ്പുഴ സംസ്ഥാന സമ്മേളനത്തിൽവച്ച് അദ്ദേഹം ഒഴിയുകയും ജില്ലയിൽനിന്ന് എന്നെ സംസ്ഥാന കമ്മിറ്റിയിൽ ഉൾപ്പെടുത്തുകയും ചെയ്തു. ഇ എം എസ് സർക്കാർ തൊഴിലാളികളുടെ രക്ഷയ്ക്കായി രൂപംനൽകിയ ദിനേശ് ബീഡി സഹകരണ സംഘത്തിന്റെ കേന്ദ്രസംഘം ഡയറക്ടർ എന്ന പദവിയിലേക്കുമെത്തി.

ഹോസ്ദുർഗ്ഗ് ദിനേശ് ബീഡി സംഘം പ്രസിഡന്റ് എന്ന നിലയിലും ദീർഘകാലം പ്രവർത്തിച്ചു. 1960-70 കാലയളവിൽ ഹോസ്ദുർഗ്ഗ് താലൂക്കിലെ തൊഴിൽരംഗത്തെ അസംഘടിത വിഭാഗത്തെ സംഘടിപ്പിക്കുന്നതിൽ വലിയ പങ്കുവഹിച്ചു. വിവിധ മേഖലകളിലെ തൊഴിലാളികളെ സംഘടിപ്പിച്ചുകൊണ്ട് ചെറുതും വലുതുമായ ഒട്ടനവധി തൊഴിലാളി സംഘടനകൾക്ക് രൂപംനൽകി. സി ഐ ടി യുവിന്റെ ജില്ല സംസ്ഥാന ഭാരവാഹിയും കേന്ദ്രകമ്മിറ്റി അംഗമായും ത്യാഗോജ്ജ്വലമായ നേതൃത്വംവഹിച്ച് പ്രവർത്തിച്ചു. കൺസ്യൂമർ ഫെഡിന്റെ സംസ്ഥാന ചെയർമാൻ സ്ഥാനത്തും സേവനമനുഷ്ഠിച്ചു.

അവിഭക്ത കണ്ണൂർ ജില്ലയിൽനിന്നും കാസർഗോഡ് ജില്ല രൂപീകരിച്ചതിനുശേഷം പ്രത്യേകിച്ചും എനിക്ക് സഖാവ് എ കെയുമായി സഹോദര നിർവിശേഷമായ അടുപ്പവും ബന്ധവും ഉണ്ടായിരുന്നു. പാർട്ടി സെക്രട്ടറിയായി സഖാവ് എ കെ പ്രവർത്തിച്ചപ്പോൾ പാർട്ടി സംബന്ധമായ എല്ലാ കാര്യങ്ങളിലും ഏറെ സഹായകരമായ പ്രവർത്തനം എനിക്ക് നടത്താൻ കഴിഞ്ഞു. സംഘടനാ പ്രശ്നങ്ങളടക്കം ചർച്ച ചെയ്യുന്ന പാർട്ടി ഘടകങ്ങളിൽ പലപ്പോഴും സഖാവ് ജില്ലാ സെക്രട്ടറിയേറ്റ് അംഗമെന്ന നിലയിൽ എന്നെയും പങ്കെടുപ്പിക്കുമായിരുന്നു. ഒരു ജില്ലാ സെക്രട്ടറി എന്നനിലയിൽ നടത്തേണ്ട ഓഫീസ് പ്രവൃത്തികൾ പലപ്പോഴും എന്നെയാണ് ഏൽപ്പിക്കാറുള്ളത്. അത്രമാത്രം ഞാനുമായുള്ള എ കെയുടെ സൗഹൃദം ദൃഢമായിരുന്നു.

എന്റെ രാഷ്ട്രീയജീവിതത്തിൽ എന്നും ഓർമ്മയിൽ തളംകെട്ടി നിൽക്കുന്ന ഒരു സംഭവമുണ്ട്. അടിയന്തരാവസ്ഥക്കാലത്തെ ഓർമ്മയായിരുന്നു അത്. സാധാരണ അന്നൊക്കെ ബന്ദ് പ്രഖ്യാപിച്ചാൽ റോഡിൽ മരക്കഷണങ്ങൾ, കല്ല് തുടങ്ങിയവ വെച്ച് തടസ്സമുണ്ടാക്കുമായിരുന്നു. ബന്ദ് ദിവസം എന്നെ ചെറുവത്തൂർ കൊവ്വലിൽ വച്ച് ഒരു വണ്ടിയിൽ

വന്ന സി ആർ പി അടക്കമുള്ള പോലീസ് സംഘം ബലമായി വലിച്ചു വണ്ടിയിൽ കയറ്റി "നീ നേതാവല്ലേടാ" എന്ന് ആക്രോശിച്ചുകൊണ്ട് ഒരുപാട് മർദ്ദിച്ചു. പിന്നീട് വീരമലക്കുന്നിന്റെ താഴെവച്ച് എന്നെ വണ്ടി യിൽനിന്നും ഇറക്കി പെരിയ പഞ്ചായത്ത് ഓഫീസിന് മുന്നിലുള്ള റോ ഡുവരെയുള്ള തടസ്സങ്ങളെല്ലാം നീക്കിച്ചു. അപ്പോഴൊക്കെ പോലീസ് മർദ്ദിക്കുന്നുണ്ടായിരുന്നു. വൈകുന്നേരം 5 മണി സമയത്താണ് കൊവ്വ ലിൽനിന്നും പോലീസ് പിടിച്ചത്. പെരിയ എത്തുമ്പോഴേക്കും രാത്രി 8 മണിയോടടുത്തിരുന്നു. പിന്നീട് നേരെ കാഞ്ഞങ്ങാട് പോലീസ് സ്റ്റേഷനിലെത്തിച്ചു. ഷർട്ടും മുണ്ടുമെല്ലാം ചോരയിൽ കുതിർന്ന എന്നെ രണ്ടു പോലീസുകാർ ബലമായി പിടിച്ച് ലോക്കപ്പ് മുറിയിലേക്ക് തള്ളി യിട്ടു. ഞാൻ കമിഴ്ന്നടിച്ചുവീണത് ഒരാളുടെ കാൽക്കലായിരുന്നു. അദ്ദേഹം എന്നെ പിടിച്ചെഴുന്നേൽപ്പിച്ചു. നോക്കിയപ്പോൾ സഖാവ് എ കെയായി രുന്നു അത്. അദ്ദേഹം ഒരു ട്രൗസർ മാത്രമിട്ട് അവിടെ നിൽക്കുകയാ യിരുന്നു. അദ്ദേഹം എന്നെ ഒരുപാട് സമാധാനിപ്പിച്ചു. ആ മുറിയിലെ ചുമരുചാരി ഞങ്ങൾ രണ്ടുപേരും ഏറെനേരമിരുന്നു. രാത്രിയിൽ പോ ലീസുകാരൻ കൊണ്ടുവന്ന ചപ്പാത്തിയൊന്നും എനിക്ക് കഴിക്കാൻ കഴിഞ്ഞില്ല. അന്ന് ഞങ്ങൾ ഇരുവരും ഉറങ്ങിയില്ല. അടുത്ത ദിവസം ഞങ്ങളെ കോടതിയിൽ ഹാജരാക്കി. കണ്ണൂർ സെൻട്രൽ ജയിലിലേ ക്ക് മാറ്റി. ആദ്യത്തെ ജയിൽവാസം സഖാവ് എ കെയോടൊപ്പം. 14 ദിവസത്തോളം ഞങ്ങൾ ഒന്നിച്ച് ജയിലിൽ കിടന്നു. അപ്പോഴൊക്കെ സഖാവ് അദ്ദേഹത്തിന്റെയും പൊതുവേയുമുള്ള അനുഭവങ്ങളും അദ്ദേഹ ത്തിന്റെ സമരാനുഭവങ്ങളും ജീവിത യാഥാർത്ഥ്യങ്ങളും വേണ്ടുവോളം പറഞ്ഞുതന്നു. ആ തുടക്കം തീർച്ചയായും എന്റെ രാഷ്ട്രീയജീവിതത്തെ മാറ്റിമറിക്കുന്നതിൽ ഏറെ സഹായിച്ചു. തിരഞ്ഞെടുപ്പ് രാഷ്ട്രീയത്തിനോട് ജില്ലയിലെ മറ്റ് ചില നേതാക്കളെപ്പോലെ പുറം തിരിഞ്ഞുനിന്ന കമ്യൂ ണിസ്റ്റായിരുന്നു അദ്ദേഹം. ഒരു പഞ്ചായത്ത് തിരഞ്ഞെടുപ്പിൽപോലും മത്സരിച്ചിരുന്നില്ല.

ഒപ്പം രാഷ്ട്രീയത്തിൽ വന്നവരും രാഷ്ട്രീയത്തിൽ കൈപിടിച്ചുയ ർത്തിയവരെല്ലാം പല തലങ്ങളിലേക്ക് തിരഞ്ഞെടുക്കപ്പെട്ടുവെങ്കിലും എ കെയുടെ വഴി വേറിട്ടതായിരുന്നു. സംഘടനാതലത്തിൽ തന്റെ പ്രാ വീണ്യം ആവോളം തെളിയിച്ച നേതാവാണ് സഖാവ് എ കെ എന്ന രണ്ടക്ഷരത്തിൽ മുദ്ര പതിപ്പിച്ച എ കെ നാരായണൻ എന്ന വലിയ മനു ഷ്യൻ.

സഖാവിന്റെ ഒന്നാം ചരമവാർഷികം നാമിന്ന് സമുചിതമായി ആചരിച്ചിരിക്കുകയാണ്. സഖാവിന്റെ ദീപ്തമായ സ്മരണയ്ക്കുമുന്നിൽ ആദ രാഞ്ജലികൾ അർപ്പിക്കുന്നു..

ഓർമ്മയിൽ ജീവിക്കുന്ന എ കെ

ഇ ചന്ദ്രശേഖരൻ എം എൽ എ

ബീഡിത്തൊഴിലാളിയായി ജീവിതമാരംഭിച്ച് തൊഴിലാളി യൂണിയൻ പ്രവർത്തകനായും തുടർന്ന് യൂണിയൻ സംഘാടകനായും അതുവഴി തൊഴിലാളി നേതാവായും വളർന്ന വ്യക്തിയാണ് സ. എ കെ. ദീർഘകാലത്തെ പ്രവർത്തനത്തിലൂടെ രാഷ്ട്രീയ നേതൃത്വത്തിലേക്ക് ഉയർന്നുവരികയും, ജില്ലയിലെയും സംസ്ഥാനത്തെത്തന്നെയും കമ്യൂണിസ്റ്റ് പാർട്ടി ഓഫ് ഇന്ത്യ (മാർക്സിസ്റ്റിന്റെ) പ്രമുഖ നേതാവായി പ്രവർത്തിക്കുകയും ചെയ്തത് ഈ സന്ദർഭത്തിൽ ഓർക്കുകയാണ്. കമ്യൂണിസ്റ്റ് പാർട്ടിയുടെ ആദ്യകാല പ്രവർത്തകനും കാഞ്ഞങ്ങാട് താലൂക്കിൽ പാർട്ടി കെട്ടിപ്പടുക്കുന്നതിൽ മാതൃകാപരമായ പ്രവർത്തനം കാഴ്ചവെക്കുകയും ചെയ്ത സ. എ കെ പാർട്ടിയുടെ ഭിന്നിപ്പിനുശേഷം കാഞ്ഞങ്ങാട് മാത്രമല്ല, ഇന്നത്തെ ജില്ല രൂപംകൊണ്ടപ്പോൾ സി പി ഐ (എം) ജില്ലാ നേതൃത്വത്തിലെ തന്നെ മുൻനിരക്കാരനായി മാറുകയും ചെയ്തു.

1964 നുശേഷം 1984 ൽ കാസർഗോഡ് ജില്ല രൂപീകരിക്കുന്നതു വരെയുള്ള രണ്ട് ദശാബ്ദകാലം കാഞ്ഞങ്ങാട് താലൂക്കിലും മറ്റ് പ്രദേശങ്ങളിലും അദ്ദേഹത്തിന്റെ സംഘടനാ പ്രവർത്തനവും രാഷ്ട്രീയപ്രവർത്തനവും തുടർന്നുകൊണ്ടിരുന്നു. ജില്ല രൂപീകരിച്ചപ്പോൾ ആദ്യത്തെ സി പി ഐ (എം) ജില്ലാ സെക്രട്ടറിയായ സ. പി കരുണാകരനുശേഷം സി പി ഐ (എം) ജില്ലാ സെക്രട്ടറിയായി തെരഞ്ഞെടുക്കപ്പെട്ട സ. എ കെയുമായി അന്നുമുതൽ എനിക്ക് ഏറ്റവും കൂടുതൽ ബന്ധമുണ്ടാക്കാൻ കഴിഞ്ഞു എന്നതാണ് ഇവിടെ അനുസ്മരിക്കുന്നത്.

എപ്പോഴും ചിരിച്ചുകൊണ്ടുമാത്രം കാണാൻ കഴിയുന്ന സ. എ കെയുടെ മുഖം ഇപ്പോഴും ഓർമ്മയിൽനിന്ന് മായാതെ നിൽക്കുന്നു. ഈ കാലഘട്ടത്തിൽ സി പി ഐയുടെ ജില്ലാ സെക്രട്ടറിയായി പ്രവർത്തിക്കുവാൻ എനിക്കും അവസരം ലഭിച്ചിരുന്നു. ഇടതുപക്ഷ ജനാധിപത്യ മുന്നണി

പ്രവർത്തനവും സി പി ഐ - സി പി ഐ (എം) ബന്ധവും ജില്ലയിൽ മെച്ചപ്പെട്ട നിലയിൽ മുന്നോട്ട് കൊണ്ടുപോകുന്നതിന് സ. എ കെയുടെ സമീപനവും പെരുമാറ്റവും സർവ്വോപരി സ്നേഹപൂർവ്വമായ ചന്ദ്രശേഖരാ എന്ന വിളിയും ഒരു ജ്യേഷ്ഠ സഹോദരനോടുള്ള അടുപ്പവും ബന്ധവും കാരണമാക്കിയിട്ടുണ്ട്. ചിലപ്പോൾ പ്രശ്നങ്ങൾ സംബന്ധിച്ച് ചർച്ചചെയ്യുമ്പോൾ ശക്തമായ വിയോജിപ്പുണ്ടാകാറുണ്ടെങ്കിലും തമ്മിൽ പരസ്പരം തെറ്റായി പെരുമാറിയതിന്റെ ഒരനുഭവംപോലും എ കെയുമായി ഉണ്ടായിട്ടില്ല. ഇണങ്ങിയും പിണങ്ങിയുമുള്ള ബന്ധമാണ് പലപ്പോഴും മുന്നണി സംവിധാനത്തിൽ പാർട്ടി നേതൃത്വത്തിലെ പ്രവർത്തകർക്കുണ്ടാവുക. എന്നാൽ ഈ കാലഘട്ടത്തിൽ പിണക്കത്തിന്റെ ഒരന്തരീക്ഷവും കടന്നുവന്നിട്ടില്ല. പൊതുവിൽ സൗഹൃദ ഭാവത്തോടെയുള്ള സ. എ കെയുടെ സമീപനം പൊതുപ്രവർത്തന രംഗത്തുള്ളവർക്ക് മാതൃകയാക്കാവുന്നതാണ്.

സഖാവ് എ കെയെ ഓർക്കുമ്പോൾ 2011 മുതൽ കാഞ്ഞങ്ങാട് നിയോജകമണ്ഡലത്തിൽ ഇടതുപക്ഷ ജനാധിപത്യ മുന്നണി സ്ഥാനാർത്ഥിയായി മൂന്നു പ്രാവശ്യം മത്സരിച്ച എനിക്ക് ഈ തിരഞ്ഞെടുപ്പ് രംഗത്തെ സഖാവിന്റെ സാന്നിദ്ധ്യവും വിവിധ സന്ദർഭങ്ങളിലെ ഇടപെടലും എടുത്തുപറയേണ്ടതായിട്ടുണ്ട്.

ആദ്യ രണ്ടു തിരഞ്ഞെടുപ്പ് ഘട്ടത്തിലും (2011-16) സഖാവ് തിരഞ്ഞെടുപ്പ് കമ്മിറ്റി ഓഫീസിൽ നിത്യ സന്ദർശകനും തിരഞ്ഞെടുപ്പ് സംഘടനാ പ്രവർത്തനത്തിന്റെ മേൽനോട്ടക്കാരനുമായിരുന്നു എന്നത് പറയാതെ പറ്റില്ല. തിരഞ്ഞെടുപ്പ് കമ്മിറ്റികളുടെ യോഗങ്ങളിൽ പങ്കെടുക്കുന്നതിൽ അദ്ദേഹം നിർബ്ബന്ധം കാണിച്ചിരുന്നു. അതോടൊപ്പം തിരഞ്ഞെടുപ്പുകൾ ഏറെ കാണുകയും അതിൽ മുഴുകുകയുംചെയ്ത സഖാവിന്റെ അനുഭവസമ്പത്തുള്ള നിർദ്ദേശങ്ങൾ ഏറെ സഹായകമായിട്ടുണ്ട്. കൂടാതെ തിരഞ്ഞെടുപ്പ് പ്രചരണ പ്രവർത്തനങ്ങളിലും സഖാവിന്റെ സാന്നിദ്ധ്യവും പതിഞ്ഞ ശബ്ദത്തോടെയുള്ള പ്രസംഗങ്ങളുമെല്ലാം സാധാരണ തിരഞ്ഞെടുപ്പ് പ്രസംഗങ്ങളിൽ നിന്ന് വ്യത്യസ്തമായിരുന്നു. മൂന്നാം തവണ 2021 ൽ മത്സരം നടക്കുമ്പോൾ ഞാൻ സഖാവ് എ കെയെ അദ്ദേഹത്തിന്റെ വീട്ടിൽച്ചെന്ന് കണ്ടാണ് പ്രവർത്തനമാരംഭിച്ചത്. അസുഖബാധിതനായി വീട്ടിൽ വിശ്രമിക്കുന്ന സന്ദർഭമായിരുന്നു അത്. പിന്നീട് വിവിധ സന്ദർഭങ്ങളിൽ സഖാവിനെ കാണാൻ വീട്ടിലും ആശുപത്രിയിലുമെല്ലാം ചെന്നത് ഇപ്പോഴും ഓർക്കുകയാണ്.

സൗമ്യനും ശാന്തസ്വഭാവക്കാരനും അതുകൊണ്ടുതന്നെ തൊഴിലാളികൾക്കും സഖാക്കൾക്കും പ്രിയങ്കരനുമായിരുന്നു സഖാവ് എ കെ. വിവിധ രാഷ്ട്രീയ പാർട്ടികളിലെ പ്രവർത്തകരുടെയെല്ലാം അംഗീകാരം പിടിച്ചുപറ്റിയ ഒരു മാതൃകാവ്യക്തിത്വത്തിന് ഉടമയായിരുന്നു അദ്ദേഹം. സാമൂഹ്യ മാറ്റത്തിനുവേണ്ടി ഒരു ജീവിതകാലം മുഴുവൻ ത്യാഗപൂർവ്വം പ്രവർത്തിച്ച ധീര സഖാവിന് ഈ വരികളിലൂടെ ആദരവ് അർപ്പിക്കുന്നു.

എന്നും വഴിവിളക്കായി ആ നറുചിരി

കെ ടി ശശി

വിടർന്ന ചിരി. കൃത്രിമത്വമൊട്ടുമില്ലാത്ത, ഹൃദ്യമായ പെരുമാറ്റം. എ കെ നാരായണൻ എന്ന പൊതുപ്രവർത്തകനെ, കമ്യൂണിസ്റ്റ് നേതാവിനെ ഓർക്കുമ്പോൾ ആരുടെയും മനസ്സിൽ ആദ്യമെത്തുക ഇതായിരിക്കും. കണ്ടമാത്രയിൽ തന്നെ നമ്മുടെ മനസ്സുകളിർക്കും. ഇക്കാലത്ത് അധികം രാഷ്ട്രീയ നേതാക്കളിലും കാണാത്ത സവിശേഷതയാണിത്.

പഴയകാല കമ്യൂണിസ്റ്റ് നേതാക്കളിൽ പലരെയുംപോലെ പ്രാഥമിക വിദ്യാഭ്യാസത്തിനുശേഷം ജീവിതവൃത്തിക്കായി ബീഡി തെറുപ്പ് ഉൾപ്പെടെയുള്ള തൊഴിലുകളിലേർപ്പെട്ട്, ട്രേഡ് യൂണിയൻ പ്രവർത്തനങ്ങളിൽ ആകൃഷ്ടനായി, തൊഴിലാളികളെ സംഘടിപ്പിച്ച്, അവരുടെ സമരനായകനായി പൊതുരംഗത്ത് സജീവമായ ചരിത്രമാണ് എ കെയുടേതും. ബീഡിത്തൊഴിലാളി പ്രസ്ഥാനത്തിലൂടെയാണ് അദ്ദേഹം മികവുറ്റ ട്രേഡ് യൂണിയൻ സംഘാടകനും സമാദരണീയനായ കമ്യൂണിസ്റ്റ് നേതാവുമായി മാറിയത്. അക്ഷരാർത്ഥത്തിൽ തൊഴിലാളിവർഗ്ഗത്തിനായി ഉഴിഞ്ഞുവച്ച ജീവിതം.

എന്റെ വിദ്യാർത്ഥി ജീവിതകാലത്ത്, എൺപതുകളുടെ തുടക്കത്തിൽത്തന്നെ എ കെ നാരായണേട്ടനെ പരിചയമുണ്ടെങ്കിലും അടുത്ത് ഇടപഴകിത്തുടങ്ങുന്നത് 1984 ൽ കാസർഗോഡ് ജില്ല രൂപംകൊണ്ടതോടെയാണ്. സി പി ഐ (എം) ജില്ലാ സെക്രട്ടറിയേറ്റ് അംഗവും സി ഐ ടി യുവിന്റെ പ്രഥമ ജില്ലാ സെക്രട്ടറിയുമായിരുന്നു അദ്ദേഹം. കാസർഗോഡ് എം ജി റോഡിലെ സി പി ഐ (എം) ഏരിയാ കമ്മിറ്റി ഓഫീസ് കെട്ടിടത്തിലായിരുന്നു തുടക്കത്തിൽ ജില്ലാ കമ്മിറ്റി ഓഫീസും. ഏരിയാ കമ്മി

റ്റി ഓഫീസ് ഹാളിന്റെ ഒരു മൂലയിലേക്ക് ഒതുങ്ങി. എസ് എഫ് ഐ ഏരിയാ സെക്രട്ടറി എന്നനിലയിൽ തട്ടകം എ സി ഓഫീസായിരുന്നു. വളരെ വേഗത്തിൽത്തന്നെ ഞാനടക്കമുള്ള എസ് എഫ് ഐ പ്രവർത്തകർ ജില്ലാ നേതാക്കളുടെയും വേണ്ടപ്പെട്ടവരായി മാറി. എ കെ വല്ലപ്പോഴുമേ ഡി സി ഓഫീസിൽ വരാറുള്ളുവെങ്കിലും എന്നെ വലിയ സ്നേഹ വാത്സല്യമായിരുന്നു. ജില്ലാ കമ്മിറ്റി ഓഫീസ് പിന്നീട് വിദ്യാനഗറിലെ എ കെ ജി മന്ദിരത്തിലേക്ക് മാറുമ്പോഴേക്കും എസ് എഫ് ഐ ജില്ലാ സെന്ററിലെ ആളെന്ന നിലയിൽ ഞാൻ ഡി സി ഓഫീസിലെ സ്ഥിരം അന്തേവാസിയായിക്കഴിഞ്ഞിരുന്നു. എ കെ ഇടയ്ക്ക് സി ഐ ടി യു ജില്ലാ കമ്മിറ്റിയുടെയും ബീഡിത്തൊഴിലാളി യൂണിയന്റെയും കത്തുകളും പ്രസ്താവനകളും വാർത്താക്കുറിപ്പുകളുമൊക്കെ എഴുതിക്കും. പ്രസ്താവനകളും വാർത്തകളും പത്ര ഓഫീസുകളിൽ എത്തിച്ചുകൊടുക്കേണ്ട ചുമതലയും എനിക്കായിരുന്നു.

1989 ജനുവരിയിൽ ഞാൻ *ദേശാഭിമാനി* ലേഖകനായി കാസർഗോഡ് എത്തിയതോടെ അടുപ്പം കൂടുതൽ ദൃഢമായി. ആ വർഷം ഒടുവിലാണ് എ കെ പാർട്ടി ജില്ലാ സെക്രട്ടറിയാകുന്നത്. ജില്ലാ സെക്രട്ടറിയായിരുന്ന സ. പി കരുണാകരേട്ടൻ *ദേശാഭിമാനി* ജനറൽ മാനേജരായി പോയതോടെ സെക്രട്ടറി പദം അപ്രതീക്ഷിതമായി എ കെയെ തേടിയെത്തുകയായിരുന്നു. രാഷ്ട്രീയ- ട്രേഡ് യൂണിയൻ രംഗത്തെ വിപുലമായ അനുഭവസമ്പത്തിനൊപ്പം ക്ലീൻ ഇമേജും പ്രതിസന്ധിഘട്ടങ്ങളിലെ ചാഞ്ചല്യമില്ലാത്ത നിലപാടുകളുമാകാം എ കെയിൽ വിശ്വാസമർപ്പിക്കാൻ പാർട്ടി നേതൃത്വത്തെ പ്രേരിപ്പിച്ചതെന്നാണ് ഞാൻ കരുതുന്നത്.

ജില്ലയിലെ പാർട്ടിയുടെയും ഇടതുപക്ഷ പ്രസ്ഥാനത്തിന്റെയും അമരക്കാരനായെങ്കിലും ഏറെ ഉത്തരവാദിത്വമുള്ളതും വെല്ലുവിളി നിറഞ്ഞതുമായ പദവിയോട് ഇഴുകിച്ചേരാൻ എ കെ കുറച്ച് സമയമെടുത്തെന്നാണ് വളരെ അടുത്തുനിന്ന് അദ്ദേഹത്തെ നിരീക്ഷിക്കാൻ അവസരം ലഭിച്ചയാളെന്നനിലയിൽ എനിക്കു തോന്നിയിട്ടുള്ളത്. പ്രഥമ ജില്ലാ സെക്രട്ടറി സ. പി കരുണാകരൻ അവിഭക്ത കണ്ണൂർ ജില്ലയിലെതന്നെ പാർട്ടിയുടെ മുൻനിര നേതാക്കളിലൊരാളായിരുന്നു. മുൻ തൃക്കരിപ്പൂർ എം എൽ എ, എ കെ ജിയുടെ മരുമകൻ എന്നീ പരിവേഷങ്ങളുള്ള അദ്ദേഹത്തിന് ജില്ലയിലുടനീളം സാർവ്വത്രികമായ ജനസമ്മതിയും അംഗീകാരവുമുണ്ടായിരുന്നു. എം വി രാഘവൻ പ്രശ്നം അസ്വാസ്ഥ്യം സൃഷ്ടിച്ച ഘട്ടത്തിൽ ജില്ലയിലെ പാർട്ടി സംഘടനയെ കെട്ടുറപ്പോടെ സംരക്ഷിക്കുന്നതിൽ നിർണ്ണായക പങ്കുവഹിച്ച കരുത്തൻ. ഈ സ്ഥാനത്തേക്ക് താരതമ്യേന ജൂനിയറായ (പാർട്ടി സംഘടനാതലത്തിൽ) മറ്റൊരാൾ വരുമ്പോൾ സ്വാഭാവികമായും ഉണ്ടാകുന്ന വിടവ് വലുതായിരിക്കും.

എന്നാൽ, ഇതിനെക്കാൾ വലിയ പരിമിതിയായി എനിക്കു തോന്നിയത് മറ്റൊന്നാണ്. ട്രേഡ് യൂണിയൻ രംഗത്തെ അതികായനാണെങ്കിലും പാർട്ടിയിൽ ബ്രാഞ്ച് സെക്രട്ടറി, ലോക്കൽ സെക്രട്ടറി, ഏരിയാ സെക്രട്ടറി തുടങ്ങിയ ഉത്തരവാദപ്പെട്ട ചുമതലകളൊന്നും എ കെ വഹിച്ചിരുന്നില്ല. അതുകൊണ്ടുതന്നെ മുന്നിലെത്തുന്ന ബഹുമുഖമായ പ്രശ്നങ്ങളെ അവധാനതയോടെ സമീപിച്ച് വേഗത്തിൽ ഉചിതമായ തീരുമാനം കൈക്കൊള്ളുന്നതിലുള്ള പരിചയക്കുറവ് ചെറിയതോതിൽ ഉണ്ടായിരുന്നു. സി കൃഷ്ണൻ നായർ, എം രാമണ്ണറൈ തുടങ്ങിയ മുതിർന്ന സഖാക്കളൊക്കെയുള്ള കാലം. പി രാഘവൻ, കെ കുഞ്ഞിരാമൻ, എം വി കോമൻ നമ്പ്യാർ, ബി എം രാമയ്യഷെട്ടി എന്നിങ്ങനെ സെക്രട്ടറിയേറ്റിലെ മറ്റുള്ളവരും ഏറെ അനുഭവസ്ഥരായ നേതാക്കൾ. സഹജമായ നിഷ്കളങ്കത കൊണ്ടാകാം ഇവരുമായൊക്കെ കൂടിയാലോചിക്കാതെ തീരുമാനമെടുത്താൽ പ്രശ്നമാകുമെന്ന് എ കെ ധരിച്ചിരിക്കാം. ഇതുകാരണം പൊതുവെ നിസാരമെന്നുതോന്നാവുന്ന കാര്യത്തിൽപ്പോലും വിശദമായി ആലോചിച്ചും മറ്റു നേതാക്കളുമായി ചർച്ചചെയ്തും മാത്രമേ തീരുമാനം എടുക്കുകയുള്ളൂ. ഉടൻ പ്രതികരണമെന്നത് അദ്ദേഹത്തിന്റെ അജണ്ടയിലേ ഉണ്ടായിരുന്നില്ല. രാഷ്ട്രീയ സംഭവവികാസങ്ങളുമായി ബന്ധപ്പെട്ട് പ്രസ്താവനകൾ തയ്യാറാക്കുമ്പോഴും മറ്റും ഇത് എന്നെ വല്ലാതെ വലച്ചിട്ടുണ്ട്. പ്രസ്താവനകൾ തന്നെ അപൂർവ്വം. വല്ലപ്പോഴും ഇറക്കുമ്പോഴാകട്ടെ വിഷയവും ഉദ്ദേശിക്കുന്ന ആംഗിളും സൂചിപ്പിച്ച് എന്നോട് കരട് തയ്യാറാക്കാൻ പറയും. ഇ മെയിലും മൊബൈൽ ഫോണും വാട്സ്ആപ്പുമൊന്നും ഇല്ലാത്ത കാലമാണല്ലോ. കാസർഗോഡ് ടൗണിലെ *ദേശാഭിമാനി* ഓഫീസിൽനിന്ന് പ്രസ്താവന എഴുതിത്തയ്യാറാക്കി ആരുടെയെങ്കിലും പക്കൽ ഡി സി ഓഫീസിലേക്ക് കൊടുത്തയക്കും. ചില അടിയന്തരഘട്ടങ്ങളിൽ ഞാൻ തന്നെ കൊണ്ടുപോയി നൽകും. എന്നാൽ, അതു വായിച്ച് ഓകെ പറയാൻ, അല്ലെങ്കിൽ ഇന്നയിന്ന തിരുത്തൽ വേണമെന്ന് നിർദ്ദേശിക്കാൻ പിന്നെയും ഏറെ സമയമെടുക്കും. മുതിർന്ന സഖാക്കളിലാർക്കെങ്കിലും ഫോണിൽ വായിച്ചുകൊടുത്ത് അഭിപ്രായം തേടുന്നതിനാലാണ് ഈ കാലതാമസം. സംഘടനാ വിഷയങ്ങളിൽ തീരുമാനമെടുക്കുന്നതിലും ഏതാണ്ട് ഇതുതന്നെയായിരുന്നു സ്ഥിതിയെന്ന് പലരും തമാശയായി പറയാറുണ്ട്.

എന്നാൽ, ഈ പ്രൊബേഷൻ കാലം അധികം നീണ്ടുനിന്നില്ല. നിരന്തരമായ പഠനത്തിലൂടെയും കഠിനാദ്ധ്വാനത്തിലൂടെയും എ കെ വൈകാതെതന്നെ ഇത്തരം പരിമിതികളെയെല്ലാം അതിജീവിച്ചു. 1991 ലെ ജില്ലാകൗൺസിൽ, നിയമസഭാ-ലോക്സഭാ തിരഞ്ഞെടുപ്പുകളും. അതുകഴിഞ്ഞ് പാർട്ടി സമ്മേളനങ്ങളുമായപ്പോഴേക്കും അദ്ദേഹം പ്രഗ

തടനായ ജില്ലാ സെക്രട്ടറിയായി മാറിക്കഴിഞ്ഞിരുന്നു. കാസർഗോഡ് നഗരത്തിൽ പാർട്ടി പ്രവർത്തകനും വ്യാപാരി വ്യവസായി സമിതി നേതാവുമായിരുന്ന സ. മുഹമ്മദ് അലിയുടെ വീട്ടുവളപ്പിലായിരുന്നു അത്തവണ ജില്ലാ സമ്മേളനം. ഇ എം എസും നായനാരുമടക്കമുള്ള നേതാക്കൾ പങ്കെടുത്ത സമ്മേളനത്തിൽ എ കെയെ ജില്ലാ സെക്രട്ടറിയായി തെരഞ്ഞെടുത്തു. കാസർഗോഡ് ജില്ലയിലെ കമ്യൂണിസ്റ്റ് പ്രസ്ഥാനത്തിന്റെ ചരിത്രത്തിലെ അവിസ്മരണീയ ഏടാണ് അന്നത്തെ വ്യത്യസ്തമായ സമ്മേളനവും താളിപ്പടുപ്പ് മൈതാനിയിൽ ഇ എം എസിനെ കേൾക്കാനെത്തിയ മഹാജനസാഗരവും.

ചെറിയൊരു ഇടവേളയ്ക്കുശേഷം വീണ്ടും രണ്ടുവട്ടംകൂടി എ കെ ജില്ലാ സെക്രട്ടറിയായി. കാസർഗോഡ് ജില്ലയിൽ സി പി ഐ (എം) നും വർഗ്ഗ - ബഹുജന പ്രസ്ഥാനങ്ങൾക്കും ശക്തമായ വേരോട്ടമുണ്ടാകുന്നതിൽ അദ്ദേഹത്തിന്റെ സംഭാവന നിസ്തുലം. വടക്കൻ കേരളത്തിലെ കമ്യൂണിസ്റ്റ് വിപ്ലവപ്രസ്ഥാനത്തിന്റെ പാതയിൽ എന്നും വെളിച്ചംപകരുന്ന വിളക്കുമരങ്ങളിലൊന്നാണ് സ. എ കെ നാരായണനെന്ന് നിസ്സംശയം പറയാനാകും.

ജോലിയുടെ ഭാഗമായി തൊണ്ണൂറുകളിൽ കാസർഗോഡ് വിട്ട ഞാൻ കണ്ണൂരിൽ സ്ഥിരതാമസമാക്കിയെങ്കിലും എ കെയുമായുള്ള അടുപ്പം അവസാനകാലംവരെയും നിലനിർത്താനായെന്നത് ജീവിതത്തിലെ വലിയ ധന്യതയാണ്.

സഖാവ് എ കെ
തലമുറകൾക്ക് മാതൃകാ കമ്യൂണിസ്റ്റ്
കെ പി സതീഷ്ചന്ദ്രൻ

ഞങ്ങളുടെ തലമുറ വിദ്യാർത്ഥി ജീവിതകാലത്ത് പരിചയപ്പെട്ട കമ്യൂണിസ്റ്റ് നേതാക്കളിൽ ഒരാളായിരുന്ന സഖാവ് എ കെ. അദ്ദേഹത്തിന്റെ സ്നേഹത്തോടെയുള്ള പെരുമാറ്റത്തിന്റെ മാധുര്യം ഇപ്പോഴും മായാതെ മനസ്സിൽ നിറഞ്ഞുനിൽക്കുന്നുണ്ട്.

കമ്യൂണിസ്റ്റ് പ്രസ്ഥാനത്തിന്റെ പ്രയാസങ്ങളും പ്രതിസന്ധികളും നിറഞ്ഞ കഠിനകാലത്ത് പാർട്ടി കെട്ടിപ്പടുക്കുവാൻ ത്യാഗപൂർവ്വം പ്രവർത്തിച്ച നേതാവായിരുന്ന എ കെ. ബീഡിത്തൊഴിലാളിയായി ജീവിതം ആരംഭിക്കുകയും അടിച്ചമർത്തപ്പെട്ടവരും പാർശ്വവൽക്കരിക്കപ്പെട്ടവരുമായ ബീഡിത്തൊഴിലാളികൾ, ഹോട്ടൽ, പീടികത്തൊഴിലാളികൾ തുടങ്ങി ഏറ്റവും സാധാരണക്കാരായ ജനവിഭാഗത്തെ സംഘടിപ്പിച്ചുകൊണ്ടാണ് അദ്ദേഹം കമ്യൂണിസ്റ്റ് പാർട്ടിയുടെ നേതൃനിരയിലെത്തിയത്. ജയിൽവാസവും പോലീസ് മർദ്ദനവും അദ്ദേഹത്തിന്റെ രാഷ്ട്രീയ ജീവിതത്തിന്റെ ഭാഗമായിരുന്നു. അടിയന്തരാവസ്ഥക്കാലത്ത് 18 മാസക്കാലം അദ്ദേഹം കണ്ണൂർ സെൻട്രൽ ജയിലിൽ അടയ്ക്കപ്പെട്ടു. ജയിൽ ജീവിതത്തിൽ അടുത്ത് പരിചയപ്പെടാൻ കഴിഞ്ഞ നേതാക്കളുടെ ഇടപെടലുകളും ക്ലാസും തന്റെ രാഷ്ട്രീയജീവിതത്തിൽ ചെലുത്തിയ സ്വാധീനത്തെക്കുറിച്ച് അദ്ദേഹം പലപ്പോഴും പറയാറുണ്ടായിരുന്നു.

നീണ്ട ഒമ്പത് വർഷക്കാലം പാർട്ടിയുടെ കാസർഗോഡ് ജില്ലാ സെക്രട്ടറി എന്ന നിലയിൽ ജില്ലയിലെ സി പി ഐ (എം) നെ ശക്തിപ്പെടുത്തുന്നതിന് എ കെ നടത്തിയ ഇടപെടലുകൾ വിലപ്പെട്ടതായിരുന്നു. പാർട്ടി സംസ്ഥാന കമ്മിറ്റി അംഗം, സി ഐ ടി യു ജില്ലാ സെക്ര

ട്ടറി, സംസ്ഥാന വൈസ് പ്രസിഡന്റ്, ബീഡിത്തൊഴിലാളി യൂണിയൻ സംസ്ഥാന ദേശീയ ഭാരവാഹി എന്നീ നിലകളിലും എ കെ ശ്രദ്ധേയ മായ പ്രവർത്തനം നടത്തി.

കേരളത്തിലെ തന്നെ ഏറ്റവും വലിയ സഹകരണ സ്ഥാപനമായ കൺസ്യൂമർഫെഡ് ചെയർമാനായും അദ്ദേഹം സേവനം അനുഷ്ഠിച്ചു.

ജീവിതത്തിലുടനീളം സഖാവ് എ കെ കാത്തുസൂക്ഷിച്ച ലാളിത്യ വും കമ്യൂണിസ്റ്റ് മൂല്യങ്ങളും തലമുറകൾക്ക് മാതൃകയാണ്. വ്യക്തിപരമാ യി എന്റെ പൊതുജീവിതത്തിൽ സഖാവ് എ കെയുടെ ഇടപെടലുകൾ വിലപ്പെട്ടതായിരുന്നു. അദ്ദേഹത്തിനുശേഷം പാർട്ടി ജില്ലാ സെക്രട്ടറി യായി ചുമതല നിർവഹിക്കേണ്ടിവന്ന ഒമ്പതര വർഷക്കാലം സഖാവ് നൽകിയ ഉപദേശ നിർദ്ദേശങ്ങൾ നിർണ്ണായകമായിരുന്നു. എന്റെ പി താവുമായുള്ള വളരെ പഴക്കമുള്ള അദ്ദേഹത്തിന്റെ സൗഹൃദം കാരണം സ. എ കെയെ പരിചയപ്പെട്ട കാലം മുതൽതന്നെ എനിക്ക് നൽകിയ പരിഗണന വിലപ്പെട്ടതായിരുന്നു. സംഘടനാപ്രശ്നങ്ങൾ ഉൾപ്പെടെ വ്യക്തിപരമായ തർക്കങ്ങൾ പരിഹരിക്കുന്നിടത്തെല്ലാം എല്ലാവരെയും പാർട്ടിയുടെ ഒപ്പംനിർത്തുക എന്നതിൽ അദ്ദേഹം മുൻഗണന നൽകി. എ കെയുടെ ജീവിതം പുതിയ തലമുറയിലെ പാർട്ടി പ്രവർത്തകർക്ക് വഴികാട്ടിയാണ്.

സഖാവ് എ കെ

സ്നേഹവായ്പുകൊണ്ട് സമ്പന്നമായ വ്യക്തിത്വം

എം രാജഗോപാലൻ എം എൽ എ

എ കെ എന്ന രണ്ടക്ഷരത്തിൽ അറിയപ്പെടുന്ന സഖാവ് എ കെ നാരായണനെ നേരിട്ടറിയാവുന്ന ഏതൊരാൾക്കും ഓർത്തെടുക്കാൻ ഒരുപാട് കാര്യങ്ങൾ ഉണ്ടാവുക സ്വാഭാവികം. സഖാവിന്റെ പെരുമാറ്റവും ലാളിത്യവും അത്രമാത്രം ആകർഷകവും ഹൃദ്യവുമായിരുന്നു.

സഖാവ് എ കെ സി പി ഐ (എം) ജില്ലാ സെക്രട്ടറിയേറ്റ് അംഗം, പിന്നീട് പാർട്ടി ജില്ലാ സെക്രട്ടറി എന്നീ നിലകളിൽ ജില്ലയിലെ പാർട്ടിയുടെയും വർഗ്ഗ ബഹുജന സംഘടനകളുടെയും നേതൃരംഗത്ത് പ്രവർത്തിക്കുമ്പോഴാണ് സഖാവുമായി അടുത്തിടപഴകാൻ അവസരം ലഭിച്ചത്. അന്ന് ഞാൻ വിദ്യാർത്ഥി-യുവജനസംഘടനാ രംഗത്ത് ജില്ലാ അടിസ്ഥാനത്തിൽ പ്രവർത്തിച്ചുവരികയായിരുന്നു. അന്നത്തെ സാഹചര്യത്തിൽ നേതൃരംഗത്തുള്ള എസ് എഫ് ഐ, ഡി വൈ എഫ് ഐ ഭാരവാഹികൾ ഏതാണ്ട് പൂർണ്ണമായും പാർട്ടി ജില്ലാകമ്മിറ്റി ഓഫീസിൽ തന്നെയാണ് താമസിക്കാറുള്ളത്. അതുകൊണ്ടുതന്നെ മിക്കസമയവും എ കെയുമായി കാര്യങ്ങൾ സംസാരിക്കുന്നതിനും ആവശ്യമായ നിർദ്ദേശങ്ങൾ സ്വീകരിക്കുന്നതിനും സാധിച്ചിട്ടുണ്ട്.

ചില സങ്കീർണ്ണമായ സംഘടനാ വിഷയങ്ങൾ വന്നാൽ എ കെ വളരെ നർമ്മബോധത്തോടെ പറയും: "ചില ഘട്ടത്തിൽ ഇത് ഒരുതരം ഞാണിന്മേൽ കളിയാണ്. വളരെ സൂക്ഷിച്ച് ജാഗ്രതയോടെ കൈകാര്യം ചെയ്യണം."

സഖാക്കളോടുള്ള അദ്ദേഹത്തിന്റെ പെരുമാറ്റവും ഇടപെടലും എന്നെപ്പോലെയുള്ളവരെ ഏറെ സ്വാധീനിച്ചിട്ടുണ്ട്. സംഘടനാ കാര്യ

ങ്ങളിൽ വിട്ടുവീഴ്ചയില്ലാത്ത പോലെതന്നെ പ്രവർത്തകരെ സ്നേഹിക്കുന്നതിലും സംസാരിക്കുന്നതിലും സഖാവിന് ഒരു പ്രത്യേകതയുണ്ടായിരുന്നു. സഖാവ് ജില്ലാ സെക്രട്ടറിയായി പ്രവർത്തിക്കുന്നകാലത്ത് ഓഫീസ് പ്രവർത്തനങ്ങളെ സഹായിക്കുവാനും അവസരം ലഭിക്കുകയുണ്ടായി. കൂട്ടായ പ്രവർത്തനവും കൂട്ടായ നേതൃത്വവും എന്ന പാർട്ടി കാഴ്ചപ്പാട് പ്രാവർത്തികമാക്കുന്നതിൽ ജില്ലാസെക്രട്ടറി എന്ന നിലയിൽ ഒരു സഖാവിന്റെ മുൻകൈ ബോധ്യപ്പെട്ടിട്ടുള്ള സന്ദർഭമായിരുന്നു അത്. രാഷ്ട്രീയവും സാമൂഹ്യവും സംഘടനാപരവുമായ എത്ര ചെറിയ പ്രശ്നങ്ങളെ പാർട്ടിക്ക് അഭിമുഖീകരിക്കേണ്ടി വന്നാലും നേതൃത്വം എന്ന നിലയിൽ കൂട്ടായി ആലോചിച്ച് തീരുമാനമെടുക്കുന്നതിൽ സഖാവിന്റെ മുൻകൈ ഏറെ മാതൃകാപരമാണ്. വർഗ്ഗ ബഹുജന സംഘടനാഭാരവാഹികൾ രാഷ്ട്രീയ സംഘടനാവിഷയങ്ങൾ വന്നാൽ പാർട്ടിസെക്രട്ടറിയെ സമീപിച്ചാൽ ഉടൻ എ കെ പറയും, "സെക്രട്ടറിയേറ്റ് ഒന്നാലോചിക്കട്ടെ എന്നിട്ട് പറയാം." അത്രമാത്രം കൂട്ടുത്തരവാദിത്വത്തിന്റെ പ്രാധാന്യം ഞങ്ങളെ ബോധ്യപ്പെടുത്തുകയായിരുന്നു ഈ മറുപടിയിലൂടെ സഖാവ്. സംഘടനാപ്രവർത്തനത്തിന് കൂടുതൽ പ്രാധാന്യം നൽകുകയും അതുവഴി സംഘടനാപ്രവർത്തനം ശക്തിപ്പെടുത്താനും വേണ്ടിയാണ് അദ്ദേഹം ശ്രമിച്ചത്. വ്യക്തിപരമായ പബ്ലിസിറ്റി അദ്ദേഹം ഒരിക്കലും ഇഷ്ടപ്പെട്ടില്ല. ഏത് എതിരാളികളെയും വീഴ്ത്താൻകഴിയുന്ന ശക്തമായ ആയുധമായിരുന്നു അദ്ദേഹത്തിന്റെ സമൃദ്ധമായ ചിരി. എ കെയെ ഓർക്കുമ്പോൾ ആദ്യം അദ്ദേഹത്തിന്റെ ചിരിയാണ് മനസ്സിലേക്ക് വരിക. ദരിദ്ര ജന വിഭാഗങ്ങളുടെ സംഘാടകനായി, വിശേഷിച്ചും ബീഡിത്തൊഴിലാളികളെ അവകാശബോധമുള്ള ജനവിഭാഗമാക്കി മാറ്റിയെടുക്കാൻ അദ്ദേഹം യത്നിച്ചു. തൊഴിലാളികൾക്ക് വർഗ്ഗബോധവും വിപ്ലവാവേശവും പകർന്നുനൽകാൻ വർഗ്ഗസമരത്തിന്റെ തീച്ചൂളയിലൂടെ കടന്നുവന്ന എ കെക്ക് കഴിഞ്ഞു. രാഷ്ട്രീയ ശത്രുക്കൾക്കും മിത്രങ്ങൾക്കും ബഹുമാനത്തോടുകൂടി മാത്രമേ എ കെയെ സ്മരിക്കാൻ കഴിയുകയുള്ളൂ. അത്രമാത്രം സ്നേഹസമ്പന്നവും അനുകരണീയവുമായിരുന്നു സഖാവിന്റെ ഇടപെടൽ, മനുഷ്യസ്നേഹത്തിലധിഷ്ഠിതമാണ് കമ്യൂണിസം. മനുഷ്യസ്നേഹ പ്രചോദനമായ പ്രവർത്തനങ്ങളിലൂടെ അത് തെളിയിക്കാൻ സഖാവിന് കഴിഞ്ഞു. സഖാവിന്റെ പ്രോജ്വല സ്മരണ പുതിയ തലമുറയ്ക്കും വരുംനാളുകളിലെ വിപ്ലവ രാഷ്ട്രീയ പ്രവർത്തനത്തിനും എന്നും പ്രചോദനമാകട്ടെ.

ത്യാഗസന്നദ്ധതയുടെയും ലാളിത്യത്തിന്റെയും ആൾരൂപമായി സഖാവ് എ കെ

വി വി രമേശൻ

എന്റെ വിദ്യാർത്ഥി--യുവജന സംഘടനാരംഗത്തും രാഷ്ട്രീയ ജീവിതത്തെയും ഏറെ സ്വാധീനിച്ച വിപ്ലവകാരിയായിരുന്നു സ. എ കെ നാരായണനെന്ന മനുഷ്യസ്നേഹി. ഞാൻ കാഞ്ഞങ്ങാട്ടെ എസ് എഫ് ഐ പ്രവർത്തകനായ കാലംമുതൽ സഖാവ് എ കെയുമായുണ്ടായ ആത്മബന്ധം സഖാവിന്റെ ജീവിതാവസാനംവരെ നിലനിർത്താനായതും മറ്റൊരു സൗഭാഗ്യമായിരുന്നു. രാഷ്ട്രീയ എതിരാളികൾ മാധ്യമങ്ങൾ മുഖേന അടിസ്ഥാനരഹിതമായ ആരോപണങ്ങൾ ഉന്നയിച്ച് എന്നെ വേട്ടയാടിയപ്പോൾ ഒരു കമ്യൂണിസ്റ്റുകാരൻ ഇതിനുമപ്പുറം സഹിക്കേണ്ടിവരുമെന്നും കാലം ഇതിനെല്ലാം മറുപടി നൽകുമെന്നും പുഞ്ചിരിയോടെ ചേർത്തുപിടിച്ച് പിതൃ വാത്സല്യത്തോടെ സഖാവ് എ കെ പറഞ്ഞപ്പോൾ സഖാക്കളോടുള്ള ഒരു ഉത്തമകമ്യൂണിസ്റ്റിന്റെ കരുതലായിട്ടാണ് എനിക്ക് അനുഭവപ്പെട്ടത് പിന്നീടുണ്ടായതെല്ലാം സഖാവ് എ കെ പറഞ്ഞതുപോലെ എനിക്കെതിരെ ഉയർന്ന നുണപ്രചരണങ്ങൾക്കെല്ലാം കാലം മറുപടി നൽകുന്ന അനുഭവമാണ് എന്റെ രാഷ്ട്രീയജീവിതത്തിൽ അനുഭവപ്പെട്ടത്. 1989 മുതൽ 94 വരെയും 2004 മുതൽ 2008 വരെയും സി പി ഐ (എം) കാസർഗോഡ് ജില്ലാസെക്രട്ടറിയായിരിക്കെ എന്നെപ്പോലുള്ള പ്രവർത്തകരെ നേരിന്റെ വഴിയിൽ സഞ്ചരിക്കാനും സംഘടനാരംഗത്ത് ഏൽപ്പിക്കുന്ന ചുമതലകൾ കണിശതയോടെ നടപ്പാക്കാനുമുള്ള കരുത്തു തന്നതും കൈപിടിച്ചുയർത്തിയതും സഖാവ് എ കെയായിരുന്നു. 1939 ൽ നീലേശ്വരം പാലായിയിൽ ജനിച്ച് തന്റെ പ്രവർത്തനമേഖല കാഞ്ഞങ്ങാട്ടേക്ക് മാറ്റി. ബീഡിമേഖലയിലെ തൊഴിലാളികളെ സംഘ

ടിപ്പിച്ചാണ് പൊതുപ്രവർത്തന രംഗത്തേക്ക് കടന്നുവന്നത്. സി ഐ ടി യുവിന്റെ ജില്ലാ ജനറൽ സെക്രട്ടറി സി ഐ ടി യു സംസ്ഥാന വൈസ് പ്രസിഡന്റും കേന്ദ്ര കമ്മിറ്റിയംഗവുമായി പ്രവർത്തിച്ചു.

കൺസ്യൂമർഫെഡ് ചെയർമാനായിരിക്കെ പൊതുവിതരണരംഗം കാര്യക്ഷമമാക്കാനും സഖാവിനായി. ബീഡിത്തൊഴിലാളി ഫെഡറേഷന്റെ അഖിലേന്ത്യ ഭാരവാഹിയായിരുന്നു. മംഗലാപുരത്തെ ബീഡി ത്തൊഴിലാളി സമരത്തിൽ പങ്കെടുത്തും അടിയന്തരാവസ്ഥയിൽ മിസ തടവുകാരനായും രണ്ടുവർഷം ജയിൽവാസമനുഷ്ഠിച്ചും എ കെ എന്ന രണ്ടക്ഷരം തൊഴിലാളികൾക്കിടയിലും ബഹുജനങ്ങളുടെ മനസ്സിലും ചിരപ്രതിഷ്ഠ നേടി. കാസർകോട്ടെ സമുന്നത സി പി ഐ (എം) നേതാവിനെയും തൊഴിലാളിവർഗ്ഗത്തിന്റെ ആരാധ്യനായ സംഘാടകനെയുമാണ് എ കെയുടെ വേർപാടോടെ നാടിന് നഷ്ടപ്പെട്ടത്. അവിഭക്ത കണ്ണൂർ ജില്ലയിലെയും കാസർഗോഡ് ജില്ല രൂപീകരിക്കപ്പെട്ടതിനുശേഷം കാസർഗോട്ടെയും പൊതുജീവിതത്തിൽ നിറഞ്ഞുനിന്ന വ്യക്തിത്വം. ഊർജ്ജസ്വലനായ സംഘാടകനായിരുന്ന അദ്ദേഹം തൊഴിലാളി സമരങ്ങളുടെ മുന്നണി പോരാളിയായിരുന്നു. ത്യാഗസന്നദ്ധതയുടെയും ലാളിത്യത്തിന്റെയും ആൾരൂപമായിരുന്നു എ കെ. പാർട്ടി ഏൽപ്പിച്ച ഉത്തരവാദിത്വങ്ങൾ പരമാവധി ഭംഗിയായി നിറവേറ്റാൻ അദ്ദേഹം നിശ്ചയദാർഢ്യത്തോടെ പ്രവർത്തിച്ചു. 84 വയസ്സുവരെ ജില്ലയുടെ രാഷ്ട്രീയ മണ്ഡലത്തിൽ നിറസാന്നിധ്യമാകാനും സഖാവിനായി. സഖാവിന്റെ ദീപ്തസ്മരണകൾക്കുമുന്നിൽ ഒരുപിടി രക്തപുഷ്പങ്ങൾ സമർപ്പിക്കുന്നു.

പൊതുപ്രവർത്തകർക്ക് മാതൃക

പി നാരായണൻ

2001 ആഗസ്ത് 28 നാണ് ഞാൻ ദിനേശ്ബീഡി സംഘത്തിൽ നിന്നും വിരമിച്ചത്. ബ്രാഞ്ച് മേസ്ത്രിയായി തുടങ്ങി കേന്ദ്രസംഘത്തിന്റെ കീഴിലുള്ള ഫോർമാനായാണ് സേവനം അവസാനിച്ചത്. ഹോസ്ദുർഗ്ഗ് സംഘത്തിൽ എനിക്ക് നൽകിയ യാത്രയയപ്പ് യോഗത്തിൽ അന്ന സംഘത്തിന്റെ പ്രസിഡന്റായിരുന്ന സ. എ കെ പങ്കെടുത്തിരുന്നു. തൊഴിലാളികളുടെ സഹകരണ സംഘം എന്ന നിലയിൽ ദിനേശ്ബീഡി സംഘം നേരിട്ട ബാലാരിഷ്ടതകളെയും സംഘത്തിന്റെ വളർച്ചയിലുള്ള പ്രശ്നങ്ങളെയും പ്രതിപാദിച്ചുകൊണ്ടുള്ള എ കെയുടെ പ്രസംഗം ഇന്നും ഞാനോർക്കുകയാണ്.

1967 ലെ ഇ എം എസ് ഗവൺമെന്റിന്റെ മുൻകൈയിലാണ് സ്വകാര്യ ബീഡി മുതലാളിമാരുടെ അന്യായമായ തൊഴിൽ നിഷേധത്തെ ചെറുക്കുന്നതിനുള്ള സംരക്ഷണവലയം തീർക്കാൻ ദിനേശ്ബീഡി സംഘത്തിന് രൂപംനൽകിയത്. മുതലാളിമാരുടെ ധാർഷ്ട്യത്തിനെതിരായ ബീഡിത്തൊഴിലാളികളുടെ പ്രക്ഷോഭം നയിച്ച നേതാവാണ് സ. എ കെ. മംഗലാപുരത്തുനടന്ന സമരത്തിലും കാഞ്ഞങ്ങാട്ടും മാവുങ്കാലിലും നടത്തിയ സമരങ്ങളിലും സ. എ കെ തൊഴിലാളികളെ നയിച്ചു. സമരത്തെ എതിർക്കുന്നതിന് മുതലാളിമാർ ഗുണ്ടകളെയും രംഗത്തിറക്കിയിരുന്നു. നോർത്ത് കോട്ടച്ചേരിയിലും മാവുങ്കാലിലും ഗുരുകൃപ ഡിപ്പോവിന് മുമ്പിലുള്ള സമര വളണ്ടിയർമാരെ നേരിടാൻ ഗുണ്ടകൾ കൈയാങ്കളി നടത്തിയ കാര്യവും തൊഴിലാളികൾ അതിനെ ചെറുത്ത കാര്യവും ഓർമ്മയിലുണ്ട്. മാവുങ്കാൽ സമരംചെയ്ത സ. എ കെയുടെ നേതൃത്വത്തിലുള്ള

തൊഴിലാളികളെ ഗുണ്ടകൾ നേരിട്ടത് മുളകുപൊടി പ്രയോഗത്തിലാണ്. എ കെ ഉൾപ്പെടെയുള്ള നേതാക്കളുടെയും തൊഴിലാളികളുടെയും കണ്ണുകളിൽ മുളകുപൊടിയെറിഞ്ഞ് ആക്രമിക്കുവാൻ മുതലാളിമാർ ഉപയോഗിച്ചത് സംഘ്പരിവാർ ശക്തികളെയായിരുന്നു. നോർത്ത് കോട്ടച്ചേരിയിലും സമര വളണ്ടിയർമാർക്ക് കായിക ആക്രമണം നേരിടേണ്ടി വന്നു. തീക്ഷ്ണമായ ഈ സമരങ്ങളുടെ പശ്ചാത്തലത്തിലാണ് ഇ എം എസ് ഗവൺമെന്റ് തൊഴിലാളി സംരക്ഷണത്തിന് നടപടിയെടുത്തത്. അങ്ങനെ രൂപംകൊണ്ട ദിനേശ്ബീഡി പ്രസ്ഥാനം വളരുന്നതിനും ശക്തിപ്പെടുത്തുന്നതിനും സ. എ കെ നേതൃത്വപരമായ പങ്കുവഹിച്ചു. സംഘത്തിന്റെ വളർച്ചയ്ക്ക് ഹാനികരമായ ഒന്നും തൊഴിലാളികളുടെയും ജീവനക്കാരുടെയും ഭാഗത്തുനിന്നും ഉണ്ടാവാതിരിക്കാനുള്ള ജാഗ്രതയാണ് യാത്രയയപ്പ യോഗത്തിലെ പ്രസംഗത്തിൽ എ കെ പ്രകടിപ്പിച്ചത്. ദിനേശ്ബീഡിയുടെ നിലനിൽപ്പിലും വളർച്ചയിലും അത്രമാത്രം തൽപ്പരനായിരുന്നു സ. എ കെ. തൊഴിലാളിരംഗത്തുനിന്നും വരുന്ന പ്രവർത്തകരെ പാർട്ടി സംഘടനാരംഗത്ത് മുന്നോട്ട് പോകാൻ എ കെ നൽകിയ പ്രോത്സാഹനവും ഞാൻ അനുഭവിച്ചതാണ്. പാർട്ടി ഏരിയ കമ്മിറ്റി അംഗമായും പിന്നീട് ഏരിയ സെക്രട്ടറിയായും പ്രവർത്തിക്കുവാൻ എനിക്ക് അവസരമുണ്ടായപ്പോൾ ഉപരി കമ്മിറ്റിയിലെ സഖാവും നേതാവുമെന്ന നിലയിൽ എ കെയുടെ സഹായം നല്ല നിലയിൽ ലഭിച്ചിട്ടുണ്ട്. ഏതു പ്രശ്നമായാലും ഏതുസമയത്തും സമീപിക്കാൻകഴിയുന്ന നേതാവായിരുന്നു സ. എ കെ. ആരെയും പിണക്കാതെ കാര്യങ്ങൾ സശ്രദ്ധം കേൾക്കുന്ന എ കെയുടെ സമീപനം പൊതു പ്രവർത്തകർക്കാകെ മാതൃകയാണ്.

തൊഴിലാളിവർഗ്ഗ സംസ്കാരം ജീവിതത്തിൽ പകർത്തിയ സഖാവ് എ കെ

പി വി രാജേന്ദ്രൻ

ബീഡിത്തൊഴിലാളിയായി ജീവിക്കുകയും അവരെ സംഘടിപ്പിക്കുകയും മുതലാളിമാരുടെ ചൂഷണത്തിനും മർക്കട മുഷ്ടിക്കും ഉണ്ടായിസത്തിനുമെതിരെ പോരാടി വളർന്നുവന്ന നേതാവാണ് 'എ കെ' എന്ന രണ്ടക്ഷരത്തിൽ അറിയപ്പെടുന്ന സഖാവ് എ കെ നാരായണൻ. മംഗലാപുരത്തെ ബീഡി മുതലാളിമാരുടെ ഹുങ്കിനെ മറികടക്കാൻ തൊഴിലാളികളുടെ സഹകരണ സംഘങ്ങൾ രൂപീകരിച്ച് ഉണ്ടാക്കിയ 'ദിനേശ് ബീഡി' എന്ന സ്ഥാപനം ലോകത്തിനാകെ മാതൃകയായിരുന്നുവല്ലോ. ഇതിലും എ കെ വഹിച്ച പങ്ക് എടുത്തുപറയേണ്ടത് തന്നെയാണ്.

ഒരുകാലത്ത് കാസർഗോഡ് ജില്ലയിൽ പാർട്ടിയുടെ ശക്തി ബീഡിത്തൊഴിലാളികൾ ആയിരുന്നു. പ്രത്യേകിച്ച്, പാർട്ടി ദുർബലമായ വടക്കൻ മേഖലകളിൽ. ഏറ്റവുമധികം സ്ത്രീ തൊഴിലാളികൾ ജോലി ചെയ്യുന്നതും കടുത്ത ചൂഷണത്തിന് വിധേയരാക്കപ്പെടുകയും ചെയ്യുന്നിടത്തുനിന്ന് ഇവരെ സംഘടിപ്പിക്കുകയും അവകാശങ്ങൾക്കുവേണ്ടി പോരാടുകയും വർഗ്ഗബോധമുള്ളവരാക്കി മാറ്റുന്നതിലും എ കെ എന്ന തൊഴിലാളി നേതാവ് വഹിച്ച പങ്ക് ഒരിക്കലും മറക്കാൻ പറ്റില്ല.

ഞാൻ സർവീസ് സംഘടനാപ്രവർത്തനം ആരംഭിക്കുന്ന സമയത്ത് എനിക്കേറെ ആവേശമുണ്ടാക്കിയ കാര്യം ബീഡിത്തൊഴിലാളികളുടെ വർഗ്ഗബോധമാണ്. ഇവരെക്കാൾ എത്രയോ മെച്ചപ്പെട്ട വേതനവും ജീവിത സാഹചര്യങ്ങളും നിലനിൽക്കുന്ന സർവീസ് സംഘടനകളുടെ സമരങ്ങളും സമ്മേളനങ്ങളും നടക്കുമ്പോൾ അവിടെയെല്ലാം കണ്ടിരുന്ന ബീഡിത്തൊഴിലാളികളുടെ പങ്കാളിത്തവും ഐക്യദാർഢ്യവും എത്രയോ

ആവേശകരമായിരുന്നു. ഞാനാദ്യമായി നേതൃത്വംകൊടുത്ത കമ്പി തപാൽ ജീവനക്കാരുടെ ഒരു ജാഥ ജില്ലയിൽ നടക്കുമ്പോൾ ഞങ്ങളുടെ ജീവനക്കാരോ ഞങ്ങളുടെ പ്രസ്ഥാനത്തിന് സ്വാധീനമോ ഇല്ലാത്ത സ്ഥലങ്ങളിൽ ദിനേശ് ബീഡിത്തൊഴിലാളികൾ അവരുടെ തൊഴിൽ സ്ഥാപനങ്ങളിൽ നിന്ന് കൂട്ടമായി ഇറങ്ങി വരികയും ചുവന്ന മാലയിട്ട് സ്വീകരിക്കുകയും ചെയ്തത് എനിക്കിന്നും ആവേശമുണ്ടാക്കുന്നതാണ്. ബീഡിത്തൊഴിലാളികളുടെ ഈ വർഗ്ഗബോധത്തിന് പിന്നിൽ എ കെയുടെ സംഘടനാപാടവം തന്നെ എന്നാണ് എന്റെ ഉറച്ച വിശ്വാസം.

ബീഡിത്തൊഴിലാളികളെ പോലെ തന്നെ ചൂഷണം നേരിട്ടിരുന്ന ഒരു വിഭാഗമായിരുന്നു സ്വകാര്യ ബസ് തൊഴിലാളികൾ. കാസർഗോട്ടെ മെഹ്ബൂബ് ബസ് മുതലാളിയുടെ ഗുണ്ടായിസവും ചൂഷണവും സഹിക്കവയ്യാതായപ്പോൾ തൊഴിലാളികൾ നടത്തിയ സമരത്തെ തകർക്കാൻ വേണ്ടി ബസ് മുതലാളിയും ഗുണ്ടകളുംചേർന്ന് ബസ് എടുക്കാൻ വന്നപ്പോൾ, ബസിന് മുൻപിൽ കിടന്ന വരദരാജ പൈ എന്ന തൊഴിലാളിയുടെ ദേഹത്തുകൂടി ബസ് കയറ്റി അതിക്രൂരമായി കൊലചെയ്ത സംഭവം ഇന്ന് ചിലപ്പോൾ ആളുകൾക്ക് വിശ്വസിക്കാൻതന്നെ പ്രയാസമായിരിക്കും. ഞാൻ മരിച്ചാലും പ്രശ്നമില്ല ഇതിനൊരു അറുതി ഉണ്ടാകണമെന്ന ഉറച്ച തീരുമാനത്തോടെ ധീര സഖാവ് വരദരാജ പൈ രക്തസാക്ഷിത്വം വരിച്ച ആ സമരത്തിന്റെ കാലവും സഖാവ് എ കെയും പി രാഘവേട്ടനമടക്കമുള്ള ട്രേഡ് യൂണിയൻ നേതാക്കന്മാരുടെ കാലഘട്ടത്തിൽ തന്നെ ആയിരുന്നു.

രാജ്യത്ത് നരസിംഹ റാവു - മൻമോഹൻ സിംഗ് കൂട്ടുകെട്ടിന്റെ കാലത്ത് പുത്തൻ സാമ്പത്തിക നയങ്ങളും പൊതുമേഖലയുടെ സ്വകാര്യവൽക്കരണവും ആരംഭിച്ചപ്പോൾ ദേശീയ തലത്തിൽതന്നെ ഇതിനെതിരെ നാഷണൽ പ്ലാറ്റ്ഫോം ഓഫ് മാസ് ഓർഗനൈസേഷൻ (NPMO) എന്ന പേരിൽ രൂപംകൊണ്ട ട്രേഡ് യൂണിയൻ ഐക്യവേദിയുടെ നേതൃത്വത്തിൽ പ്രക്ഷോഭങ്ങളും ദേശീയ പണിമുടക്കങ്ങളും ശക്തിപ്പെട്ടുവന്നു. അങ്ങനെയൊരു പണിമുടക്ക് ദിവസം കാസർഗോഡ് ചന്ദ്രഗിരി ജംഗ്ഷനിൽനിന്നും പണിമുടക്കിയ തൊഴിലാളികളുടെ ഉജ്വലമായ പ്രകടനം നടക്കുകയാണ്. വർഗ്ഗീയ ശക്തികൾക്ക് നിർണ്ണായക സ്വാധീനമുള്ള പട്ടണത്തിൽ ഇത്തരം സന്ദർഭങ്ങളിൽ ലീഗും ബി ജെ പിയും മത്സരിച്ച് കടകൾ തുറക്കുകയും വാഹനങ്ങൾ ഓടിക്കുകയും ചെയ്യും. കടകളൊക്കെ അടയ്ക്കാൻ ആഹ്വാനംചെയ്ത് നീങ്ങിയ ഞങ്ങളുടെ പ്രകടനം ബദ്രിയ ഹോട്ടലിന് മുൻപിലെത്തുമ്പോൾ മുൻപിലും പിൻപിലും പോലീസ് വണ്ടികൾ വന്ന് തടഞ്ഞു. പ്രകടനത്തിൽനിന്നും കടകൾക്കും വണ്ടികൾക്കും നേരെ കല്ലെറിഞ്ഞുവെന്നും ഉടൻ പിരിഞ്ഞ് പോയില്ലെ

ങ്കിൽ ലാത്തിച്ചാർജ് ചെയ്യുമെന്നും പോലീസ് മേധാവികൾ അറിയിച്ചു. അപ്പോഴേക്കും ചുറ്റുപാടും പോലീസ് വളഞ്ഞുകഴിഞ്ഞിരുന്നു. അന്ന് സി പി ഐ (എം) ജില്ലാ സെക്രട്ടറി കൂടിയായിരുന്ന എ കെ പ്രകടനത്തിന് നേതൃത്വംകൊടുത്ത് മുന്നിൽ ഉണ്ടായിരുന്നു. എ കെ യാതൊരു പരിഭ്രമവുമില്ലാതെ ഞങ്ങളോട് റോഡിൽ തന്നെ ഇരിക്കാൻ പറഞ്ഞുകൊണ്ട്, സർക്കാരിന്റെ നയങ്ങളെ വിമർശിക്കുകയും പണിമുടക്കിന്റെ പ്രാധാന്യം വിശദീകരിക്കുകയും പോലീസിന്റെ ഭീഷണിക്ക് വഴങ്ങില്ലെന്ന് പ്രഖ്യാപിക്കുകയുംചെയ്തു. തുടർന്ന് ഞങ്ങളുടെ പ്രിയങ്കരനായ നേതാവ് സ. എം കൃഷ്ണേട്ടനും മറ്റ് നേതാക്കന്മാരും ചുട്ട് പൊള്ളുന്ന വെയിലിൽ ആവേശപൂർവം ഒരു മണിക്കൂറിലേറെ പ്രസംഗിച്ചു. ഇതോടെ ലാത്തിച്ചാർജ്ജ് അല്ല വെടിവെയ്പ്പ് ഉണ്ടായാലും ആരും പിരിഞ്ഞുപോകില്ല എന്ന സാഹചര്യം ഉടലെടുക്കുകയും പോലീസുകാർ പിൻമാറിപ്പോവുകയും ചെയ്തു. എ കെയുടെ നേതൃപാടവത്തിന്റെ ശേഷിയും നിർഭയത്തോടെയുള്ള ഇടപെടലും നേരിട്ട് അനുഭവപ്പെട്ട സംഭവമായിരുന്നു ഇത്.

കമ്മിറ്റികളിലെ കൃത്യത, പറയുന്നതൊക്കെ അതീവശ്രദ്ധയോടെ കേൾക്കുക, കൃത്യമായ മറുപടി, പ്രശ്നങ്ങൾക്ക് യുക്തവും പ്രായോഗികവുമായ തീരുമാനം ഉണ്ടാക്കൽ തുടങ്ങിയ കാര്യങ്ങളും എ കെ എന്ന സഖാവിന്റെ പ്രത്യേകതകളും അനിതരസാധാരണമായ കഴിവുകളുമാണ്. ഔപചാരിക വിദ്യാഭ്യാസത്തിന്റെ പരിമിതി ഇവിടെയൊന്നും എ കെക്ക് ഒരു പ്രശ്നമേ ആയിരുന്നില്ല എന്നതും ശ്രദ്ധേയമാണ്.

വാക്കിലും പ്രവർത്തിയിലും തൊഴിലാളിവർഗ്ഗ സംസ്കാരം ജീവിതവസാനം വരെ പുലർത്താൻ കഴിഞ്ഞ സഖാവ് എ കെയുടെ വിടവ് വളരെ വലുതാണ്. ഒരാൾക്ക് ചെയ്തുതീർക്കാവുന്നതിലും അപ്പുറത്ത് ചെയ്ത് തീർത്ത് തിരോഭവിച്ച എ കെ ശുക്ര നക്ഷത്രമായി ആകാശത്തും ഭൂമിയിലും നിറഞ്ഞു നിൽക്കുന്നു.

സമരമുഖങ്ങളിൽ ജ്വലിച്ചുനിൽക്കുന്ന എ കെ

സി എച്ച് കുമാരൻ

1960 ലാണ് ആദ്യമായി സ. എ കെയെ പരിചയപ്പെടുന്നത്. ആ വർഷത്തിലാണ് ഞാൻ ബീഡിപ്പണി പരിശീലിക്കുന്നതിന് നോർത്ത് കോട്ടച്ചേരിയിലെ ഗണേശ് ബീഡി ബ്രാഞ്ചിൽ ചേർന്നത്. ആ കാലത്ത് യുണൈറ്റഡ് ആർട്സ് ക്ലബ് എന്ന സാംസ്കാരിക സംഘടന കോട്ടച്ചേരിയിലുണ്ടായിരുന്നു. ബീഡി ബ്രാഞ്ച് നടത്തിപ്പുകാരനായ എം കൃഷ്ണന്റെയും മറ്റും മേൽനോട്ടത്തിലായിരുന്നു അതിന്റെ പ്രവർത്തനം. വർഷത്തിൽ ക്ലബിൽ ഒരു നാടകം അരങ്ങേറിയിരുന്നു. അതിന്റെ റിഹേഴ്സലും മറ്റും രാത്രിയിൽ ബ്രാഞ്ച് കെട്ടിടത്തിൽ തന്നെയായിരുന്നു. എ കെ ആ നാടകത്തിൽ അഭിനയിച്ചിരുന്നു. നാടകം *എന്നിട്ടും നിങ്ങൾ എന്നെ സ്നേഹിക്കുന്നു.* സഖാക്കൾ ബി ഗംഗാധരൻ, എൻ കൃഷ്ണൻ, സി കേളുനായർ, എ വി കുഞ്ഞമ്പു, വി കുഞ്ഞിക്കണ്ണൻ, എം കുഞ്ഞിരാമൻ കൂടാതെ, സ. ടി കുട്ട്യൻ അടക്കം ഞങ്ങളുടെ കമ്പനിയിലെ 3 കുട്ടികൾ ഇവരെല്ലാം ഈ നാടകത്തിലുണ്ടായിരുന്നു. ബീഡി ലേബർ യൂണിയന്റെ പ്രവർത്തനം ആരംഭിക്കുന്നത് ആ കാലത്താണ്. എ കെ യൂണിയന്റെ പ്രധാന പ്രവർത്തകരിൽ ഒരാളായിരുന്നു. അഡ്വ. കെ ടി കൃഷ്ണൻ പ്രസിഡന്റും സി കേളുനായർ സെക്രട്ടറിയും എം കുഞ്ഞിരാമൻ ഖജാൻജിയും ആയിരുന്നു. ഗണേശ് ബീഡിയുടെ മൂന്നു ബ്രാഞ്ചുകൾ മാത്രമാണ് കാഞ്ഞങ്ങാട് അന്നു പ്രവർത്തിച്ചിരുന്നത്. നോർത്ത് കോട്ടച്ചേരി (എം കൃഷ്ണൻ), ആവിക്കര (എ കൊട്ടൻകുഞ്ഞി), കുന്നുമ്മൽ (ചിരുകണ്ടൻ). ആദ്യത്തെ രണ്ടു ബ്രാഞ്ചുകളും കണ്ണൂരിൽനിന്നും കുന്നുമ്മൽ ബ്രാഞ്ച് മഞ്ചേശ്വരത്ത് നിന്നും കൊണ്ടുവരുന്നതായിരുന്നു. കുന്നുമ്മലിലായിരുന്നു അന്നു എ

കെ, സി കേളുനായർ, എം കുഞ്ഞിരാമൻ എന്നിവർ ജോലി ചെയ്തിരുന്നത്. ഭാരത് ബീഡിയിലും ധാരാളം പേർ ജോലി ചെയ്തിരുന്നു. എന്നാൽ അവിടെ മിനിമം കൂലി നൽകിയിരുന്നില്ല.

1961 ൽ അവസാനം ഗണേശ് കാഞ്ഞങ്ങാട് ഡിപ്പോ തുടങ്ങി. കുറെ ബ്രാഞ്ചുകൾ ആരംഭിച്ചു. ആ സമയത്ത് സ. സി കേളുനായർ കുളിയങ്കാലിൽ ഒരു ബ്രാഞ്ച് തുടങ്ങി. തുടർന്ന് യൂണിയൻ സെക്രട്ടറി സ്ഥാനം ഒഴിയുകയും സ. എ കെ സെക്രട്ടറിയായിത്തീരുകയും ചെയ്തു. 1961 മുതൽ ഞാൻ സ്ഥിരമായി സ്റ്റേഷൻ റോഡിലുള്ള യൂണിയൻ ഓഫീസിൽ പോകുമായിരുന്നു. സഖാക്കൾ സി കണ്ണൻ, പന്ന്യൻ ഭരതൻ, എൻ അബ്ദുല്ല, വില്യം സ്നെലക്സ് എന്നിവർ സംബന്ധിക്കുന്ന യോഗങ്ങളിൽ പോകാറുണ്ടായിരുന്നു.

1962 ൽ പാർട്ടിയുടെ പാർലമെന്റ് മാർച്ചിൽ സ. സി കേളുനായരാണ് പങ്കെടുത്തത്. തിരിച്ചു വന്നതിനുശേഷം എ കെയും മറ്റും ആവശ്യപ്പെട്ടതനുസരിച്ച് അദ്ദേഹത്തിന്റെ അനുഭവങ്ങൾ തൊഴിലാളികളെ വിളിച്ച് വിശദീകരിക്കുകയുണ്ടായി. 1962 ലാണ് എ കെയുടെ വിവാഹം നടന്നത്. തൊഴിലാളികളെയെല്ലാം ക്ഷണിച്ചിരുന്നു. ഞാനും പോയിരുന്നു. 1963 ൽ ജനറൽബോഡി യോഗത്തിൽ യൂണിയൻ പ്രസിഡന്റായി വി വി കുഞ്ഞിരാമനും സെക്രട്ടറിയായി സ. വി കുഞ്ഞികണ്ണനും തെരഞ്ഞെടുക്കപ്പെട്ടു. 1964 ജനുവരി 1 മുതൽ രണ്ടാഴ്ചക്കാലം നീണ്ട പണിമുടക്ക് ആ സമയത്തായിരുന്നു. എല്ലാറ്റിനും മുമ്പിൽ സി കേളു നായരും എ കെയും ആയിരുന്നു. സംയുക്ത സമരസമിതി കൺവീനർ എ കെ ആയിരുന്നു. സി കേളുനായർ സംസ്ഥാന ബീഡി സിഗാർ ഫെഡറേഷന്റെ ജോ. സെക്രട്ടറിയായിരുന്നു.

സമരത്തെ തുടർന്ന് രണ്ടണ (12 പൈസ) കൂലി വർധനവാണ് ഉണ്ടായത്. നീലേശ്വരത്ത് ഒ അമ്പാടി പ്രസിഡന്റും യു വി കുഞ്ഞിരാമൻ സെക്രട്ടറിയുമായി യൂണിയനുണ്ടായിരുന്നു. കമ്പനി ആസ്ഥാനം (ഗണേശ് ഭാരത്)കാഞ്ഞങ്ങാട് ആയതിനാൽ ഒരു യൂണിയൻ മതിയെന്ന് ഇരു യൂണിയനുകളുടെയും ഭാരവാഹികൾ തീരുമാനിച്ചതിനെത്തുടർന്ന് 1964 ൽ തന്നെ മുച്ചിലോട്ട് സ്കൂളിൽവെച്ചു ചേർന്ന ജനറൽബോഡി യോഗത്തിൽ ഒരു യൂണിയനായി പ്രവർത്തിക്കാൻ തീരുമാനിക്കുകയും പ്രസിഡന്റായി സ. സി കേളുനായരേയും സെക്രട്ടറിയായി സ. എ കെയേയും തെരഞ്ഞെടുക്കുകയും ചെയ്തു.

പാർട്ടിയിൽ പിളർപ്പുണ്ടായി സി പി എം രൂപീകരിച്ച സമയമായിരുന്നു അത്. യൂണിയൻ ജനറൽബോഡി നടക്കുന്നതിനു 2 മാസം മുമ്പ് പാർട്ടിയുടെ താലൂക്ക് സമ്മേളനം നടന്നതും മുച്ചിലോട്ട് സ്കൂളിലായിരുന്നു. 1962-63 കാലത്ത് തന്നെ പാർട്ടിയിൽ ചില അഭിപ്രായ വ്യത്യാസങ്ങൾ

ഉള്ളതായി പ്രകടമായിരുന്നു. 1963 ലാണ് *ചിന്ത* പ്രസിദ്ധീകരിക്കാൻ തുടങ്ങിയത്. ഞങ്ങളുടെ ബ്രാഞ്ചിൽ ജോലിചെയ്തിരുന്ന കെ പി കോരൻ എന്ന ഒരാളായിരുന്നു അതിന്റെ ആദ്യ ഏജന്റ്. ഞാനടക്കം കുറേയാളുകൾ ആദ്യ ലക്കം മുതൽ വാങ്ങിയിരുന്നു. പാർട്ടി പിളർന്നപ്പോൾ വളരെ നിരാശയായിരുന്നു. എന്നാൽ ആശയപരമായ കാര്യങ്ങൾ മനസ്സിലാക്കിയപ്പോൾ ബോധ്യപ്പെട്ടു. നാഷണൽ കൗൺസിലിൽനിന്ന് ഇറങ്ങിവന്ന എ കെ ജിയേയും എ വിയേയും റെയിൽവേ സ്റ്റേഷനിൽ നിന്ന് സ്വീകരിച്ച് പൊതുയോഗം നടത്തിയിരുന്നു. ബീഡിത്തൊഴിലാളികളായിരുന്നു മുൻപന്തിയിൽ. പി ചാത്തു, സി കേളുനായർ, സി ഗോപാലൻ, എ കെ എന്നിവരുടെ നേതൃത്വത്തിലായിരുന്നു സ്വീകരണം. 1964 നുശേഷം എ കെയ്ക്ക് കൃത്യമായി ജോലിക്കുപോകാൻ സാധിച്ചിരുന്നില്ല. കാരണം യൂണിയന്റെയും പാർട്ടിയുടെയും ചുമതല തന്നെയായിരുന്നു.

1964 ൽ (വ്യവസായ സംബന്ധ സമിതി) ബീഡി വ്യവസായത്തിൽ കൂലി പുതുക്കാൻ ശിപാർശ ചെയ്തു. ആയിരം ബീഡിക്കു 2 രൂപ 10 പൈസ കൂലി. 450 പോയിന്റിൽനിന്നു വർധിക്കുന്ന ഓരോ 5 പോയിന്റിനും 3 പൈസ എന്ന തോതിലായിരുന്നു അത്. 1962 മുതൽ അതിനുള്ള തെളിവെടുപ്പ് നടത്തിയിരുന്നു.

1965 ൽ ആയിരം ബീഡിക്കു 2 രൂപ 30 പൈസ കൂലിയും 500 പോയിന്റ് വർധിക്കുന്ന ഓരോ 10 പോയിന്റിനും 3 പൈസ എന്ന തോതിൽ നൽകാനും ശിപാർശ ചെയ്തു. 1965 ൽ ചേർന്ന യൂണിയൻ വാർഷിക ജനറൽബോഡിയിൽ പ്രസിഡന്റായി സ. ഗോപാലനും സെക്രട്ടറിയായി സ. എ കെയും ഖജാൻജിയായി ഞാനും തെരഞ്ഞെടുക്കപ്പെട്ടു. 1965 ൽ സ. സി കേളുനായർ ആയിരുന്നു പാർട്ടിയുടെ മണ്ഡലം സെക്രട്ടറി. സ. ചാത്തുവേട്ടൻ രാജ്യരക്ഷാ നിയമപ്രകാരം കണ്ണൂർ സെൻട്രൽ ജയിലിലായിരുന്നു. ബീഡിത്തൊഴിലാളികൾക്ക് ഡി എ സമ്പ്രദായം നടപ്പിലാക്കുന്നതിനുവേണ്ടി നിരവധി പ്രക്ഷോഭങ്ങൾ നടക്കുകയുണ്ടായി. നേതാക്കളെ വിട്ടയക്കുന്നതിനും ഭക്ഷ്യക്ഷാമത്തിനെതിരായും പാർട്ടിയുടെ നേതൃത്വത്തിലും സമരങ്ങൾ നടക്കുകയുണ്ടായി. 1966 ൽ ഫെബ്രുവരി 25 ന നടത്തിയ കൂട്ട പിക്കറ്റിങ്ങിൽ (സി പി ഐ (എം), സി പി ഐ, എസ് എസ് പി സംയുക്തമായി) ലാത്തി ചാർജിൽ എൻ കെ ബാലകൃഷ്ണൻ, ടി കെ സി കൃഷ്ണൻ നായർ എന്നിവരടക്കം അനേകമാളുകൾക്ക് പരിക്കേൽക്കുകയുണ്ടായി. 1966 ൽ യൂണിയൻ സെക്രട്ടറി സ. കെ കോരൻ (വെള്ളിക്കോത്ത്) ആയിരുന്നു. അദ്ദേഹം പാർട്ടിയുടെ കോട്ടച്ചേരി ബ്രാഞ്ച് സെക്രട്ടറിയുമായിരുന്നിട്ടുണ്ട്. അക്കൊല്ലം ഡി എ സമ്പ്രദായം നടപ്പിലാക്കുന്നതിനുവേണ്ടി ഒരുദിവസം നടത്തിയ സൂചനാ പണിമുടക്ക് സമരത്തിൽ കുളിയങ്കാലിൽ കരിങ്കാലി പണിയെടുത്തവരെ

തടഞ്ഞ സ. എ കെയുൾപ്പെടെ സഖാക്കളെ പോലീസ് മർദ്ദിക്കുകയുണ്ടായി. പിന്നീട് അനിശ്ചിതകാല സമരം പ്രഖ്യാപിച്ചുവെങ്കിലും പ്രശ്നം ഒത്തുതീർന്നതിനാൽ സമരം ഉണ്ടായില്ല. ഡി എ സമ്പ്രദായം നിലവിൽ വന്നു.

1966 ലാണ് സ. എ കെ ജിയുടെ നിരന്തരമായ ഇടപെടൽ കാരണം കേന്ദ്രസർക്കാർ ബീഡി-സിഗാർ നിയമം പാർലമെന്റിൽ പാസാക്കിയത്. എന്നാൽ ബില്ലിലെ ചില വ്യവസ്ഥകൾ നിയമം ഇന്ത്യയിലാകെ നടപ്പിലാക്കുന്നതിനു തടസ്സമായിരുന്നു. 1967 ൽ സപ്തകക്ഷി മുന്നണി മന്ത്രിസഭ സ. ഇ എം എസ്സിന്റെ നേതൃത്വത്തിൽ അധികാരത്തിൽ വന്നു. കൂലി വർധനവിനും നിയമം നടപ്പിലാക്കുന്നതിനുവേണ്ടിയും തൊഴിലാളികൾ പണിമുടക്ക് നടത്തി. ഒരാഴ്ച കഴിഞ്ഞ് 25 പൈസ കൂട്ടി സമരം ഒത്തുതീർപ്പായി. നിയമം നടപ്പിലാക്കാൻ നടപടി സ്വീകരിക്കുമെന്ന് സർക്കാർ ഉറപ്പു നൽകി. 1968 ൽ യൂണിയനുകൾ ശക്തമായി ആവശ്യപ്പെട്ടതോടെ നിയമം നടപ്പിലാക്കാനുള്ള നടപടികളുമായി സർക്കാർ മുന്നോട്ട് പോയി.

ഇക്കാലത്താണ് ബംഗാളിലെ നക്സൽബാരിയിലുണ്ടായ ഒരു ഭൂസമരത്തെ തുടർന്ന് ഇടത് തീവ്രവാദം പാർട്ടിയിൽ ശക്തിപ്പെടുകയും പാർട്ടിയെ ആകെ തങ്ങളുടെ പാതയിൽ കൊണ്ടുവരുന്നതിനുള്ള ശക്തമായ നീക്കവും നടന്നത്. കണ്ണൂർ ജില്ലയിൽ അവരുടെ പ്രവർത്തനത്തിന് മേൽക്കൈയുണ്ടായിരുന്നു. കണ്ണൂർ ജില്ലാ പ്ലീനത്തിൽ അവർക്ക് ഭൂരിപക്ഷം കിട്ടി. ജില്ലാ പ്ലീനത്തിന്റെ റിപ്പോർട്ടിങ് വെള്ളിക്കോത്ത് സ. കെ പി അച്ചുതന്റെ വീട്ടിൽ വെച്ചായിരുന്നു. അരയാണ്ടി അച്ചുതനായിരുന്നു റിപ്പോർട്ട് ചെയ്തത്. തുടർന്ന് സ. എ കെ പ്ലീനത്തിൽ നടന്ന മുഴുവൻ കാര്യങ്ങളും പാർട്ടിക്കും നേതാക്കന്മാർക്കും എതിരായും മറ്റും സമ്മേളനത്തിലുണ്ടായ അധിക്ഷേപങ്ങളും വിശദീകരിക്കുകയുണ്ടായി. എ കെയുടെ വിശദീകരണം പാർട്ടി അംഗങ്ങൾക്ക്, കാര്യങ്ങൾ ബോധ്യപ്പെടാൻ കാരണമായി. ചിലയാളുകൾ അവർക്കനുകൂലമായും സംസാരിക്കുകയുണ്ടായി. 1967 മുതൽ 1982 വരെ തുടർച്ചയായി സ. എ കെ തന്നെയായിരുന്നു ബീഡി യൂണിയൻ സെക്രട്ടറി. 1968 ൽ പാർട്ടിയുടെ കാഞ്ഞങ്ങാട് പഞ്ചായത്ത് (പിന്നീട് ലോക്കൽ) കമ്മിറ്റി സെക്രട്ടറി സ്ഥാനത്തുനിന്ന് സ. എ കെ ഒഴിവായി. 1968 ൽ അജാനൂർ കാഞ്ഞങ്ങാട് കമ്മിറ്റികളിൽ തീവ്രവാദ ചിന്താഗതിക്ക് മേൽക്കൈയുണ്ടായിരുന്നു. അതിനെ കാര്യമായി ചെറുത്തുനിന്നത് ബീഡിത്തൊഴിലാളികളായിരുന്നു. സംസ്ഥാന പ്ലീനം കഴിഞ്ഞതോടെ അവർ പരാജയപ്പെട്ടതിനാൽ പാർട്ടി പിളർക്കാനുള്ള ശ്രമം വിഫലമായി. ഈ അവസരത്തിൽ സ. ചാത്തുവേട്ടന്റെയും എ കെയുടെയും നിർദ്ദേശപ്രകാരം കുശാൽ നഗറിലെ സ. കെ ടി വാസുവിന്റെ

ഒരു ഓലചാപ്പയിൽ രാത്രി ഒത്തുചേരുകയുണ്ടായി. രാത്രിയിൽ വളരെ വൈകി ഞങ്ങൾ ഓരോരുത്തരായാണ് അവിടെയെത്തിയത്. യോഗത്തിൽ പാർട്ടിയെ സംരക്ഷിക്കുന്നതിന് സംസ്ഥാന കമ്മിറ്റിയുടെ നിർദ്ദേശങ്ങൾ ചാത്തുവേട്ടൻ വിശദീകരിക്കുകയുണ്ടായി. ഇതിനിടയിലാണ് കണ്ണൂർ ജില്ലാ കമ്മിറ്റിയിൽ നിന്ന് 4 പേർ ഇറങ്ങിപ്പോയത്. ഇവിടെയും കുറച്ചു ആളുകൾ വിട്ടുപോവുകയും നക്സൽ ബാരി സിന്ദാബാദ് വിളിച്ച് ജാഥ നടത്തുകയുംചെയ്തു. അവർ പോയതോടെ എട്ടാം കോൺഗ്രസ്സിനോടനുബന്ധിച്ച പാർട്ടി സമ്മേളനങ്ങൾ തുടങ്ങി. 1968 ഒക്ടോബർ മാസം 14 നു ബീഡിക്കമ്പനികൾ പൂട്ടി. ഈ അവസരം മുതലെടുക്കാം എന്ന ധാരണയിലായിരുന്നു അവർ (നക്സൽ) തലശ്ശേരി പോലീസ് സ്റ്റേഷൻ ആക്രമിച്ചത്. അതിൽ ഇവിടെനിന്നും ചില ആളുകൾ പങ്കെടുത്ത് ജയിലിലാവുകയുണ്ടായി. കമ്പനി പൂട്ടി ഏതാനും ദിവസം കഴിഞ്ഞപ്പോഴാണ് ഉദുമയിൽ മണ്ഡലം സമ്മേളനം ചേർന്നത്. അവരുടെ ആശയത്തിന്റെ കൂടെനിന്ന എല്ലാവരും പാർട്ടി വിട്ടുപോകാൻ തയ്യാറായിരുന്നില്ല. ഉദുമ സമ്മേളനത്തിൽ സ. ചാത്തുവേട്ടൻ മണ്ഡലം സെക്രട്ടറിയായി.

കമ്പനികൾ പൂട്ടിയതിനെത്തുടർന്ന് തൊഴിലാളികൾ എല്ലാവരും ഒത്തുചേർന്ന് ടൗണിൽ പ്രതിഷേധ പ്രകടനം നടത്തുകയുണ്ടായി. പിറ്റേ ദിവസം മുതൽ കമ്പനി പടിക്കൽ സമരവും ആരംഭിച്ചു. പിന്നീട് സർക്കാർ ഓഫീസിലേക്ക് സമരം മാറി. എല്ലാ ദിവസവും അറസ്റ്റ് ചെയ്ത് ഉച്ചയ്ക്ക് വിട്ടയക്കുന്ന പതിവായിരുന്നു. ലേബർ ഡിപ്പാർട്ടുമെന്റും ഗവൺമെന്റും വിളിച്ച കൺസിലിയേഷനിൽ ഒന്നിലും കേരളത്തിലേക്ക് വരാൻ കമ്പനി ഉടമകൾ തയ്യാറായില്ല. മംഗലാപുരത്തും മെർക്കാരയിലും മന്ത്രിമാരും എ കെ ജി അടക്കമുള്ളവരും വിളിച്ച യോഗത്തിൽ അവർ വന്നെങ്കിലും ഒത്തുതീർപ്പിനു തയ്യാറായില്ല. ഈ അവസരത്തിൽ മംഗലാപുരത്തും സമരം വ്യാപിപ്പിച്ചു. മംഗലപുരത്ത് സമരം ആദ്യദിവസം ഉദ്ഘാടനം ചെയ്തത് സ. എ കെ ജിയായിരുന്നു. കാഞ്ഞങ്ങാട് നിന്നും കുറെ സഖാക്കൾ സമരത്തിൽ പങ്കെടുത്ത് ജയിലിൽ കിടക്കുകയുണ്ടായി. സമരത്തിന് എല്ലാ സഹായവും ചെയ്തത് മംഗാലാപുരത്തെ ഓട്ടുതൊഴിലാളികളായിരുന്നു. ബോളാറിലെ അവരുടെ ഓഫീസിലാണ് പോയ സഖാക്കൾക്കു സഹായം ഒരുക്കിയത്. സമരക്കാലത്ത് സ. എ കെ മിക്കവാറും മംഗലാപുരത്ത് തന്നെയായിരുന്നു. കമ്പനി തുറക്കില്ല എന്ന് മനസ്സിലാക്കിയ ഗവൺമെന്റ് തൊഴിലാളികളെ സംരക്ഷിക്കുന്നതിനുള്ള മറ്റു നടപടികളെ പറ്റി ആലോചിക്കുകയുണ്ടായി. അതിനെ തുടർന്നാണ് സഹകരണാടിസ്ഥാനത്തിൽ തൊഴിലാളികളെ സംഘടിപ്പിച്ച് ദിനേശ് ബീഡി തുടങ്ങാൻ തീരുമാനിച്ചത്. സ. എ കെ ജിയും അഴീക്കോടനും മാനേജ്മെന്റുമായി സംസാരിച്ചെങ്കിലും ഫലമുണ്ടായില്ല. സഹകരണ

സംഘം രൂപീകരണ സമയത്ത് എ കെ മിക്കവാറും മംഗലാപുരത്തായിരുന്നു. യൂണിയൻ ജോയിന്റ് സെക്രട്ടറിയായിരുന്ന സ. വി കുഞ്ഞിക്കണ്ണനും കുറച്ചുപേരുമാണ് ഇവിടെ ഉണ്ടായിരുന്നത്. സംഘം രൂപീകരിക്കുന്നതിനുവേണ്ടി നടന്ന സംയുക്തയോഗത്തിൽ എൻ കെ ബാലകൃഷ്ണൻ എം എൽ എ കൊണ്ടുവന്ന ലിസ്റ്റ് പ്രകാരം ഹോസ്ദുർഗ്ഗ് സംഘത്തിന്റെ പ്രസിഡന്റ് (ചീഫ് പ്രൊമോട്ടർ) എച്ച് എം എസിന്റെ പ്രതിനിധി ജനാർദ്ദന ഹെഗ്ഡെ ആയിരുന്നു. അതിനെ ഞങ്ങൾ ശക്തമായി എതിർക്കുകയും എ കെയെ ചീഫ് പ്രൊമോട്ടർ ആക്കണമെന്ന് ആവശ്യപ്പെടുകയുമുണ്ടായി. സി പി ഐയുടെ ടി കുഞ്ഞിരാമൻ മാസ്റ്റർ ഞങ്ങളെ പിന്താങ്ങുകയുണ്ടായി. എന്നാൽ മേലെനിന്ന് അംഗീകരിച്ചതാണ് അതുകൊണ്ട് മാറ്റാൻ സാധിക്കില്ല എന്ന നിലപാടാണ് എം എൽ എ സ്വീകരിച്ചത്. എന്നാൽ സംഘം രജിസ്റ്റർ ചെയ്തപ്പോൾ സംഘത്തിന്റെ പ്രസിഡന്റായി എ കെയുടെ പേരാണ് ഉണ്ടായിരുന്നത്. മുന്നണി ധാരണ പ്രകാരം എ കെ സ്ഥാനം ഏറ്റെടുക്കുകയുണ്ടായില്ല. ജനാർദ്ദന ഹെഗ്ഡെ തന്നെ പ്രസിഡന്റായി. 1969 ഫെബ്രുവരി 15 ന് ദിനേശ് ബീഡി കണ്ണൂരിൽ തുടങ്ങിയെങ്കിലും മാർച്ച് ആദ്യം ആണ് ഇവിടെ പ്രവർത്തനം തുടങ്ങിയത്. ഹോസ്ദുർഗ്ഗ് സംഘത്തിന്റെ പ്രവർത്തനം തുടങ്ങി പിന്നെയും ഒരാഴ്ച കഴിഞ്ഞാണ് കോട്ടച്ചേരി സംഘത്തിന്റെ പ്രവർത്തനം തുടങ്ങിയത്. ആദ്യം നല്ല മാർക്കറ്റായിരുന്നു. ബീഡി ആവശ്യത്തിനു കൊടുക്കാൻ സാധിക്കാത്ത നിലയിലായിരുന്നു. എന്നാൽ 1970 ആരംഭത്തിൽ ബീഡി കെട്ടിക്കിടക്കുകയും ലെ ഓഫ് പ്രഖ്യാപിക്കുകയും ചെയ്തു. 6 ആഴ്ചക്കാലം ലെ ഓഫ് നീണ്ടു. പുതിയതരം ബീഡി മാർക്കറ്റിൽ ഇറങ്ങിയതോടെ ലെ ഓഫ് നിർത്തുകയും പുതിയ തൊഴിലാളികളെ എടുക്കുകയും ചെയ്തു. കാഞ്ഞങ്ങാട് നടക്കുന്ന എല്ലാ സമരങ്ങളിലും ബീഡിത്തൊഴിലാളികളുടെ പങ്കാളിത്തം ഉണ്ടായിരുന്നു. അക്കാലത്താണ് കല്ലട്ര മരമില്ലിലും ചുള്ളി പോപ്പുലർ എസ്റ്റേറ്റിലും സമരം നടന്നത്. പോപ്പുലർ എസ്റ്റേറ്റ് തൊഴിലാളികളെ പോലീസ് മർദ്ദിച്ചതിനെതിരായി സമരം നടത്തിയ തൊഴിലാളികളെയും സഖാവ് ചാത്തുവേട്ടൻ, എ കെ, പി പി കോരൻ എന്നിവരെയും പോലീസ് ലോക്കപ്പിലിട്ട് മർദ്ദിക്കുകയുണ്ടായി. അതിനെതിരായി തൊഴിലാളികൾ കാഞ്ഞങ്ങാട് ശക്തമായ പ്രകടനം നടത്തുകയുണ്ടായി. അതിലും കുറെ സഖാക്കളെ പിടിച്ചുകൊണ്ടുപോയി മർദ്ദിക്കുകയുണ്ടായി. അക്കാലത്ത് തന്നെയാണ് ബി എം എസ് ബസ്സിൽ തൊഴിലാളി പണിമുടക്ക് നടന്നത്. സി കേളുനായരായിരുന്നു മോട്ടോർ തൊഴിലാളി യൂണിയന്റെ നേതാവ്.

എ കെയുടെ വീട്ടിലെ സ്ഥിതി വളരെ വിഷമത്തിലായിരുന്നു. കാര്യമായി വരുമാനമൊന്നുമില്ല. രണ്ടോ മൂന്നോ കുടുംബം താമസിക്കുന്ന

ഒരു കുടിലിന്റെ ഒരു ചെറിയ മുറിയിലായിരുന്നു എ കെയുടെ കുടുംബം താമസിച്ചിരുന്നത്. സഖാവിന്റെ ഭാര്യക്ക് ദിനേശ് ബീഡി ലേബലിങ് വിഭാഗത്തിൽ ജോലി ലഭിച്ചത് ചെറിയൊരാശ്വാസമായി. 1975 ൽ അടിയന്തരാവസ്ഥ പ്രഖ്യാപിച്ചതിനെ തുടർന്ന് എ കെ അറസ്റ്റ് ചെയ്യപ്പെട്ട് കണ്ണൂർ സെൻട്രൽ ജയിലിലായി. പിന്നീട് ജില്ലയിലെ പ്രധാന വക്കീലന്മാരെ അറസ്റ്റ് ചെയ്ത കൂട്ടത്തിൽ സ. പുരുഷോത്തമൻ വക്കീലിനെയും അറസ്റ്റുചെയ്തു. പാർട്ടിയെ നിരോധിച്ചില്ലെങ്കിലും യാതൊരു പ്രവർത്തനവും അനുവദിച്ചിരുന്നില്ല. പോലീസ് തോന്നുന്നവരെയൊക്കെ പിടിച്ചു കൊണ്ടുപോയി മർദ്ദിക്കുന്ന നിലയുണ്ടായിരുന്നു. പല ബീഡി ബ്രാഞ്ചുകളിലും പോലീസ് കയറി തൊഴിലാളികളെ പിടിച്ച് കൊണ്ടുപോയി മർദ്ദിച്ചിട്ടുണ്ട്.

1977 ൽ ആദ്യം അടിയന്തരാവസ്ഥ പിൻവലിക്കുകയും തിരഞ്ഞെടുപ്പ് പ്രഖ്യാപിക്കുകയും തടവുകാരെ വിട്ടയക്കുകയും ചെയ്തു. 1982 ൽ നീലേശ്വരത്ത് യൂണിയൻ രജിസ്റ്റർ ചെയ്യുകയും പ്രത്യേക യൂണിയനായി പ്രവർത്തിക്കാൻ തീരുമാനിക്കുകയും ചെയ്തു. ആ വർഷം ഒക്ടോബറിൽ ദുർഗ്ഗ ഹൈസ്കൂളിൽ ചേർന്ന യൂണിയൻ സമ്മേളനത്തിൽ സ. എ കെയെ യൂണിയൻ പ്രസിഡന്റായും സ. എം ഗംഗാധരനെ സെക്രട്ടറിയായും തെരഞ്ഞെടുത്തു. 1984 ൽ കാസർഗോഡ് ജില്ല രൂപീകരിച്ചതിനെത്തുടർന്ന് എ കെ, സി ഐ ടി യു ജില്ലാ സെക്രട്ടറിയായി. 1985 ൽ ദിനേശ് ബീഡിയിൽ തെരഞ്ഞെടുപ്പ് നടന്നപ്പോൾ സ. എ കെ ഹോസ്ദുർഗ്ഗ് സംഘത്തിന്റെ പ്രസിഡന്റായി. പിന്നീട് സ. പി കരുണാകരൻ *ദേശാഭിമാനി* ജനറൽ മാനേജരായി പോയതിനെത്തുടർന്ന് പാർട്ടി ജില്ലാ സെക്രട്ടറിയുമായി.

ഓർത്തെടുത്തതിൽ പലതും എഴുതുമ്പോൾ വിട്ടുപോയിട്ടുണ്ടാവും. അക്കൂട്ടത്തിൽ ഒരു കാര്യം സ. എ കെയെ പാമ്പ് കടിച്ചതാണ്. 1969 ലാണ് സംഭവം. പെരിയയിലെ കല്ല്യോട്ട് എന്ന സ്ഥലത്ത് വിള കൊയ്യുന്നത് സംബന്ധിച്ച് തർക്കമുണ്ടായി. കൃഷി ചെയ്തയാള് വിള കൊയ്യുന്നത് തടയുന്നതിന് കോടതിയിൽനിന്നും ഇൻജെക്ഷൻ ഓർഡറുണ്ടായി. പാർട്ടി ഇടപെട്ട് സംസാരിച്ചുവെങ്കിലും ജന്മി വഴങ്ങിയില്ല. തുടർന്ന് വിള കൊയ്യാൻ കൃഷിക്കാരനെ സഹായിക്കാൻ പാർട്ടി തീരുമാനിക്കുകയും ചെയ്തു. ഞങ്ങൾ കുറെ പേർ കോട്ടച്ചേരി നിന്ന് പോവുകയുണ്ടായി. കൂടാതെ പെരിയ, പള്ളിക്കര തുടങ്ങിയ സ്ഥലങ്ങളിൽ നിന്ന് സഖാക്കൾ എത്തിയിരുന്നു. ഞങ്ങൾ പെരിയയിൽ എത്തി അവിടെ നിന്ന് കല്ല്യോട്ട് എന്ന സ്ഥലത്തേക്ക് രാത്രിയിൽ നടന്നുപോവുകയായിരുന്നു. എ കെ ആയിരുന്നു നേതാവ്. നടന്ന് ഏകദേശം പകുതി ദൂരം എത്തിയപ്പോൾ എ കെയെ എന്തോ കടിച്ചു. അപ്പോൾ സഖാക്കൾ ടോർച്ച് ലൈറ്റ് അടിച്ചു

നോക്കിയപ്പോൾ ചുരുട്ടയാണെന്ന് മനസ്സിലായി. അപ്പോൾ തന്നെ മുറിവ് കീറി കുറെ രക്തം കളഞ്ഞ് അദ്ദേഹത്തെ ചുമലിലേറ്റി തിരിച്ചു കൊണ്ടുവന്നു വൈദ്യരെ കാണിച്ചു. ഞങ്ങൾ വീണ്ടും നടന്ന് സ്ഥലത്തെത്തി കൊയ്യാനാരംഭിച്ചു. കൊയ്ത്ത് തീരുമ്പോൾ രാവിലെ 8 മണിയായി. ഞങ്ങൾ തിരിച്ച് വീട്ടിലെത്തുമ്പോൾ ഉച്ചയായിരുന്നു. ഞങ്ങൾ വന്നതിനുശേഷം അവിടെ സംഘട്ടനം നടന്നതായി അറിയാൻ കഴിഞ്ഞു. കൊയ്ത നെല്ല് പോലീസ് കണ്ട് കെട്ടുകയും ചെയ്തു. 1970 ലെ ട്രാൻസ്പോർട്ട് സമരത്തിൽ പങ്കെടുത്തതിന് സ. എ കെ ശിക്ഷിക്കപ്പെട്ടു കണ്ണൂർ സെൻട്രൽ ജയിലിലായി. 10 ദിവസമാണ് ശിക്ഷിച്ചത്. ചാത്തുവേട്ടന്റെ നേതൃത്വത്തിൽ ആദ്യ ദിവസമാണ് ഞാൻ സമരത്തിൽ പങ്കെടുത്തത്. രണ്ടാമത്തെ ദിവസം സ. എ കെയുടെ നേതൃത്വത്തിലായിരുന്നു. സമരത്തിൽ പങ്കെടുത്ത എല്ലാവരെയും ശിക്ഷിക്കുകയുണ്ടായി. അവസാന ദിവസങ്ങളിൽ സമര വളണ്ടിയർമാരെ പോലീസ് ക്രൂരമായി മർദ്ദിക്കുകയുണ്ടായി. അഡ്വ. ടി ഭരതന്റെ നേതൃത്വത്തിൽ പോയ സഖാക്കൾക്കും മർദ്ദനമേൽക്കുകയുണ്ടായി.

ഏതു സംഘർഷമേഖലയിലും ചാഞ്ചാട്ടമില്ലാതെ കടന്നു ചെല്ലുവാൻ ചങ്കൂറ്റമുള്ള നേതാവായിരുന്നു സ. എ കെ. മർദ്ദനങ്ങളും പീഡനങ്ങളും നേരിട്ടു സമരമുഖങ്ങളിൽ ജ്വലിച്ചു നിൽക്കുന്ന എ കെ. സഹപ്രവർത്തകർക്ക് എന്നും ആവേശമായിരുന്നു. എല്ലാ അർത്ഥത്തിലും ഒരു മാതൃകാ കമ്യൂണിസ്റ്റ് ആയിരുന്നു. സഖാവിന്റെ ഓർമ്മയ്ക്കു മുമ്പിൽ ആദരാഞ്ജലികൾ അർപ്പിക്കുന്നു.

അച്ഛനെക്കുറിച്ചുള്ള ഓർമ്മകൾ

എ കെ ലൈല, എ കെ അനിത, എ കെ ആശ, എ കെ സീമ

അറിയാനായ പ്രായം മുതൽ അച്ഛനെ ഓർത്തെടുക്കുമ്പോൾ വെള്ള ഷർട്ടും വെള്ള മുണ്ടും ഉടുത്ത് ചെറിയ കറുത്ത ഒരു കൈബാഗുമായി നടന്നുവരുന്ന കാഴ്ചയാണു മനസ്സിലെത്തുന്നത്. നന്നേ ചെറുപ്പത്തിൽ അച്ഛനെ അടിയന്തരാവസ്ഥാക്കാലത്ത് കോടതിയിൽ ഹാജരാക്കുമ്പോൾ ഞങ്ങൾ 4 മക്കളെയുംകൊണ്ട് അമ്മ അച്ഛനെ കാണാൻ പോകുന്നത് ചെറിയ ഒരു ഓർമ്മമാത്രം. അപ്പോൾ കാര്യങ്ങൾ ഒന്നും അറിയില്ല. അച്ഛനെ കാണാൻ പോകുമ്പോൾ അവിടെയുള്ള പോലീസുകാർ ഒക്കെ നല്ല വാത്സ്യലത്തോടെയാണ് ഞങ്ങളോട് പെരുമാറിയിരുന്നത്.

അച്ഛന് ഞങ്ങൾ 4 പെൺമക്കളോട്ടും വലിയ സ്നേഹമായിരുന്നു. ആൺ മക്കൾ ഇല്ലാത്തതുകൊണ്ട് ഞങ്ങൾ 4 പേരെയും നല്ല തന്റേടത്തോടെ എവിടെയും പോകാൻ അനുവദിച്ചിരുന്നു. എവിടെ പോകാനും വരാനും നല്ല സ്വാതന്ത്ര്യത്തോടെയാണ് വിട്ടിരുന്നത്. അച്ഛന്റെ രാഷ്ട്രീയ പ്രവർത്തനം കണ്ട് വളർന്ന ഞങ്ങൾക്ക് പാർട്ടി എന്ന് പറഞ്ഞാൽ അത്രയ്ക്ക് ഇഷ്ടമാണ്. ചെറിയ പ്രായത്തിൽത്തന്നെ എച്ച് കെ ദാമോദരേട്ടന്റെ കൂടെ ബാലസംഘം പരിപാടിക്ക് പോകുമായിരുന്നു. അതിനുശേഷം എസ് എഫ് ഐയിൽ. ബാലസംഘത്തിലും എസ് എഫ് ഐയിലും പ്രവർത്തനത്തിന് അച്ഛന്റെ ഫുൾ സപ്പോർട്ട് ആണ്. എവിടെ പരിപാടിക്കും ക്യാമ്പുകൾക്കും പോകുന്നതിന് പെൺമക്കൾ ആയിട്ടും ആ കാലത്ത് അച്ഛന് ഒരു എതിർപ്പും ഇല്ല. അത്രയ്ക്ക് വിശ്വാസമാണ് അച്ഛന് പാർട്ടിക്കാരെയും സംഘടനാ നേതാക്കളെയും. ഇന്നത്തെപോലെ അന്ന് സംഘടനാപ്രവർത്തനത്തിന് പെൺകുട്ടികൾ പോകാത്ത സമയമാണ്.

അച്ഛന്റെ വാത്സല്യം കൂടുതൽ അനുഭവിക്കാൻ സാധിച്ചില്ല. എന്നും പാർട്ടി പരിപാടിയും തിരക്കുമായിരുന്നു. കൂടുതലും യാത്രകൾ. ഒരു യാത്ര കഴിഞ്ഞുവന്ന് അലക്കാനുള്ള ഡ്രസ്സ് അമ്മയെ ഏൽപ്പിച്ച് തൊട്ടടുത്ത ദിവസം തന്നെ വീണ്ടും ഡ്രസ്സ് എടുത്ത് യാത്ര പോകുന്ന അച്ഛനെയാണ് കാണുന്നത്. അച്ഛന് എത്ര യാത്ര കഴിഞ്ഞ് വന്നാലും ഒരു ക്ഷീണവും അറിയാറില്ല. അറിയിക്കുകയുമില്ല. ഏറെ വൈകുന്നത് വരെ ഉറക്ക മൊഴിഞ്ഞ് വായിക്കും, എഴുതും. അച്ഛന്റെ കൈയക്ഷരം ഒരു പ്രത്യേക തരമാണ്. നല്ല രസമാണ് കാണാൻ. ഇംഗ്ലീഷ് ഒരുപാട് എഴുതി എഴുതി പഠിക്കുമായിരുന്നു.

പഴയ വീട്ടിൽ അന്ന് പാർട്ടിക്കാരോ, എന്തെങ്കിലും പ്രശ്നം ഒത്ത് തീർപ്പിനോ, ജോലിയുമായോ ബന്ധപ്പെട്ട് വരുന്നവരെ ഇരുത്തി സംസാരിക്കാൻ ഒരു ഓഫീസ് റൂമുണ്ടെങ്കിൽ എന്ന് ആഗ്രഹിച്ചിരുന്നു. പിന്നീട് വീട് പുതിയത് എടുത്തപ്പോൾ അച്ഛൻ ആഗ്രഹിച്ചതുപോലെ ഒരു ഓഫീസ് റൂമും അതിൽ എടുത്തു. പുതിയ വീട് പണിയുന്ന സമയ ത്ത് പാർട്ടി അനുവാദത്തോട് കൂടിയായിട്ടും ചില ആരോപണങ്ങൾ ഉണ്ടായി. എല്ലാവരേയും സ്നേഹിക്കാൻ മാത്രം അറിയുന്ന അച്ഛന് അത് വിഷമം ഉണ്ടാക്കി. പിന്നീട് അമ്മയോട് ഇടയ്ക്കിടെ പറയുമായിരു ന്നു, 'വീട് വലുതായിപ്പോയി അല്ലെ, വേണ്ടായിരുന്നു' എന്ന്.

അച്ഛൻ മുഴുവൻ സമയം പാർട്ടി പ്രവർത്തകനായതുകൊണ്ട് പാർട്ടി കൊടുക്കുന്ന അലവൻസാണ് അച്ഛന് കിട്ടുന്നത്. ഞങ്ങൾ ചെറിയ കുട്ടി കളായപ്പോൾ തന്നെ അമ്മയ്ക്ക് ദിനേശ് ബീഡി ലേബലിങ്ങിൽ ജോലി കൊടുത്തു. ഞങ്ങൾ നാലു മക്കളെയും നോക്കാൻ അമ്മ ഏറെ കഷ്ടപ്പെ ട്ടിരുന്നു. ഞങ്ങൾ എന്തെങ്കിലും ഇല്ലാത്ത കാര്യം പറയുമ്പോൾ അച്ഛൻ പറയും നമ്മളേക്കാൾ പ്രയാസം ഉള്ളവരെ ആലോചിച്ചാൽ നമ്മുടെ പ്രശ്നം ഒന്നും അല്ല എന്ന്. പിന്നെ ഒരിക്കൽ വീട്ടിൽ ഒരാൾ അച്ഛനോട് എന്തോ ഒരു പ്രശ്നംപറയാൻ വന്നു. എന്താണെന്നോ ആരാണെന്നോ ഒന്നും അറിയില്ല. അച്ഛൻ ഉച്ചത്തിൽ അന്ന് കുറച്ച് ദേഷ്യപ്പെട്ട് സംസാ രിക്കുന്നതാണ് കേട്ടത്. ഞങ്ങൾ അങ്ങനെ അച്ഛനെ കണ്ടിട്ടില്ല. പിന്നീ ടാണ് അറിഞ്ഞത് അയാൾ അച്ഛന് ഏതോ പ്രശ്നം പരിഹരിക്കാൻ പൈസ കൊണ്ടുവന്നു കൊടുക്കാൻ ശ്രമിച്ചുവെന്ന്. ഇങ്ങനെയാണോ നിങ്ങൾ എന്നെ പറ്റി കരുതിയത് എന്ന് പറഞ്ഞായിരുന്നു ഒച്ചയാക്കി യത്. പിന്നീട് വിഷമത്തോടെ പറഞ്ഞു ഇങ്ങനെയാണോ ആൾക്കാര് നമ്മളെപ്പറ്റി മനസ്സിലാക്കുന്നത് എന്ന്. അതൊക്കെ അച്ഛന് വിഷമം ഉണ്ടാക്കിയിരുന്നു.

ഞങ്ങൾ പെൺമക്കൾ ആയതിനാലും ജീവിക്കാൻ അത്ര കാര്യമായ സാമ്പത്തികം ഇല്ലാത്തതിനാലും അച്ഛൻ മുഴുവൻ സമയ പാർട്ടി പ്രവർത്ത

കനായതും പരിഗണിച്ച് ഞങ്ങൾക്ക് ജോലി ലഭിക്കാൻ പാർട്ടി സഹായിച്ചു. അതിലും പലവിധ ആരോപണങ്ങളും ഉണ്ടായി. എന്നിരുന്നാലും ഞങ്ങൾ ആ ജോലി കാരണം അച്ഛന്റെ പേരിൽ അന്തസ്സായി ജീവിക്കുന്നു.

പാർട്ടി നേതാക്കൾക്ക് ഒരു പ്രായപരിധി വെച്ച് കമ്മിറ്റിയിൽ നിന്ന് ഒഴിവാക്കുന്ന സ്ഥിതി നിലവിൽ വന്നതിന്റെ അടിസ്ഥാനത്തിൽ അച്ഛനെ സംസ്ഥാന കമ്മിറ്റിയിൽനിന്നും ജില്ലാകമ്മിറ്റിയിൽനിന്നും ഒഴിവാക്കുന്നത് വന്നപ്പോൾ ഒരു മുഴുവൻ സമയ പ്രവർത്തകനെ അത് എങ്ങനെ ബാധിക്കുമോ, ആ രീതിയിൽ അച്ഛനെയും ബാധിച്ചു. അച്ഛന് മാനസികമായി അത് ഉൾക്കൊള്ളാൻ പ്രയാസമായി. ഓർമ്മക്കുറവ് ചെറിയ രീതിയിൽ ബാധിച്ചിരുന്നു. പിന്നീട് അത് കൂടി. എന്നും അച്ഛൻ രാവിലെ യോഗ ചെയ്യുമായിരുന്നു. യോഗ ചെയ്ത് കഴിഞ്ഞാൽ കുളിച്ച് അച്ഛൻ എന്നത്തേയുംപോലെ ഡ്രസ്സ് ചെയ്ത് ഇരിക്കും. ഇന്ന് പരിപാടി ഉണ്ടോ എന്ന് ഇടയ്ക്കിടെ അമ്മയോട് ചോദിക്കും.

പാർട്ടി പ്രവർത്തനം പൂർണ്ണമായും നിർത്തിയപ്പോൾ ഞങ്ങൾക്ക് അച്ഛനെ പൂർണ്ണമായും കിട്ടി. പക്ഷേ, അച്ഛന്റെ അസുഖം അച്ഛനെ രോഗശയ്യയിലാക്കി. ഒരുപാട് സംസാരിച്ചിരുന്ന അച്ഛൻ ഒരുപാട്, ഒരുപാട് പ്രസംഗിച്ചിരുന്ന അച്ഛൻ സംസാരിക്കാതെയായി. ഭക്ഷണം കഴിക്കുമ്പോൾ ചുമയ്ക്കുന്നതുകൊണ്ട് ലംഗ്സിൽ കയറും എന്ന ഡോക്ടറുടെ നിർദ്ദേശത്തെ തുടർന്ന് ട്യൂബിൽക്കൂടി ഭക്ഷണം കൊടുക്കേണ്ടി വന്നു. മുഴുവൻ സമയം ഞങ്ങൾക്ക് അച്ഛനെ വീട്ടിൽ കിട്ടിയപ്പോൾ ഞങ്ങൾക്ക് അച്ഛനെ നഷ്ടപ്പെട്ടു. ഏകദേശം 8 മാസത്തോളം അച്ഛൻ കിടപ്പിലായിരുന്നു. 2023 ഡിസംബർ 10 ന് രാത്രിയിൽ അച്ഛൻ ഞങ്ങളെ തനിച്ചാക്കി ഓർമ്മയായി........

അച്ഛന്റെ പുസ്തകലോകത്ത് വെറുതെ പുസ്തകം മറിച്ച് നോക്കുമ്പോൾ അച്ഛന്റെ കൈയക്ഷരം... വിലപ്പെട്ട പുസ്തകങ്ങൾ... അതിൽ പാർട്ടി കാര്യങ്ങൾ കുത്തിക്കുറിച്ച് വെച്ച അക്ഷരങ്ങൾ... അത് കാണുമ്പോൾ കണ്ണുനിറഞ്ഞ് ഒന്നും കാണാൻ പറ്റുന്നില്ല. അച്ഛന്റെ ഓർമ്മകൾ. ഇന്ന് അച്ഛൻ ഇല്ല എന്ന് ആ ഫോട്ടോ നോക്കി ഇരിക്കുമ്പോൾ തോന്നുന്നില്ല. അച്ഛന്റെ ചിരിക്കുന്ന മുഖം. ആ ഫോട്ടോയിൽ ഉള്ളതുപോലെ, അച്ഛൻ എന്തൊക്കെയോ പറയാൻ ബാക്കിയാക്കി പോയതുപോലെ.

ഞങ്ങൾ അച്ഛന്റെ മക്കൾ

എല്ലാ ദുഃഖവും ഉള്ളിലൊതുക്കി ഞങ്ങളെ സ്നേഹിക്കുന്ന ഞങ്ങളുടെ അമ്മ കെ ഇന്ദിര.

സ. എ കെ കർമ്മധീരനായ വിപ്ലവകാരി

അഡ്വ. പി അപ്പുക്കുട്ടൻ

സ. എ കെ ഓർമ്മയായിട്ട് ഒരു വർഷം പിന്നിട്ടിരിക്കുന്നു.

ഒരു ദരിദ്ര കുടുംബത്തിൽ ജനിച്ച് ആഗ്രഹിച്ചതുപോലെ വിദ്യാഭ്യാസം പൂർത്തിയാക്കാനാവാതെ നന്നെ ചെറുപ്രായത്തിൽത്തന്നെ ബീഡി തെറുപ്പ് തൊഴിലായി സ്വീകരിക്കേണ്ടിവന്ന സാധാരണക്കാരനായ ഒരാൾ സി ഐ ടി യുവിന്റെയും സി പി ഐ (എം) ന്റെയും ജില്ലയിലെ അമരക്കാരനായി ഉയർന്നതിന്റെ പിന്നിൽ സഹനത്തിന്റെയും ത്യാഗത്തിന്റെയും ആത്മധൈര്യത്തിന്റെയും സ്ഥിരോത്സാഹത്തിന്റെയും അടരുകൾ ഏറെയുണ്ട്.

ചുള്ളി പോപ്പുലർ തൊഴിലാളി സമരത്തിന്റെ ഭാഗമായി കാഞ്ഞങ്ങാട് പോലീസ് സ്റ്റേഷനു മുമ്പിൽ സത്യഗ്രഹം നടത്തിയതിന് പാർട്ടി നേതാക്കളായ പി ചാത്തു, പി പി കോരൻ എന്നിവരോടൊപ്പം അറസ്റ്റുചെയ്യപ്പെട്ട് അതി ഭീകരമായ മർദ്ദനം ഏറ്റുവാങ്ങുമ്പോൾ ഒരിക്കൽ പോലും നിലവിളിക്കാതിരുന്ന ആ കൃശഗാത്രനെ കണ്ടു മർദ്ദനത്തിന് നേതൃത്വം നൽകിയ സി ഐ മിന്നൽ മാധവൻ പോലും ഒരു വേള അത്ഭുതപ്പെട്ടിട്ടുണ്ടാവണം. എന്നു പുറത്തു വരാൻ കഴിയുമെന്ന യാതൊരു ധാരണയുമില്ലാതെ അടിയന്തരാവസ്ഥയിൽ മിസതടവുകാരനായി കണ്ണൂർ സെൻട്രൽ ജയിലിൽ കഴിയുമ്പോഴും ബീഡിത്തൊഴിലാളികളുടെ തൊഴിൽ സംരക്ഷിക്കുന്നതിന് വേണ്ടിയുള്ള തുടർച്ചയായ തൊഴിലാളി സമരത്തിന്റെ ക്ലേശകരമായ സംഘാടനത്തിൽ പങ്കെടുത്തു മംഗലാപുരത്തെ ഗണേഷ് ബീഡി സ്ഥാപനത്തിന് മുമ്പിൽ വിയർക്കുമ്പോഴും തോട്ടം തൊഴിലാളികളെ സംഘടിപ്പിക്കുന്നതിന് ദുർഘടമായ വഴിയിലൂടെ അട്ടകളുടെ കടിയേറ്റ് കമ്മാടം എസ്റ്റേറ്റിലേക്ക് കാൽനടയായി സഞ്ച

രിക്കുമ്പോഴും എ കെയെ നയിച്ചത് വർഗ്ഗ സ്നേഹവും സമത്വത്തിനും സാമൂഹ്യ നീതിക്കും വേണ്ടിയുള്ള പോരാട്ട വീര്യവും.

1938 ജനുവരി 16 ന് നീലേശ്വരത്തിനടുത്ത് പാലായിയിൽ ജനിച്ച എ കെ നാരായണന്റെ അച്ഛൻ അതിയാമ്പൂര്കാരനായ അമ്പു കുരുക്കൾ, അമ്മ പാലായിയിലെ മാണിക്കം. പാലായി എൽ പി സ്കൂളിലും നീലേശ്വരം എ യു പി സ്കൂളിലും വിദ്യാഭ്യാസം. തുടർവിദ്യാഭ്യാസത്തിന് നീലേശ്വരം രാജാസ് ഹൈസ്കൂളിൽ ചേരണമെന്ന മോഹം നടന്നില്ല. പകരം പിന്നീട്ട ഗോവ സമര സേനാനി കൂടിയായ ബീഡിത്തൊഴിലാളി പി കെ കുഞ്ഞമ്പുവിന്റെ സഹായിയായി പാലായിയിലെ ഗണേഷ് ബീഡിക്കമ്പനിയിലാണെത്തിയത്. പി കെ കുഞ്ഞമ്പു ഗോവ സമരത്തിന് പോകുന്നതിനു മുമ്പ് തന്റെ അകന്ന ബന്ധു കൂടിയായ നൂൽകെട്ടുകാരൻ നാരായണനെ ബീഡിതെറുപ്പിന് ഇരുത്തിയെന്നു അന്നു കൂടെയുണ്ടായിരുന്ന നീലേശ്വരത്തെ കെ കുഞ്ഞിക്കണ്ണൻ നായർ സാക്ഷ്യപ്പെടുത്തുന്നു.

1956 ലാണ് എ കെ നാരായണൻ കാഞ്ഞങ്ങാട്ടെ അതിയാമ്പൂരെത്തുന്നത്. അതു അച്ഛന്റെ വസതിയായിരുന്നു. അവിടന്നങ്ങോട്ട് അതിയാമ്പൂരിലെയും കാഞ്ഞങ്ങാട്ടെയും സാമൂഹ്യ ജീവിതവുമായി താദാത്മ്യം പ്രാപിച്ചു നീങ്ങുകയായിരുന്നു.

അമ്മ സ. എ കെയുടെ ഒരു ദൗർബല്യമായിരുന്നുവെന്ന് കേട്ടിട്ടുണ്ട്. തിരിച്ചു അമ്മയ്ക്കും മകനോടുള്ള ബന്ധം അങ്ങനെ തന്നെയായിരുന്നു. മകന്റെ സ്നേഹം ആരുമായും പങ്കുവെക്കുന്നതിന് അവർ തയ്യാറായിരുന്നില്ല. മകന്റെ ഭാര്യയുമായിപ്പോലും. ഈ നിലപാടു കാരണം സഹധർമ്മിണിക്കു രണ്ടു വർഷക്കാലം ഭർത്താവിനെ പിരിഞ്ഞിരിക്കേണ്ടി വന്നു. രോഗിണിയായി മംഗലാപുരം വെന്റ്ലോക്ക് ആശുപത്രിയിൽ അമ്മ ചികിത്സയിൽ കഴിഞ്ഞ സന്ദർഭം സഖാവിനെ ഏറെ ദുഃഖിപ്പിച്ചു. അവിടെ വെച്ച് മരണത്തിന് കീഴടങ്ങേണ്ടി വന്ന അമ്മയുടെ മൃതദേഹം നാട്ടിലെത്തിക്കാൻ കഴിയാത്ത നിസ്സഹായനായ മകന്റെ ധർമ്മസങ്കടം സഹധർമ്മിണി ഇന്ദിര ഇന്നും ഓർക്കുന്നു. ജീവിതത്തിലുടനീളം ആ ദുഃഖം സ. എ കെയുടെ മനസ്സിൽ ഒരു കനലായി നിന്നു.

സഖാവിന്റെ വിവാഹത്തിലും ഒരു പ്രത്യേകതയുണ്ട്. മറ്റൊരാൾക്കു നിശ്ചയിച്ചു വെച്ച വധുവിനെയാണ് സ. എ കെ വിവാഹം കഴിച്ചത്. ഇന്ദിരയുടെ വിവാഹം കീഴ്മാലക്കാരനായ ഒരു യുവാവുമായി ഉറപ്പിച്ചതായിരുന്നുവത്രെ. അയാൾക്ക് വസൂരി പിടിച്ചതുകൊണ്ട് വിവാഹം ആറു മാസത്തേക്കു മാറ്റിവെക്കണമെന്ന അഭ്യർത്ഥന വന്നു. ആ ഘട്ടത്തിലാണ് ഇന്ദിരയുടെ സഹോദരൻ രാഘവന്റെ കൂടെ എ കെ ആ വീട്ടിലെത്തിയത്. പാർട്ടി പ്രവർത്തനത്തിന്റെ ഭാഗമായ ആ യാദൃച്ഛിക സന്ദർശനത്തിൽ അവർ പരസ്പരം കാണുകയും ഇഷ്ടപ്പെടുകയും ചെയ്തു. വിവാഹം 6 മാസം മാറ്റിവെക്കണമെന്ന ആവശ്യത്തിന്റെ പഴുതിൽ

പുതിയ ആലോചന അരങ്ങേറി. സഹപ്രവർത്തകനായ രാഘവന്റെ പൂർണ്ണ പിന്തുണയും. അങ്ങനെ 1962 ൽ എ കെ വിവാഹിതനായി. എ കെ നാരായണൻ, കെ ഇന്ദിര ദമ്പതികൾക്ക് നാലു പെൺകുട്ടികളാണു ള്ളത്. ലൈല, അനിത, ആശ, സീമ എന്നിവരാണവർ. മരുമക്കൾ നാരാ യണൻ, അഡ്വ. യദുനാഥ്, ജൈനേന്ദ്രൻ, അശോകൻ.

ബീഡിത്തൊഴിലാളികളെ സംഘടിപ്പിച്ചുകൊണ്ടാണ് എ കെ ട്രേഡ് യൂണിയൻ പ്രവർത്തനരംഗത്തു വന്നത്. തൃക്കരിപ്പൂർ മുതൽ ഉദുമ വരെയുള്ള പ്രദേശങ്ങൾ ഉൾക്കൊള്ളുന്ന ഹോസ്ദുർഗ്ഗ് താലൂക്ക് ബീഡി ത്തൊഴിലാളി യൂണിയൻ ആയിരുന്നു ആദ്യ സംഘടന. അവിഭക്ത കണ്ണൂർ ജില്ലയിൽ ബീഡി ചുരുട്ട് മേഖലയിൽനിന്നും ഉയർന്നുവന്ന സി കണ്ണൻ, അഴീക്കോടൻ രാഘവൻ, പി വി കുട്ടി, എൻ അബ്ദുള്ള, കെ പി സഹദേവൻ, പി വിജയൻ എന്നിവരുടെ സഹപ്രവർത്തകനായി കണ്ണൂർ ജില്ലയിലെ തന്നെ പ്രധാന തൊഴിലാളി നേതാക്കളിലൊരാളാ യി സ. എ കെ വളരുകയായിരുന്നു. കണ്ണൂർ ജില്ലയുടെ വടക്കൻ പ്രദേ ശങ്ങളിൽ അസംഘടിതരായ തൊഴിലാളികളെ സംഘടിപ്പിക്കുന്നതി ലായി പിന്നീടുള്ള ശ്രദ്ധ. മോട്ടോർ തൊഴിലാളി യൂണിയൻ, ഹോട്ടൽ & പീടിക തൊഴിലാളി യൂണിയൻ, ഓട്ടോറിക്ഷ തൊഴിലാളി യൂണിയൻ, ചുമട്ടു തൊഴിലാളി യൂണിയൻ, ചെത്തു തൊഴിലാളി യൂണിയൻ, തോട്ടം തൊഴിലാളി യൂണിയൻ, മരമിൽ തൊഴിലാളി യൂണിയൻ തുടങ്ങി മിക്ക മേഖലകളിലും ട്രേഡ് യൂണിയൻ രൂപംകൊള്ളുന്നതിൽ സ. എ കെ യുടെ കരസ്പർശമുണ്ട്. സി ഐ ടി യു രൂപംകൊണ്ടതു മുതൽ കണ്ണൂർ ജില്ലാക മ്മിറ്റി അംഗമായും ഭാരവാഹിയായും അദ്ദേഹം പ്രവർത്തിച്ചിട്ടുണ്ട്. കാസ ർഗോഡ് ജില്ല രൂപംകൊള്ളുന്നതിന് തൊട്ടുമുമ്പുള്ള സി ഐ ടി യുവിന്റെ കണ്ണൂർ ജില്ലാകമ്മിറ്റിയിൽ സ. എ കെയോടൊപ്പം അംഗമാവാൻ എനിക്കും അവസരമുണ്ടായ കാര്യം സാന്ദർഭികമായി ഓർക്കുകയാണ്. കാസർഗോഡ് ജില്ല നിലവിൽ വന്നപ്പോൾ സി ഐ ടി യുവിന്റെ പ്രഥമ ജില്ലാകമ്മിറ്റിയുടെ സെക്രട്ടറിയായി പ്രവർത്തിക്കുവാൻ നിയോഗമുണ്ടാ യത് സ. എ കെയ്ക്കു തന്നെ. 1990 ൽ പാർട്ടി ജില്ലാ സെക്രട്ടറി സ്ഥാന ത്തേക്ക് തിരഞ്ഞെടുക്കപ്പെടുന്നതുവരെ സെക്രട്ടറി സ്ഥാനത്ത് തുടർന്നു. പിന്നീട് പ്രസിഡന്റായും പ്രവർത്തിച്ചു. സംസ്ഥാന വൈസ് പ്രസിഡന്റ് സ്ഥാനത്തും അദ്ദേഹം ദീർഘകാലം പ്രവർത്തിച്ചു.

കാസർഗോഡ് ജില്ല നിലവിൽ വന്നതിനെ തുടർന്ന് സി പി ഐ (എം) ന്റെ ജില്ലാ കമ്മിറ്റി രൂപീകരിക്കപ്പെട്ടപ്പോൾ ആദ്യ സെക്രട്ടറിയേ റ്റിൽ തന്നെ സ. എ കെ ഇടം നേടുകയുണ്ടായി. 1990 ൽ ജില്ലാ സെ ക്രട്ടറിയായിരുന്ന സ. പി കരുണാകരൻ *ദേശാഭിമാനി*യുടെ ജനറൽ മാനേജറായി ചുമതലയേല്ക്കാൻ ജില്ലാ സെക്രട്ടറി സ്ഥാനം ഒഴിഞ്ഞപ്പോ ൾ ആ സ്ഥാനത്തേക്ക് തെരഞ്ഞെടുക്കപ്പെട്ടത് സ. എ കെ ആയിരുന്നു.

അങ്ങനെ സ. എ കെ കാസർഗോഡ് ജില്ലയുടെ രണ്ടാമത്തെ പാർട്ടി സെക്രട്ടറി ആയി. ഇടവേളയുണ്ടായെങ്കിലും പത്തുവർഷക്കാലത്തോളം സെക്രട്ടറിയായി സ. എ കെ കാസർഗോഡ് ജില്ലയിലെ പാർട്ടിയെ നയിച്ചു. സംഘടനാ പ്രശ്നങ്ങൾ കൈകാര്യം ചെയ്യുന്നതിലും പാർട്ടിയെ യോജിപ്പിച്ചു നയിക്കുന്നതിലും അദ്ദേഹം മാതൃകാപരമായ പങ്കുവഹിച്ചു. കൺസ്യൂമർ ഫെഡിന്റെ ചെയർമാനായി നിയോഗിക്കപ്പെട്ടപ്പോഴാണ് ജില്ലാ സെക്രട്ടറി സ്ഥാനം സഖാവ് ഒഴിഞ്ഞത്.

പൊതു പ്രവർത്തനത്തിൽ സ. എ കെയുടെ സഞ്ചാരപഥം ക്ലേശഭ്രയിഷ്ടമായിരുന്നു. പുല്ലുമേഞ്ഞ ഒരു വീടിന്റെ ഒരു ഭാഗത്തായിരുന്നു യൗവന കാലം മുഴുവൻ എ കെ സകുടുംബം താമസിച്ചിരുന്നത്. അടുക്കളയും ബെഡ്റൂമുമെല്ലാം ഒരുമിച്ച്. പരിപാടികളെല്ലാം കഴിഞ്ഞു വൈകി വീട്ടിലെത്തുന്ന പ്രിയതമന് ഭക്ഷണമെടുക്കാൻ ഉറങ്ങിക്കിടക്കുന്ന നാലു പെൺമക്കളെ തട്ടാതെ പോകാൻ സഹധർമ്മിണി അനുഭവിച്ച വിഷമം അവർ പലപ്പോഴും പങ്കുവെച്ചിട്ടുണ്ട്. സൗകര്യമുള്ള ഒരു വീടുണ്ടാക്കാതെ മുന്നോട്ടു പോകാൻ കഴിയില്ലെന്ന സത്യം അവർ ഇടയ്ക്കിടെ ഓർമ്മിപ്പിച്ചുകൊണ്ടിരുന്നു. മുഴുവൻ സമയ പ്രവർത്തകനു സംഘടന നൽകുന്ന തുച്ഛമായ വേതനംകൊണ്ടു എന്തുണ്ടാക്കാൻ. രണ്ടറ്റവും മുട്ടാത്ത സാഹചര്യത്തിൽ സഹധർമ്മിണിക്ക് ദിനേശ് ബീഡി സൊസൈറ്റിയിൽ ലേബലിങ് ജോലി തേടേണ്ടി വന്നു. കുടുംബത്തിനുവേണ്ടി അത്യധ്വാനംചെയ്യുവാനും പ്രിയതമന്റെ പൊതു പ്രവർത്തനത്തിൽ താങ്ങാവാനും അവർ സദാ സന്നദ്ധയായിരുന്നു. ചിട്ടി വെച്ചുണ്ടാക്കിയ സംഖ്യകൊണ്ട് അതിയാമ്പൂർ കാലിക്കടവിൽ 10 സെന്റ് സ്ഥലം വാങ്ങി. മിസ തടവുകാരനായി കണ്ണൂർ സെൻട്രൽ ജയിലിൽ കഥാനായകൻ കഴിയുമ്പോഴായിരുന്നു സ്ഥലത്തിന്റെ രജിസ്ട്രേഷൻ. അതിനുവേണ്ട സഹായങ്ങൾ പുറത്തുള്ള സഖാക്കൾ ചെയ്തു. പാർട്ടിയുടെ സഹായത്തോടെ വീടുപണി ആരംഭിച്ചത് ജയിൽ മോചിതനായശേഷവും.

ആ കാലത്തു ഇടയ്ക്കിടെ വരുന്ന അസുഖം ഉണ്ടാക്കിയ പ്രയാസങ്ങൾ ചെറുതല്ല. ആങ്കി ലോസിംഗ് സ്പൊണ്ടാലിറ്റിസ് എന്ന നട്ടെല്ലിനെ ബാധിക്കുന്ന അസുഖം കാരണം കൂടെ കൂടെ മംഗലാപുരത്തും മണിപ്പാലിലും ചികിത്സ തേടേണ്ടി വന്നു. ജീവനു തുല്യം സ്നേഹിക്കുന്ന ബീഡിത്തൊഴിലാളികൾ ഓരോ ഘട്ടത്തിലും ചികിത്സയ്ക്ക് വേണ്ടിവരുന്ന സഹായം ചെയ്തിട്ടുണ്ട്. പലപ്പോഴും കോട്ടയ്ക്കൽ ഉൾപ്പെടെ പല കേന്ദ്രങ്ങളിൽനിന്നും ആയുർവേദ ചികിത്സയും തേടിയിട്ടുണ്ട്. ഇങ്ങനെ പ്രതികൂല പരിതസ്ഥിതികളോട് പോരാടിക്കൊണ്ടാണ് എ കെ തൊഴിലാളി രംഗത്തും രാഷ്ട്രീയ രംഗത്തും ചുമതലകൾ നിർവഹിച്ചു മുന്നോട്ട് പോയതെന്ന കാര്യവും ഓർക്കണം. ഇതിനു പുറമെ ഒരിക്കൽ പാമ്പു കടിയേറ്റ് ദിവസങ്ങളോളം ചികിത്സയിൽ കഴിയേണ്ടി വന്നിട്ടുണ്ട്. കല്യോട്ട് ഒരു

കൃഷിക്കാരന്റെ വിള കൊയ്യുന്നതിന് തടസ്സം നേരിട്ടപ്പോൾ പാർട്ടിയുടെ നേതൃത്വത്തിൽ സംഘടിതമായി വിളകൊയ്യു സഹായിക്കുന്ന സന്ദർഭത്തിലാണ് പാമ്പ് കടിയേറ്റത്. മുറിവുണങ്ങി സുഖപ്പെടാൻ കുറെ ദിവസങ്ങൾ വേണ്ടി വന്നു. തൊഴിലാളി ബഹുജന സമരങ്ങളുമായി ബന്ധപ്പെട്ട് നിരവധി കേസുകളിൽ സ. എ കെ പ്രതിയായിട്ടുണ്ട്. കാർഷിക മേഖലയിൽ ട്രാക്ടർ ആദ്യമായി ഇറങ്ങിയപ്പോൾ കർഷകത്തൊഴിലാളികൾക്ക് തൊഴിൽ നഷ്ടപ്പെടുമെന്ന ഭീതിയിൽ ട്രാക്ടറിനെതിരായി നടന്ന ആദ്യ സമരത്തിന് അതിയാമ്പൂർ, അത്തിക്കണ്ടം വയലിൽ ട്രാക്ടർ തടഞ്ഞുകൊണ്ട് നേതൃത്വം നൽകിയത് സ. എ കെ ആയിരുന്നു. അതുമായി ബന്ധപ്പെട്ട പോലീസ് ചാർജ് ചെയ്ത ക്രിമിനൽ കേസ് വർഷങ്ങളോളം നീണ്ടു നിന്നു.

അതിയാമ്പൂർ, കോടോത്ത് പത്തായപുര ഒരിക്കൽ പാണത്തൂരിലെ ഒരു എസ്റ്റേറ്റ് ഉടമയ്ക്ക് വേണുനാഥന്റെ കുടുംബം വാടകയ്ക്ക് കൊടുത്തിരുന്നു. വീട്ടിൽ വാടകക്കുടിയാൻ മാത്രമായിരുന്ന എസ്റ്റേറ്റ് ഉടമ അന്യായമായ വഴിയിലൂടെ വീട് സ്വന്തമാക്കാൻ ശ്രമിച്ചപ്പോൾ എ കെയുടെ നേതൃത്വത്തിൽ നാട്ടുകാർ അതിനെ ചെറുത്തു. എസ്റ്റേറ്റ് ഉടമയുടെ കള്ളക്കേസിൽ പോലീസ് സ. എ കെയെ രാത്രി വീട്ടിൽനിന്നും പിടിച്ചിറക്കി കൊണ്ടുപോയ ഒരു സംഭവം ഓർക്കുന്നു. പൊതു പ്രവർത്തനത്തിനിടയിൽ ഇങ്ങനെ നിരവധി കേസുകളിൽ പോലീസ് സ്റ്റേഷനുകളിലും കോടതികളിലും കയറിയിറങ്ങേണ്ടി വന്നിട്ടുണ്ട്.

പാർട്ടിരംഗത്തുംട്രേഡ്യൂണിയൻരംഗത്തുംസജീവമായിപ്രവർത്തിക്കുമ്പോൾ തന്നെ സഹകരണ രംഗത്തും സ. എ കെ സ്വന്തമായ സംഭാവനകൾ നൽകി. മാംഗ്ലൂർ ഗണേഷ് ബീഡി മുതലാളി തൊഴിൽ നിഷേധിച്ച ബീഡിത്തൊഴിലാളികളെ പുനരധിവസിപ്പിക്കുന്നതിനു രൂപംകൊണ്ട ദിനേശ് ബീഡി സഹകരണ സംഘത്തിൽ തുടക്കം മുതൽ ബന്ധപ്പെട്ട് പ്രവർത്തിക്കുവാൻ അദ്ദേഹത്തിനു കഴിഞ്ഞു. ഹോസ്ദുർഗ്ഗ് ബീഡിത്തൊഴിലാളി സഹകരണ സംഘത്തിൽ ആദ്യം ഡയറക്ടറായി പിന്നീട് ദീർഘകാലം പ്രസിഡന്റായും അദ്ദേഹം പ്രവർത്തിച്ചു. കേന്ദ്ര സംഘം ഡയറക്ടറായും എ കെ സേവനം അനുഷ്ഠിച്ചിട്ടുണ്ട്. കോട്ടച്ചേരി സർവ്വീസ് സഹകരണ ബാങ്കിന്റെ ഡയറക്ടറായും പ്രസിഡന്റായും അദ്ദേഹം പ്രവർത്തിച്ചിട്ടുണ്ട്. കൺസ്യൂമർ ഫെഡിന്റെ ചെയർമാൻ എന്ന നിലയിൽ അദ്ദേഹത്തിന്റെ പ്രവർത്തനം സ്തുത്യർഹമാണ്. സാധാരണ ജനങ്ങൾക്ക് പ്രയോജനപ്പെടുന്ന നിരവധി പരിപാടികൾ അദ്ദേഹം നേതൃത്വം നൽകിയ കാലത്ത് കൺസ്യൂമർ ഫെഡ് ഏറ്റെടുത്തിട്ടുണ്ട്.

തിരക്കുപിടിച്ച ട്രേഡ് യൂണിയൻ രാഷ്ട്രീയ പ്രവർത്തനങ്ങൾക്കിടയിലും കലാ-സാംസ്കാരിക രംഗത്തെ ഇടപെടലുകൾക്ക് പ്രാധാന്യം നൽകിയ നേതാവായിരുന്നു സ. എ കെ. അതിയാമ്പൂർ ബാലബോധി

നി വായനശാല & ഗ്രന്ഥാലയത്തിന്റെ പ്രവർത്തനത്തിൽ അദ്ദേഹം സജീവമായി പങ്കെടുത്തു. ബീഡിക്കമ്പനിയിൽ ജോലി ചെയ്തിരുന്ന കാലത്ത് ഗ്രന്ഥാലയങ്ങളിൽനിന്നും പുസ്തകങ്ങൾ വരുത്തി തൊഴിലാളികൾക്ക് വായിച്ച് കൊടുക്കുവാനുള്ള സംവിധാനം ഒരുക്കിയിരുന്നു. എ കെ നല്ലൊരു നാടക നടനായിരുന്നു എന്നതും രഹസ്യമല്ല. വായനശാല വാർഷികങ്ങളിൽ അവതരിപ്പിച്ച *മതിലുകൾ ഇടിയുന്നു, എന്നിട്ടും നിങ്ങളെന്നെ സ്നേഹിക്കുന്നു* തുടങ്ങിയ നാടകങ്ങളിൽ പ്രധാന കഥാപാത്രങ്ങളെ അവതരിപ്പിച്ച് അഭിനയിച്ചിട്ടുണ്ട്.

പാർട്ടിയിൽ ആശയരംഗത്തെ വ്യതിയാനങ്ങൾക്കെതിരെ എന്നും ശക്തമായ നിലപാടാണ് സ. എ കെ സ്വീകരിച്ചിരുന്നത്. അവിഭക്ത കമ്യൂണിസ്റ്റ് പാർട്ടിയിൽ 1964 ൽ ഉണ്ടായിരുന്ന അഭിപ്രായ വ്യത്യാസത്തിൽ ഇടതുപക്ഷത്തുനിന്ന സഖാക്കളുടെ കൂടെ നിന്നുകൊണ്ട് എ കെ പോരാടി. പിളർപ്പിൽ കൂടുതൽ സഖാക്കളെ ഇടതുപക്ഷത്തു നിർത്തുന്നതിനു എ വി കുഞ്ഞമ്പു, പുത്തലത്ത് നാരായണൻ, അഴീക്കോടൻ രാഘവൻ എന്നിവർ കൂടെ കൂടെ കാഞ്ഞങ്ങാട് വന്നിരുന്നു. സ. എ കെ നാരായണൻ, പി ചാത്തു, സി കേളുനായർ, കെ എം കുഞ്ഞിക്കണ്ണൻ തുടങ്ങിയ സഖാക്കളിലൂടെ കൂടുതൽ പാർട്ടി സഖാക്കളിലെത്തി വലതു വ്യതിയാനത്തിൽനിന്നും പാർട്ടിയെ സംരക്ഷിക്കുകയായിരുന്നു അവരുടെ ദൗത്യം. അത്തരമൊരു സന്ദർഭത്തിലായിരുന്നു ബാലനായ എനിക്ക് സ. അഴീക്കോടനെ സ. എ കെ പരിചയപ്പെടുത്തി തന്നത്. വീട്ടിലാവശ്യമായ സാധനങ്ങൾ വാങ്ങുന്നതിനു പതിവായി ടൗണിൽ പോയിരുന്നത് ഞാനായിരുന്നു. ആ യാത്രയിൽ സ. എ കെ ജോലി ചെയ്യുന്ന കോട്ടച്ചേരിയിലെ ഗണേഷ് ബീഡിക്കമ്പനിയിൽ കയറുക പതിവായിരുന്നു. സ. എ കെ ഉൾപ്പെടെ അതിയാമ്പൂരുകാരായ നിരവധി പരിചയക്കാർ അവിടെ ജോലി ചെയ്തിരുന്നു. ഒരുദിവസം വൈകുന്നേരം ഞാൻ അവിടെ എത്തിയപ്പോൾ എ കെയുടെ മുമ്പിൽ സുമുഖനായ ഒരു മധ്യവയസ്കൻ ഇരുന്നു എ കെയ്ക്ക് ബീഡി തെറുത്തു കൊടുക്കുന്നു. എ കെ അതു വാങ്ങി നൂലു കെട്ടുന്നു. ഒരുനിമിഷം ആ കൗതുക കാഴ്ച നോക്കി നിന്നപ്പോൾ എ കെ പരിചയപ്പെടുത്തുന്നു സ. അഴീക്കോടൻ രാഘവൻ. വിദ്യാർത്ഥിയായ എന്നെ സ. അഴീക്കോടനും പരിചയപ്പെടുത്തി കൊടുത്തു. രണ്ടുപേർക്കും വേഗത്തിൽ ഒരു യോഗത്തിനു പോകണം. മുറിച്ചിട്ട ഇല തീർക്കാതെ സ. എ കെക്ക് പോകാൻ നിർവാഹമില്ല. ഇല തീർക്കാൻ സ. അഴീക്കോടൻ ബീഡി തെറുത്തു എ കെയെ സഹായിക്കുന്നു. ഈ അത്ഭുത കാഴ്ച ഒരിക്കൽ ബീഡിത്തൊഴിലാളികളുടെ കാഞ്ഞങ്ങാട് ചേർന്ന സംസ്ഥാന സമ്മേളനത്തിലെ സ്വാഗത പ്രസംഗത്തിൽ ഞാൻ വിവരിച്ചപ്പോൾ കണ്ണൂരിൽനിന്ന് വന്ന സഖാക്കളിലടക്കം വിസ്മയം വിരിഞ്ഞു.

അവിഭക്ത പാർട്ടിയുടെ കാലത്തുതന്നെ പ്രവർത്തനം തുടങ്ങിയിരുന്ന സ. എ കെ വലതുപക്ഷ വ്യതിയാനത്തിനെതിരായ പോരാട്ടത്തിൽ ഉറച്ച നിലപാടെടുത്തു. 1968 ൽ തീവ്രവാദ ചിന്താഗതി പാർട്ടിയെ ഉലച്ചപ്പോൾ ശരിയായ പാർട്ടി നയത്തിനു പിന്നിൽ സഖാക്കളെ ഉറപ്പിച്ചു നിർത്തുവാൻ അഹോരാത്രം പ്രവർത്തിച്ചു. അന്ന് വിദ്യാർത്ഥി ഫെഡറേഷൻ പ്രവർത്തകനായിരുന്ന എനിക്കും സ. എ കെയുടെയും ചാത്തു ഏട്ടന്റെയും കൂടെ ഇടതുപക്ഷ വ്യതിയാനത്തിനെതിരായ നിലപാടിൽ ഉറച്ചു നിന്നു പ്രവർത്തിക്കാൻ കഴിഞ്ഞ കാര്യം ചാരിതാർത്ഥ്യത്തോടെ ഓർക്കുന്നു.

1985-86 ൽ സ. എം വി ആറിന്റെ നേതൃത്വത്തിൽ ബദൽ രേഖയുമായി പാർട്ടി സംഘടനയെ വെല്ലുവിളിക്കുന്ന നീക്കം നടന്നപ്പോൾ പാർട്ടിയെ സംരക്ഷിക്കുവാനുള്ള പ്രവർത്തനത്തിൽ സ. എ കെ മുൻനിരയിൽ തന്നെയുണ്ടായിരുന്നു. ഉന്നതരായ നേതാക്കളെ അടക്കം സ്വാധീനിച്ച ഈ വ്യതിയാനത്തിൽനിന്നും പാർട്ടിയെ സംരക്ഷിക്കുക എന്നത് ക്ഷിപ്ര സാധ്യമായ കാര്യമായിരുന്നില്ല. നഷ്ടം കുറച്ചുകൊണ്ട് പാർട്ടി സംഘടനയെ സംരക്ഷിച്ചു നിർത്താൻ സാധിച്ചത് സ. എ കെയെപ്പോലുള്ള നേതാക്കളുടെ യഥോചിതമായ ഇടപെടൽകൊണ്ട് തന്നെയാണെന്നത് വിസ്മരിക്കാൻ കഴിയില്ല. പിന്നീട് സ. ഗൗരിയമ്മയുടെ നേതൃത്വത്തിൽ നടന്ന വ്യതിയാനത്തെയും നേരിടുന്നതിൽ എ കെ മുൻപന്തിയിലുണ്ടായിരുന്നു. ആശയരംഗത്തെ വ്യതിയാനങ്ങൾക്കെതിരെ ഉറച്ച നിലപാടെടുത്തു പാർട്ടിയെ സംരക്ഷിക്കുന്നതിൽ എന്നും സ. എ കെ മുൻപന്തിയിലായിരുന്നു എന്നത് പാർട്ടി നേതാവ് എന്ന നിലയിൽ സ. എ കെയുടെ ഒരു സവിശേഷതയായിരുന്നു.

ഇനി സ. എ കെ എനിക്ക് ആരായിരുന്നു എന്ന കാര്യത്തിലേക്ക് കടക്കാം. സ്നേഹ വാത്സല്യങ്ങൾ വേണ്ടുവോളം നൽകിയ ജ്യേഷ്ഠ സഹോദരന്റെ സ്ഥാനമാണ് മനസ്സിൽ രൂപപ്പെട്ടു നിൽക്കുന്നത്. രാഷ്ട്രീയത്തിൽ ഗുരുവും ജീവിതത്തിൽ വഴികാട്ടിയും. വ്യക്തിജീവിതത്തിലെ പ്രതിസന്ധി ഘട്ടങ്ങളിലെല്ലാം വഴികാട്ടിയായിട്ടുണ്ട് അദ്ദേഹത്തിന്റെ ഉപദേശനിർദ്ദേശങ്ങൾ. എന്നാൽ രണ്ടു ഘട്ടങ്ങളിൽ ഞാനെടുത്ത നിലപാടുകളിൽ സഖാവ് പിന്നീട് അതൃപ്തി പ്രകടിപ്പിച്ചതായി ഓർക്കുന്നു. സഖാക്കൾ എം വി ബാലകൃഷ്ണൻ മാഷ്ടെയും സി എച്ച് കുഞ്ഞമ്പുവിന്റെയും കൂടെ പാർട്ടി ജില്ലാ സെക്രട്ടറിയേറ്റിലേക്ക് തെരഞ്ഞെടുക്കപ്പെട്ടതായിരുന്നു ഞാനും. എന്നാൽ കാലാവധിക്കു മുമ്പേ ഞാൻ സെക്രട്ടറിയേറ്റിൽനിന്നും സ്വയം പിന്മാറി. യോഗത്തിൽ അഭിപ്രായമൊന്നും പറഞ്ഞില്ലെങ്കിലും എന്റെ നിലപാടിൽ സ. എ കെ സംതൃപ്തനായിരുന്നില്ലെന്ന് പിന്നീട് എനിക്കു മനസ്സിലായി. രണ്ടാമത്തെ സന്ദർഭം, സ. എ കെ കൺസ്യൂമർ ഫെഡിന്റെ ചെയർമാൻ സ്ഥാനത്തേക്ക് നിയോഗിക്ക

പ്പെട്ടു, പാർട്ടി സെക്രട്ടറി സ്ഥാനം ഒഴിഞ്ഞപ്പോൾ പുതിയ സെക്രട്ടറിയെ തെരഞ്ഞെടുക്കുന്ന ഘട്ടം. തെരഞ്ഞെടുപ്പിൽ ഞാൻ സ്വീകരിച്ച നിലപാട് ശരിയായില്ല എന്ന് സഖാവ് പിന്നീട് ഗുണദോഷിച്ചതും ഓർക്കുന്നു. രണ്ടു കാര്യങ്ങളിലും സഖാവായിരുന്നു ശരിയെന്ന് കുറ്റബോധത്തോടെ ഞാനിന്ന് തിരിച്ചറിയുന്നു.

കാഞ്ഞങ്ങാട് പ്രവർത്തിക്കുന്ന ടി കെ കെ നായർ ഫൗണ്ടേഷൻ സാമൂഹ്യ-രാഷ്ട്രീയ രംഗത്ത് പ്രവർത്തിക്കുന്ന വിശിഷ്ട വ്യക്തികൾക്കു ഏർപ്പെടുത്തിയ അവാർഡ് 2023 ൽ സ. എ കെ നാരായണനാണ് നൽകിയത്. അവാർഡ് സമർപ്പണ ദിവസം ശാരീരികമായ അവശത കാരണം പുറത്തിറങ്ങാൻ വിഷമമുണ്ടായതുകൊണ്ട് അവാർഡ് ജേതാവിന്റെ വീട്ടുമുറ്റത്ത് വെച്ചുതന്നെ ചടങ്ങു സംഘടിപ്പിക്കപ്പെട്ടു. കേരള നിയമസഭ സ്പീക്കർ, എ എൻ ഷംസീർ ആയിരുന്നു അവാർഡ് സമർപ്പണം നടത്തിയത്. ഫൗണ്ടേഷൻ ചെയർമാൻ അഡ്വ. സി കെ ശ്രീധരൻ അദ്ധ്യക്ഷത വഹിച്ച ചടങ്ങിൽ അവാർഡു ജേതാവിനെ പരിചയിപ്പെടുത്തുവാനുള്ള ചുമതല എനിക്കായിരുന്നു. കാഞ്ഞങ്ങാട്ടെ ആദ്യകാല പത്രപ്രവർത്തകനായിരുന്ന ടി കെ കെ നായരുടെ പേരിലുള്ള ഫൗണ്ടേഷൻ നൽകുന്ന അവാർഡ് സമർപ്പണ ചടങ്ങിൽ സ. എ കെ നേരിട്ട മാധ്യമ വേട്ടയെക്കുറിച്ച് സൂചിപ്പിക്കാതിരിക്കുവാൻ കഴിഞ്ഞില്ല. ബ്ലാക്ക്മെയിലിങ് മുഖമുദ്രയാക്കിയ ഒരു പത്രം എ കെക്കെതിരായി തുടർച്ചയായി വ്യാജവാർത്തകൾ നിരത്തിയ കാര്യം ഞാൻ ഓർമ്മിപ്പിച്ചു. വൈര നിര്യാതനബുദ്ധിയോടെയുള്ള ഈ വ്യക്തിഹത്യ സ. എ കെയെ വല്ലാതെ വേദനിപ്പിച്ചിരുന്ന കാര്യവും ഞാൻ ചൂണ്ടിക്കാട്ടി. നിയമസഭ തിരഞ്ഞെടുപ്പിൽ സ്ഥാനാർത്ഥി നിർണ്ണയ ചർച്ച നടക്കുന്ന സന്ദർഭം തന്നെ ഈ മാധ്യമ വേട്ടയ്ക്ക് തെരഞ്ഞെടുത്തതിന്റെ പിന്നിലെ ഉദ്ദേശ്യമെന്തായിരുന്നുവെന്നത് ഇന്നു വ്യക്തവുമാണ്.

മൂന്ന് വ്യാഴവട്ടക്കാലത്തോളം കാസർഗോഡ് ജില്ലയിലെ സി പി ഐ (എം) ന്റെ നേതൃത്വത്തിൽ പ്രവർത്തിച്ച സ. എ കെയ്ക്ക് പാർലമെന്ററി രംഗത്ത് സേവനമനുഷ്ഠിക്കാൻ അവസരം ലഭിച്ചില്ല. എന്നിട്ടും ജനമനസ്സുകളിൽ ആഴത്തിൽ ഒരിടം നേടാൻ കഴിഞ്ഞത് ജനോപകാരപ്രദമായ പ്രവർത്തനങ്ങളിൽ മുന്നിട്ടിറങ്ങാൻ കഴിഞ്ഞതുകൊണ്ടു തന്നെയാണ്. ആരോടും പരിഭവം ഇല്ലാതെ കർമ്മരംഗത്ത് ഉറച്ചു നിന്നതുകൊണ്ടാണ്. സാമൂഹ്യ നന്മ മാത്രം ലക്ഷ്യമാക്കി സ്വന്തം ജീവിതം നാടിനു സമർപ്പിച്ച കർമ്മ ധീരനായ ആ വിപ്ലവകാരിയുടെ സ്മരണയ്ക്കു മുമ്പിൽ ആദരാഞ്ജലികൾ അർപ്പിക്കുന്നു.

സഖാവ് എ കെയെ ഓർമ്മിക്കുമ്പോൾ

ടി അപ്പ ബേഡകം

ഞാൻ ബേഡകം പാർട്ടി സെക്രട്ടറിയായിരിക്കുമ്പോഴാണ് എ കെയെ പരിചയപ്പെടുന്നത്. ബേഡകത്ത് പാർട്ടിയുടെ ഒന്നുരണ്ട് പൊതു യോഗത്തിൽ പ്രസംഗിക്കാൻ എ കെയെ ക്ഷണിക്കുകയും അദ്ദേഹം വന്നു പ്രസംഗിക്കുകയും ചെയ്തു. അപ്പോഴാണ് രാഷ്ട്രീയ കാര്യങ്ങൾ ആദ്യ മായി സംസാരിക്കുന്നത്. പിന്നീട് 1984 ൽ കാസർഗോഡ് ജില്ല വന്നു. പുതിയ ജില്ലാ കമ്മിറ്റിയിൽ എ കെയോടൊപ്പം ഇരിക്കാനും പ്രവർത്തി ക്കാനും കഴിഞ്ഞു. ഇങ്ങിനെ 31 കൊല്ലം, 2015 വരെ, കഴിഞ്ഞതിൽ ഏറെ അഭിമാനമുണ്ട്. സന്തോഷവും ഉണ്ട്. സെക്രട്ടറിയേറ്റ് മെമ്പറായും സെക്രട്ടറിയായും എ കെയുടെ പല അഭിപ്രായങ്ങളും എന്നെ പ്രവർത്ത നരംഗത്ത് സ്വാധീനിച്ചിട്ടുണ്ട്. പല പ്രശ്നങ്ങളിലും പ്രത്യേകിച്ച് ഒരു ഘട്ടത്തിൽ നയപരമായ അഭിപ്രായ വ്യത്യാസം പാർട്ടിയിൽ വന്നപ്പോ ൾ പുതിയ ഒരു പാർട്ടി രൂപീകരണത്തിലേക്ക് ചില സഖാക്കൾ പോ കുമ്പോൾ കമ്മിറ്റിക്കകത്ത് എ കെ യുടെ വിമർശനങ്ങളും ചർച്ചകളും എന്നെ ഏറ്റവും അധികം സ്വാധീനിച്ചിട്ടുണ്ട്.

ഒരവസരത്തിൽ 2 വർഷത്തോളം ചെമ്മനാട് പാർട്ടി സെക്രട്ട റിയായി ഞാൻ പ്രവർത്തിച്ചിട്ടുണ്ട്. സെക്രട്ടറിയാവാൻ പാർട്ടിയിൽ നിർദ്ദേശമുണ്ടായപ്പോൾ എനിക്ക് വിഷമം തോന്നി. അപ്പോൾ സ. എ കെ ആണ് എന്നെ നിർബന്ധിച്ചത്. ഞാൻ അതേറ്റെടുത്തു പ്രവർത്തി ച്ചു. പിന്നീട് പുതിയ ഉദുമ ഏരിയാ കമ്മിറ്റി രൂപീകരിച്ചു. അതിന്റെ സെ ക്രട്ടറിയായി ഞാൻ 9 കൊല്ലം പ്രവർത്തിച്ചു. വലിയ വിഷമത്തിലാണ് ഞാൻ പ്രവർത്തിച്ചത്. സാമ്പത്തികമായും മറ്റു പല രീതിയിലും വിഷമ

ങ്ങൾ വന്നപ്പോൾ സംഘടനാപരമായും രാഷ്ട്രീയമായും എന്നെ ഏറ്റവും അധികം സഹായിച്ചത് എ കെയാണ്.

ഒരിക്കൽ ഞങ്ങൾ ഒന്നിച്ച് കണ്ണൂർ ജയിലിൽ ദിവസങ്ങളോളം കിടന്നിട്ടുണ്ട്. ഡി വൈ എഫ് ഐയുടെ മന്ത്രിയെ തടയുന്ന സമരത്തിൽ കാസർഗോഡ് ബാലകൃഷ്ണൻ രക്തസാക്ഷിയായ ആ സമരത്തിൽ എ കെയും ഞാനും പ്രതിയായിരുന്നു. പോലീസ് റിമാന്റിൽ കണ്ണൂരാണ് കൊണ്ടുപോയത്. കുറെയധികം ഡി വൈ എഫ് ഐ സഖാക്കളും ഞങ്ങളും ഒന്നിച്ച് കിടന്നു. രാത്രിയിൽ ഞങ്ങൾക്ക് സംഘടനാപരമായും രാഷ്ട്രീയമായുമുള്ള കാര്യങ്ങൾ എ കെ വിശദീകരിച്ച് തന്നത് ഒരിക്കലും മറക്കാനാവില്ല.

തിരുവനന്തപുരത്ത് സംസ്ഥാന പാർട്ടി ക്ലാസിൽ എ കെ ജി സെന്ററിൽ ഒരാഴ്ചത്തെ ക്ലാസിൽ ഞങ്ങൾ ഒന്നിച്ച് പങ്കെടുത്തിട്ടുണ്ട്. അതൊരു വലിയ അനുഭവമാണ്. എ കെ സാധാരണ പറയാറുണ്ട്, നന്നായി വായിക്കണം. അല്ലെങ്കിൽ വഴി തെറ്റിപോകും. ഇത്രയും നീണ്ട കാലത്തെ ഒരുമിച്ചുള്ള പ്രവർത്തനത്തിൽ ഒരിക്കൽപ്പോലും ഭിന്നാഭിപ്രായം എനിക്ക് സഖാവിനോട് ഉണ്ടായില്ല. സഖാക്കളോടുള്ള സ. എ കെയുടെ പെരുമാറ്റം എത്ര അഭിനന്ദിച്ചാലും മതിയാകില്ല.

എന്റെ 88-ാമത്തെ വയസ്സിലാണ് ഇത്രയും പറഞ്ഞത്. കുറെ കാര്യങ്ങൾ ഓർമ്മയിലില്ല.

സഖാവിന്റെ സ്മരണയ്ക്ക് മുമ്പിൽ തല താഴ്ത്തിക്കൊണ്ട് ഒരു പിടി പുഷ്പങ്ങൾ.

തൊഴിലാളിവർഗ്ഗത്തിൽ നിന്നുമുയർന്ന തൊഴിലാളി നേതാവ്

ശിവജി വെള്ളിക്കോത്ത്

തൊഴിലാളി വർഗ്ഗ പ്രസ്ഥാനത്തിന്റെ നേതാവായിരുന്ന സഖാവ് എ കെ നാരായണൻ എന്ന എ കെയെ ഓർമ്മിക്കുമ്പോൾ നമ്മുടെ മുന്നിൽ തെളിയുക അദ്ദേഹത്തിന്റെ ചിരിച്ച മുഖവും പ്രസന്നമായ ശരീര ഭാഷയുമാണ്. എന്നാൽ പാർട്ടി നിലപാടുകൾ പറയുമ്പോൾ അദ്ദേഹത്തിന്റെ സ്വഭാവം അടിമുടി വ്യത്യസ്തമാണ്. നിലപാടുകളിലെ കാർക്കശ്യം എ കെയിലെ കമ്യൂണിസ്റ്റിന്റെ മാത്രം പ്രത്യേകതയാണ്. നീണ്ട ഒൻപതു വർഷക്കാലം സി പി ഐ (എം) ന്റെ ജില്ലാ സെക്രട്ടറിയായിരുന്നിട്ടും തിരഞ്ഞെടുപ്പ് രാഷ്ട്രീയ രംഗത്തോട് മുഖം തിരിച്ചുനിന്ന എ കെ താഴെത്തട്ടിൽ നിന്ന് ഉയർന്നുവന്ന നേതാവാണ്. ബീഡിത്തൊഴിലാളികൾക്കിടയിൽനിന്നും ജില്ലയിലെ സി പി ഐ (എം) ന്റെ നേതൃനിരയിലേക്ക് ഉയർന്നുവന്ന എ കെയുടെ രാഷ്ട്രീയ ജീവിതയാത്ര തുലോം വ്യത്യസ്തമാണ്. മികച്ച സംഘാടന പാടവവും സഹജീവികളോടുള്ള സഹാനുഭൂതിയും സഖാവ് എ കെ നാരായണന്റെ വ്യക്തിത്വത്തെ വേറിട്ടു നിർത്തുന്നു.

വെള്ളിക്കോത്ത് അഴീക്കോടൻ മെമ്മോറിയൽ ആർട്സ് & സ്പോർട്സ് ക്ലബിന്റെ 45-ാം വാർഷികാഘോഷ വേളയിൽ തയ്യാറാക്കിയ സ്മരണികയുടെ ഉള്ളടക്കം തേടിയുള്ള യാത്രയിൽ സ. അഴീക്കോടനുമായി നേരിട്ട് പരിചയമുള്ള ഒരുപാട് പേരെ കാണാനുള്ള അവസരമുണ്ടായി. കാഞ്ഞങ്ങാട്ട് അഴീക്കോടനുമായി ആത്മബന്ധമുണ്ടായിരുന്ന നേതാവെന്ന നിലയിലാണ് അഴീക്കോടനെക്കുറിച്ച് കൂടുതലറിയാൻ ബാലൻമാഷുമൊത്ത് (ഡോ. സി ബാലൻ) എ കെയുടെ വീട്ടിലെത്തിയത്. തൊഴിലാളികൾക്കിടയിലെ സംഘടനാപ്രവർത്തനമാണ് അഴീക്കോടനുമായി ബന്ധമുണ്ടാക്കിയതെന്നും, അഴീക്കോടൻ പാർട്ടി പ്രവർത്തന

വുമായി കാഞ്ഞങ്ങാട്ടെത്തുമ്പോഴെല്ലാം ബീഡിക്കമ്പനിയിൽനിന്നും എ കെയെയുംകൂട്ടി നടത്തിയ സംഘടനാപ്രവർത്തനങ്ങളെക്കുറിച്ചെല്ലാം അദ്ദേഹം ആവേശപൂർവ്വം വിശദീകരിച്ചത് ഇപ്പോഴുമോർക്കുന്നു.

ക്ലബിന്റെ സുവർണ്ണജൂബിലി ആഘോഷത്തിന്റെ ഭാഗമായി സംഘടിപ്പിച്ച അഴീക്കോടൻ ഫോട്ടോപ്രദർശന ഉദ്ഘാടനമായിരുന്നു അദ്ദേഹം നടത്തിയ അവസാനത്തെ ഉദ്ഘാടന പരിപാടി. ജീവിതത്തിന്റെ സായാഹ്നത്തിൽ ഓർമ്മയൊക്കെ മാഞ്ഞുകൊണ്ടിരുന്ന ഘട്ടത്തിലായിരുന്നു ഈ പൊതുപരിപാടി. അഴീക്കോടന്റെ ജനനം മുതൽ മരണം വരെയുള്ള സംഭവങ്ങളെ കോർത്തിണക്കിയുള്ള ഫോട്ടോ പ്രദർശനം ഉദ്ഘാടനത്തിന് സ. എ കെയെ പങ്കെടുപ്പിക്കണമെന്നത് ഞങ്ങൾക്ക് നിർബന്ധമായിരുന്നു. പൊതുവേദികളിൽ അദ്ദേഹം ആ ഘട്ടത്തിൽ പങ്കെടുക്കാറുണ്ടായിരുന്നില്ല. അനിതേച്ചി (എ കെയുടെ മകൾ) മുഖാന്തരം വിഷയം ശ്രദ്ധയിൽപ്പെടുത്തിയപ്പോൾ പരിപാടിക്കു വരാമെന്നേറ്റു. പരിപാടി ദിവസം ഞാനും ക്ലബ് ഭാരവാഹികളായ ജയനും ബാലകൃഷ്ണനുമൊത്ത് അതിയാമ്പൂരിലെ വീട്ടിലെത്തുമ്പോൾ ശുഭ്രവസ്ത്രധാരിയായി മുഖത്ത് ചിരിയുമായി എ കെ തയ്യാറായി നിൽക്കുന്നു. ഞങ്ങളെ കണ്ടപ്പോൾ എന്താണ് പരിപാടി എന്ന ചോദ്യമുയർന്നു. പരിപാടിയെക്കുറിച്ച് ഒന്നുകൂടി ഓർമ്മിപ്പിച്ചപ്പോൾ വരാമെന്നായി. വഴിയിലുടനീളം എവിടെ പോകുന്നു, എന്തിനു പോകുന്നു, എന്നൊക്കെ ആവർത്തിച്ചു ചോദിച്ചുകൊണ്ടേയിരുന്നു. ഞങ്ങൾക്കും ആശങ്കയായി. ഒരുപക്ഷേ, ഒരു ബന്ധവുമില്ലാത്ത കാര്യങ്ങളെക്കുറിച്ചാകുമോ അദ്ദേഹത്തിന്റെ സംസാരം എന്നു ഞങ്ങൾ ആശങ്കപ്പെട്ടു. വെള്ളിക്കോത്ത് എത്തിയപ്പോൾ പരിപാടിയെക്കുറിച്ച് ഒന്നുകൂടി വിശദീകരിച്ചു. ഫോട്ടോ പ്രദർശനം മുഴുവൻ കണ്ടിട്ടാകാം സംസാരം എന്നായി. അഴീക്കോടന്റെ ജീവിതത്തിന്റെ വ്യത്യസ്ത ഘട്ടങ്ങളെ, അവസാനം കുത്തേറ്റു മരിച്ചു കിടക്കുന്ന അഴീക്കോടന്റെ ചിത്രമെല്ലാം കാണുമ്പോൾ സ. എ കെയെ ഞങ്ങൾ കൃത്യമായി ശ്രദ്ധിക്കുന്നുണ്ടായിരുന്നു. എന്തെങ്കിലും അദ്ദേഹം സംസാരിക്കുമെന്ന് ഞങ്ങൾ പ്രതീക്ഷിച്ചിരുന്നില്ല. ഫോട്ടോ ഗ്യാലറി നാട മുറിച്ച് ഉദ്ഘാടനം ചെയ്യാനേ ഉദ്ദേശിച്ചിരുന്നുള്ളൂ. എന്നാൽ ഞങ്ങളെയെല്ലാം അത്ഭുതപ്പെടുത്തി അഴീക്കോടനെന്ന ജനനേതാവിനെക്കുറിച്ച് ഗൗരവമായ ഒരു ചെറു പ്രസംഗംതന്നെ അദ്ദേഹം നടത്തി. വാക്കുകളിൽ ഇടർച്ചയോ, തളർച്ചയോ, ഓർമ്മക്കുറവോ ഒന്നുമില്ലാതെതന്നെ തന്റെ സഖാവിനോടും നേതാവിനോടുമുള്ള ആഴമേറിയ അടുപ്പത്തിന്റെ പ്രതിഫലനമായിരുന്നു അനുസ്മരണ പ്രസംഗം. എ കെയുടെ പൊതു വേദിയിലെ അവസാന പരിപാടി തന്റെ പ്രിയനേതാവിന്റെ ഓർമ്മകൾ പങ്കുവെക്കലായപ്പോൾ കൂടിനിന്ന മനുഷ്യരിലെല്ലാം അതൊരു വൈകാരികാനുഭവമായി.

ഞാനറിഞ്ഞ എ കെ

കെ വി സുജാത

കാഞ്ഞങ്ങാട് വരുന്നതിനുമുൻപേ കേട്ടുകൊണ്ടിരുന്ന ഒരു തൊഴിലാളി നേതാവിന്റെ പേരായിരുന്നു എ കെ നാരായണൻ. ബീഡി ത്തൊഴിലാളികളായ അച്ഛനുമമ്മയും ഇടയ്ക്കിടെ പങ്കെടുക്കുന്ന സമരപ രിപാടികളിലൊക്കെ പറയുന്ന പേര്. എന്നാൽ കാഞ്ഞങ്ങാടെത്തിയ ശേഷമാണ് എ കെ എന്ന രണ്ടക്ഷരം എത്രത്തോളം ജനകീയമെന്ന് മനസ്സിലായത്. നാടിനെ അറിഞ്ഞ, നാട്ടുകാരെ അറിഞ്ഞ നേതാവ്. സാ ധാരണക്കാരായ തൊഴിലാളികളുടെ ഇടയിൽ പ്രവർത്തിച്ചതിനാലാവാം തന്റെ മുന്നിലെത്തുന്ന എല്ലാവരെയും കേൾക്കാൻ അദ്ദേഹം താൽപര്യം കാട്ടി. ആ വ്യക്തിത്വത്തെ കൂടുതലറിഞ്ഞത് 2020 അവസാനം തദ്ദേശ സ്വയംഭരണ തിരഞ്ഞെടുപ്പ് കാലത്താണ്. പ്രചാരണ പ്രവർത്തനങ്ങളുടെ തുടക്കം എ കെയുടെ വീട്ടിൽ നിന്നായിരുന്നു. രാവിലെ എത്തിയപ്പോ ആ മുഖത്തെ നിറഞ്ഞ ചിരി കണ്ടു. ഞാൻ സുജാത ടീച്ചറാണ്, ഈ വാർഡില് മത്സരിക്കുന്നു എന്നു പറഞ്ഞപ്പോഴും അതേ ചിരി. അനിതേച്ചിയുടെ (എ കെയുടെ മകൾ) കൂടെ പഠിച്ചതാണ് എന്ന് പറഞ്ഞപ്പോ ഒന്നുകൂടി ആ ചിരി തിളങ്ങി. സംസാരിച്ച ചായയും കുടിച്ച് ഇറങ്ങുമ്പോ മുഷ്ടി ചുരുട്ടി ഉയ ർത്തി 'ലാൽ സലാം സഖാവേ മുന്നോട്ട്' എന്ന് ചിരിച്ചുകൊണ്ട് പറഞ്ഞു.

ആരോഗ്യ പ്രശ്നങ്ങളുള്ളതുകൊണ്ടുതന്നെ പിന്നീടുള്ള ദിവസങ്ങ ളിൽ പ്രചാരണത്തിനായി എ കെ ഉണ്ടാകില്ല എന്നാണ് അവിടുന്ന് ഇറ ങ്ങുമ്പോ കൂടെയുള്ളവരൊക്കെ പറഞ്ഞത്. സാരമില്ല, നമുക്ക് ഇറങ്ങാം എന്നെല്ലാവരും തീരുമാനമെടുക്കുകയും ചെയ്തു. എന്നാൽ ഞങ്ങളെ അത്ഭു തപ്പെടുത്തിക്കൊണ്ട് രാവിലെ ആറരയോടെ തന്നെ എ കെ അതിയാമ്പൂ

രിൽ ബാലബോധിനിയിലെത്തിയിരുന്നു. അന്നുമുതൽ എല്ലാ ദിവസവും രാവിലെ എ കെ നമ്മുടെ കൂടെ കൂടി. പ്രായമായവരുടെ വീടുകളിൽ ചെല്ലുമ്പോ എ കെയെ സ്വീകരിക്കുന്നതും അവര് കാണിക്കുന്ന ബഹുമാനവും എന്നെ അത്ഭുതപ്പെടുത്തി. പരമ്പരാഗത കോൺഗ്രസ് കുടുംബങ്ങളിൽ ഉൾപ്പെടെ എ കെ എന്ന വ്യക്തിയുടെ സ്വീകാര്യത ഞാനറിഞ്ഞു. എ കെയെക്കാൾ പ്രായമുള്ളവരുൾപ്പെടെ അദ്ദേഹത്തെ ബഹുമാനിക്കുന്നു. തിരഞ്ഞെടുപ്പു വിജയത്തിനുശേഷം ചെന്നപ്പോഴും നിറഞ്ഞ ചിരിയോടെ അഭിവാദ്യംചെയ്ത എ കെയെ ഇന്നുമോർക്കുന്നു. പിന്നീട് അതിയാമ്പൂരിൽ നടക്കുന്ന പരിപാടികളിലൊക്കെ അനാരോഗ്യം മറികടന്നു വരുന്ന എ കെ എനിക്കൊരു അത്ഭുതമായിരുന്നു. അവസാന ശ്വാസംവരെ പാർട്ടിയെ നെഞ്ചോടുചേർത്ത എ കെയുടെ നിഷ്കളങ്കമായ ചിരിയും അഭിവാദ്യവും എന്നും എനിക്കാവേശമാണ്. അതിയാമ്പൂരിന്റെ എ കെ എന്നും നാടിന്റെ സാധാരണ മനുഷ്യരുടെ മനസ്സിൽ ജീവിക്കും.

"ലാൽ സലാം" സഖാവേ.......

പ്രിയപ്പെട്ട സഖാവ് എ കെ

കെ കുഞ്ഞിരാമൻ എക്സ് എം എൽ എ

കാസർഗോഡ് ജില്ലയിലെ തൊഴിലാളികളുടെയും മറ്റ് പ്രയാസം അനുഭവിക്കുന്നവരുടെയും, ജീവിതം മെച്ചപ്പെടുന്നതിനുവേണ്ടി ജീവിച്ചിരുന്ന കാലം മുഴുവൻ തന്റെ പ്രയാസങ്ങളും ബുദ്ധിമുട്ടുകളും നോക്കാതെ മറ്റുള്ളവരുടെ പ്രയാസങ്ങൾ പരിഹരിക്കാൻ പ്രവർത്തിച്ച സ. എ കെയെ അറിയുന്നവർക്കാർക്കും അദ്ദേഹത്തെ മറക്കാൻ പറ്റില്ല.

ലളിതമായ ജീവിതവും സൗമ്യതയോടുള്ള പെരുമാറ്റവും ഒരു തൊഴിലാളി നേതാവിന്റെ മികച്ച മാതൃകയായിരുന്നു. നീലേശ്വരത്തിനടുത്ത പാലായിയിൽ ഒരു തൊഴിലാളി കുടുംബത്തിൽ ജനിച്ച് പിന്നീട് കാഞ്ഞങ്ങാട്ടെ അതിയാമ്പൂരിലേക്ക് താമസം മാറിയ എ കെ തൊഴിലാളികളുടെ പ്രയാസം പരിഹരിക്കാനും അവരെ സംഘടിപ്പിക്കാനും അവരുടെ പ്രശ്നങ്ങൾ പരിഹരിക്കുവാനും തൊഴിലാളി സംഘടനയ്ക്ക് നേതൃത്വം കൊടുക്കാൻ ഒരു പാർട്ടി വേണമെന്ന് മനസ്സിലാക്കിയിട്ടാണ് കമ്യൂണിസ്റ്റ് പാർട്ടിയുടെ ഭാഗമായി പ്രവർത്തിക്കാൻ തുടങ്ങിയത്. ഈ പാർട്ടിയുടെ ജില്ലാ സെക്രട്ടറിയായും, സംസ്ഥാന കമ്മിറ്റി അംഗമായും സി ഐ ടി യുവിന്റെ അഖിലേന്ത്യാ നേതൃത്വം വരെ പ്രവർത്തിക്കാൻ സാധിച്ചത് എടുത്തു പറയേണ്ട കാര്യമാണ്. പാർട്ടിക്കാർ എന്നോ മറ്റു പാർട്ടിക്കാരെന്നോ വ്യത്യാസമില്ലാതെ എല്ലാവരെയും പേരു വിളിച്ച് സന്തോഷവാനായി പുഞ്ചിരി തൂകിയ മുഖം മറക്കാൻ പറ്റുകയില്ല.

കാഞ്ഞങ്ങാട് താലൂക്ക് നിരവധി സർക്കാർ ഓഫീസുകൾ ഉള്ള സ്ഥലമാണല്ലോ. തൊഴിലാളികളുടെയും കർഷകരുടെയും മറ്റുള്ളവരുടെയും സംഘടനകൾ അവരുടെ ആവശ്യങ്ങൾക്കുവേണ്ടി നിരവധി സമര

പ്രക്ഷോഭങ്ങൾ നടക്കുന്ന സ്ഥലമാണ് കാഞ്ഞങ്ങാട്. ഈ സമരപ്രക്ഷോഭങ്ങളുടെയെല്ലാം മുൻപിൽ സ. എ കെ ഉണ്ടാവുന്നത് സമരത്തിൽ പങ്കെടുക്കുന്നവർക്കു ആവേശമായിരുന്നു. സ. എ കെയുമായി വളരെ ചെറുപ്പത്തിൽ തന്നെ എനിക്ക് നേരിട്ട് ബന്ധപ്പെടാൻ സാധിച്ചിട്ടുണ്ട്. ഒരു കമ്യൂണിസ്റ്റ് പാർട്ടിയുടെ നേതൃത്വം ഒരു സാധാരണക്കാരനെ എങ്ങനെയാണോ പാർട്ടിയിലേക്ക് ആകർഷിക്കാൻ പറ്റുക എന്നത് എ കെയുടെ പെരുമാറ്റ രീതിയായിരുന്നു. പ്രാദേശികമായുണ്ടാകുന്ന പല പ്രശ്നങ്ങളുമായി ടൗണിൽ വന്ന് എ കെയെ സമീപിച്ച ആളുകൾ തൃപ്തിയോടെ തിരിച്ചുപോകും. കാഞ്ഞങ്ങാട്ടെ സമരമുഖത്ത് നിരവധി പോലീസ് മർദ്ദനം ഏൽക്കേണ്ടി വന്നപ്പോൾ എല്ലാം എ കെ സമരത്തിൽ മുമ്പിൽ ഉണ്ടായിരുന്നു. ഭക്ഷ്യക്ഷാമം കൊടുമ്പിരികൊള്ളുന്ന അവസരത്തിൽ താലൂക്കാഫീസിന്റെ മുമ്പിൽ നടത്തിയ സമരത്തിൽ പോലീസ് വലിയ രീതിയിൽ ലാത്തിചാർജ്ജും ആക്രമണങ്ങളും നടത്തി ആളുകളെയെല്ലാം വിരട്ടി ഓടിച്ചപ്പോൾ ആ സമരത്തിനു മുമ്പിൽ നിന്ന് നേതൃത്വംകൊടുത്ത സ. ടി കെ സി, പി ചാത്തുവേട്ടൻ, എൻ കെ ബാലകൃഷ്ണൻ, നീലേശ്വരത്തെ കുട്ടേട്ടൻ തുടങ്ങിയവരെയെല്ലാം പോലീസ് ഭീകരമായി ആക്രമിക്കുകയുണ്ടായി. ഈ നേതാക്കളുടെ കൂടെ സ. എ കെക്കും എനിക്കും കുറെപേർക്കും ഭീകരമായ പോലീസ് മർദ്ദനം ഏൽക്കേണ്ടി വന്നിട്ടുണ്ട്.

കല്ല്യോട്ടെ ശ്രീ. മാലിങ്കൻ എന്ന ഒരു കൃഷിക്കാരന്റെ ഭൂമിയിൽ കൃഷിയെടുക്കാൻ ജന്മി തടസ്സപ്പെടുത്തിയപ്പോൾ കർഷകസംഘം ഇടപ്പെട്ട് ആ ഭൂമിയിൽ, വലിയ ഒരു മഴക്കാലത്ത്, കൃഷിയെടുത്ത് കൊടുത്തു. ആ വിള കൊയ്ത്ത് എടുക്കുന്നതിനുവേണ്ടി കൃഷിക്കാരൻ പോയപ്പോൾ വീണ്ടും ജന്മി തടസ്സപ്പെടുത്തി. പെരിയയിലെയും ആലക്കോട്ടെയും കൂട്ടകനിയയിലെയും കാഞ്ഞങ്ങാട്ടെയും പാർട്ടി വോളണ്ടിയർമാരുടെ നേതൃത്വത്തിൽ ഞങ്ങൾ കുറെ പേർ വിള കൊയ്യുന്നതിനുവേണ്ടി പോയിരുന്നു. ഇതിനു നേതൃത്വംകൊടുത്തത് സ. എ കെ ആയിരുന്നു. പെരിയയിൽ കനിംകുണ്ടിൽ കേക്കടവൻ കുഞ്ഞമ്പു എന്നവരുടെ വീട്ടിൽ നിന്ന് കൊയ്യാനായി ഞങ്ങൾ പുറപ്പെട്ടു. ഒരു കന്നിമാസത്തിലായിരുന്നു ഈ സംഭവം. പാറമ്മൽ കൂടി നടന്നു പോകുമ്പോൾ എ കെയ്ക്ക് പാമ്പ് കടിയേൽക്കേണ്ടി വന്നു. ഇന്നത്തെപ്പോലെ പാമ്പ് കടിയേറ്റാൽ ആശുപത്രി ചികിത്സ നന്നേ കുറവായിരുന്നു. നാട്ടിൻഭാഗത്തെ വിഷവൈദ്യന്മാരായിരുന്നു ചികിത്സക്കാർ. ഇതിനടുത്തുള്ള കനിംകുണ്ട് എന്ന സ്ഥലത്ത് ഒരു വിഷചികിത്സകൻ ഉണ്ടായിരുന്നു. ഒരു എസ് ടി കുടുംബത്തിൽപ്പെട്ട ആളായിരുന്നു. അയാളുടെ അടുത്തേക്ക് ഞങ്ങൾ കുറെ പേർ ചേർന്ന് എ കെയെ കസേരയിൽ ഇരുത്തി എടുത്തുകൊണ്ടുപോകുകയായിരുന്നു. അവിടെ എത്തിയപ്പോൾ വൈദ്യർ മുറിപ്പാടുകൾ നോക്കി ഒരു തിരി കത്തിച്ച്

തീ കൂട്ടുകയാണ് ചെയ്തത്. പിന്നീടാണ് ചികിത്സ തുടങ്ങിയത്. ശേഷം അതിയാമ്പൂരിലെ വീട്ടിലേക്ക് എത്തിച്ചു. മാസങ്ങളോളം തീ കൂട്ടിയ പുണ്ണ് ഉണങ്ങാൻ സമയം എടുക്കേണ്ടി വന്നു. കർഷക സംഘമാണ് ഈ സമരത്തിന് നേതൃത്വം കൊടുത്തതെങ്കിലും ഒരു തൊഴിലാളി പ്രവർത്തകൻ പ്രയാസം അനുഭവിക്കുന്ന കൃഷിക്കാരന്റെ സമരമുഖത്തും മുമ്പിലായിരുന്നു. ഈ സമരത്തിൽ പങ്കെടുത്ത കല്ല്യോട്ടെ മുത്തുനായരെയും കേക്കടവൻ കുഞ്ഞമ്പുവേട്ടനെയും ഓർക്കാതെ വയ്യ. ഇങ്ങനെ നിരവധി പോരാട്ടങ്ങളുടെ കഥാനായകനായിരുന്നു സ. എ കെ. അദ്ദേഹത്തിന്റെ ഓർമ്മ നിലനിർത്താൻ പാർട്ടി ഒരു ഓർമ്മപുസ്തകം ഇറക്കുന്നത് ഏറ്റവും നല്ല കാര്യമാണ്. എ കെയുടെ ജീവിത സാഹചര്യങ്ങളും മറ്റും ഭാവിതലമുറയ്ക്ക് ഓർമ്മിക്കാൻ ഈ പുസ്തകം ഉപകരിക്കുമെന്ന് വിശ്വസിക്കുന്നു.

വിഷമസന്ധിയിൽ തൊഴിലാളികളെ കൈവിടാത്ത നേതാവ്

എം പൊക്കൻ

എന്നെപ്പോലുള്ള സാധാരണ ബീഡിത്തൊഴിലാളികളെ യൂണിയന്റെയും പാർട്ടിയുടെയും പ്രവർത്തകരായി വളർത്തിയെടുക്കുന്നതിൽ സ. എ കെ വഹിച്ച പങ്ക് വളരെ വലുതാണ്. എന്റെ കുട്ടിക്കാലത്ത് ഞാൻ താമസിച്ച പ്രദേശം കള്ളവാറ്റും മദ്യപാനവും ഉൾപ്പെടെയുള്ള ദുർനടപടികളിൽ കുടുങ്ങിക്കിടക്കുകയായിരുന്നു. അതിലകപ്പെടാതെ മാറിനിൽക്കാനും നാടിനെ മാറ്റിയെടുക്കുവാനും സാധിച്ചത് ചെങ്കൊടി പ്രസ്ഥാനം കൊണ്ടാണെന്ന് ഉറപ്പിച്ച് പറയാൻ കഴിയും. വെള്ളിക്കോത്തെ ഗണേശ് ബീഡിക്കമ്പനിയിൽ ബീഡി തെറുക്കാൻ തുടങ്ങിയ ആദ്യകാലത്തുതന്നെ സ. എ കെയെ പരിചയപ്പെടുവാനും ബന്ധപ്പെടാനും കഴിഞ്ഞതാണ് നേർവഴിയിലേക്കുള്ള യാത്ര എളുപ്പമാക്കിയത്. അതിയാമ്പൂരുകാരനായ പരേതനായ പി കുഞ്ഞികൃഷ്ണനും കുന്നുമ്മലുള്ള മൂളൻ വീട്ടിൽ കുഞ്ഞമ്പുവും സ. എ കെയുമായി എന്നെ ബന്ധപ്പെടുത്തുന്നതിൽ ഒരു പങ്ക് വഹിച്ചു. ഒഴിവു ദിവസങ്ങളിൽ രാവിലെ അവർ അടോട്ട് വരും. പിന്നെ എന്നെയുംകൂട്ടി കോട്ടച്ചേരി സ്റ്റേഷൻ റോഡിലുള്ള പാർട്ടി ഓഫീസിലേക്ക് പോകും. ബീഡി ലേബർ യൂണിയനും അവിടെ ആയിരുന്നു പ്രവർത്തിച്ചിരുന്നത്. ഞങ്ങൾ എത്തുമ്പോൾ സ. എ കെ അവിടെ ഉണ്ടാകും. പിന്നെ എ കെ ഞങ്ങളോട് യൂണിയനേയും പാർട്ടിയേയും കുറിച്ച് സംസാരിക്കും. തിരിച്ചു പോകുമ്പോഴും കുഞ്ഞികൃഷ്ണനും കുഞ്ഞമ്പുവും എന്നെ അനുഗമിക്കും. അങ്ങനെയുള്ള നിരവധി കൂടിക്കാഴ്ചയിലൂടെ എ കെ എന്നെ സംഘടനാപ്രവർത്തനരംഗത്തെത്തിച്ചു. ബീഡി യൂണിയന്റെ വെള്ളിക്കോത്തെ ഡിവിഷൻ സെക്രട്ടറി പദത്തിലേക്കും പിന്നെ

പാർട്ടിയുടെ അജാനൂർ എൽ സി സെക്രട്ടറി സ്ഥാനത്തേക്കും കാഞ്ഞങ്ങാട് ഏരിയാ സെക്രട്ടറി സ്ഥാനത്തേക്കും ദിനേശ് ബീഡി കോട്ടച്ചേരി സംഘം പ്രസിഡന്റ് സ്ഥാനത്തേക്കും ഞാൻ എത്തിയതിൽ സ. എ കെയുടെ പ്രോത്സാഹനവും ഉത്തേജനവും ഉണ്ട്. കാഞ്ഞങ്ങാട് ഏരിയയിൽ ബീഡിത്തൊഴിലാളി രംഗത്തുനിന്നും സംഘടനാപ്രവർത്തനത്തിലേക്ക് വന്ന മറ്റു സഖാക്കളുടെ കാര്യത്തിലും എ കെയുടെ പ്രോത്സാഹനവും കൈത്താങ്ങും സഹായകരമായി.

പൊതുപ്രവർത്തനത്തിൽ നിരവധി തവണ പോലീസ് മർദ്ദനവും പീഡനവും അനുഭവിക്കേണ്ടി വന്ന സഖാവ് എ കെ മർദ്ദനം ഏൽക്കുന്ന മറ്റ് പ്രവർത്തകരുടെ കാര്യത്തിൽ ശ്രദ്ധയോടെ ഇടപെടുമായിരുന്നു. ഒരു തവണ താലൂക്ക് ഓഫീസ് ഉപരോധ സമരത്തിനിടയിലുണ്ടായ പോലീസ് നടപടിയിൽ നെറ്റിയിൽ വെടിയുണ്ടയേറ്റ എന്നെ വാരിയെടുത്ത് ആശുപത്രിയിൽ എത്തിച്ചത് സ. എ കെ ആയിരുന്നു. മറ്റൊരവസരത്തിൽ മിന്നൽ മാധവൻ എന്ന സർക്കിൾ ഇൻസ്പെക്ടറുടെ ക്രൂരമായമർദ്ദനത്തിന് ഞാൻ വിധേയനായി. ചെവിയിലേറ്റ അടിയിൽ ശ്രവണശേഷി നഷ്ടപ്പെടുന്ന സ്ഥിതിയുണ്ടായപ്പോൾ മംഗലാപുരത്തും മണിപാലിലും എത്തിച്ച് വിദഗ്ധ ചികിത്സ ലഭ്യമാക്കി. അന്ന് ഉഡുപ്പി ലോകോളേജിൽ പഠിക്കുകയായിരുന്ന സഖാവ് പി അപ്പുക്കുട്ടനാണ് എന്നെ അനുഗമിച്ചത്.

തൊഴിലാളികളുടെ വിഷമസന്ധികളിൽ അവിടെയെത്തി അവരെ ചേർത്തുപിടിച്ച് സാന്ത്വനിപ്പിക്കുന്ന രീതി എ കെയുടെ മറ്റൊരു പ്രത്യേകതയാണ്. 1968 ൽ ബീഡിത്തൊഴിലാളികൾ തൊഴിൽ നഷ്ടപ്പെടുന്ന സന്ദർഭത്തിൽ പലരും തൊഴിൽ തേടി കർണ്ണാടകത്തിന്റെ പല ഭാഗത്തും പോയി. ഞാൻ ഉൾപ്പെടെ കുറച്ചുപേർ മംഗലാപുരത്തിനടുത്തുള്ള ഉച്ചിൽ എന്ന സ്ഥലത്തു പോയി ബീഡി തെറുപ്പ് ആരംഭിച്ചു. ഞങ്ങളെ അന്വേഷിച്ച് അവിടെയെത്തിയ സഖാവ് എ കെ പിന്നെ എല്ലാ ആഴ്ചയിലും ഞങ്ങളെ സന്ദർശിക്കുമായിരുന്നു. സ. എ കെയുടെ ഈ രീതിയാണ് തൊഴിലാളികളുടെയും സഹപ്രവർത്തകരുടെയും മനസ്സിൽ സ്ഥിരമായ ഒരു സ്ഥാനം അദ്ദേഹത്തിന് നൽകിയത്.

കാലത്തിന്റെ ചില്ലലമാരയിൽ സൂക്ഷിക്കുന്ന സമ്മാനം

പി കെ നിഷാന്ത്

പോയകാലം നാം പിന്നിട്ട വഴികളിലെ ഇടമുർന്ന അനുഭവങ്ങളാണ് പുതിയകാലത്തിന്റെ സാമൂഹികവും സാംസ്കാരികവുമായ വഴികൾക്ക് കരുത്തും വേഗതയും നൽകുന്നത്. ചരിത്രത്തിലെമ്പാടും പ്രകടമാകുന്ന ഈ പശ്ചാത്തലമാണ് ലോകത്ത് ഇതുവരെ സംഭവിച്ചതും സംഭവിക്കാനിരിക്കുന്നതുമായ മാറ്റങ്ങളിലേക്ക് നമ്മെ നയിക്കുന്നത്. പ്രിയപ്പെട്ടവരുടെ ജീവിതം ഓർമ്മകളുടെ കണികകളായി നമ്മളിലേക്ക് ചേർന്ന നിൽക്കുമ്പോൾ അവരുടെ പ്രവർത്തന കാലയളവിലെ മികച്ച മാതൃകകളെ സ്വാംശീകരിച്ച് നാം വിപ്ലവത്തിന്റെ പുതിയ ഘട്ടങ്ങളിലേക്ക് കാലെടുത്ത് വെക്കുന്നു.

അത്തരം ഒരു പ്രവർത്തനമാണ് സ. എ കെയുടെ ഓർമ്മകളെ കോർത്തിണക്കി തയ്യാറാക്കുന്ന ഈ പുസ്തകത്തിലൂടെ നടക്കുന്നത്. കാസർഗോഡ് ജില്ലയുടെ രാഷ്ട്രീയ സാമൂഹിക രംഗത്ത് നിറഞ്ഞുനിന്ന് തൊഴിലാളിവർഗ്ഗ പ്രസ്ഥാനത്തെയും കമ്യൂണിസ്റ്റ് പാർട്ടിയെയും ശക്തിപ്പെടുത്തുന്നതിന് അക്ഷീണം പ്രയത്നിച്ച ഒരു സഖാവിന് നൽകാവുന്ന ഏറ്റവും മികച്ച ആദരവായി ഈ പുസ്തകം പരിഗണിക്കപ്പെടും.

ദേശീയ പ്രസ്ഥാനത്തിന്റെ കാലം മുതൽ വ്യക്തവും സുദൃഢവുമായ രാഷ്ട്രീയ നിലപാടുകൾ ഉയർത്തിപ്പിടിച്ച പാരമ്പര്യമുള്ള കാഞ്ഞങ്ങാട് നിന്നും തന്റെ ദുരിത പൂർണ്ണമായ ജീവിത സാഹചര്യത്തോട് കലഹിച്ച് താനുൾപ്പെടുന്ന തൊഴിലാളി സമൂഹത്തിന്റെ രാഷ്ട്രീയ സമരങ്ങളുടെ ഗതി നിർണ്ണയിക്കുകയും അതുവഴി തൊഴിലാളി സംഘടനയുടെ നേതൃപദവികളിലേക്ക് ഉയർന്നു വരികയുംചെയ്ത നേതാവാണ് സ. എ കെ.

ഇതര പ്രദേശങ്ങളിൽനിന്നും വ്യത്യസ്തമായി തൊഴിലാളികളെ സംഘടിപ്പിച്ചുകൊണ്ടാണ് കമ്യൂണിസ്റ്റ് പാർട്ടി കാഞ്ഞങ്ങാടിന്റെ പരിസര പ്രദേശങ്ങളിൽ വേരു പിടിച്ചത്. ആ പാരമ്പര്യത്തിന്റെ മുഴുവൻ ഊർജ്ജവും കൈമുതലാക്കിയാണ് സ. എ കെ തൊഴിലാളികളെ സംഘടിപ്പിക്കുന്ന പ്രവർത്തനങ്ങളിൽ ഇടപ്പെട്ടതും അതുവഴി കമ്യൂണിസ്റ്റ് പാർട്ടിയുടെ അമരത്തേക്ക് കടന്നുവന്നതും. അതുകൊണ്ടുതന്നെ എ കെയുടെ നിലപാടുകളിലും പെരുമാറ്റത്തിലും ഒരേസമയം പ്രകടമാകുന്ന കാർക്കശ്യവും സൗമ്യതയും രൂപപ്പെട്ടുവന്നത് ഈയൊരു അനുഭവസമ്പത്തിന്റെ പശ്ചാത്തലത്തിലാകാം. സ. എ കെയെ ദൂരെ നിന്ന് കണ്ടനുഭവപ്പെട്ട ഒരാളാണ് ഞാൻ. അതുകൊണ്ടുതന്നെ അദ്ദേഹത്തിന്റെ ജീവിതത്തേയും പ്രവർത്തനങ്ങളെയുംകുറിച്ച് കൂടെനിന്ന് പ്രവർത്തിക്കാൻ അവസരം ലഭിച്ച അദ്ദേഹത്തിന്റെ സമകാലികരെപ്പോലെ എനിക്ക് എഴുതാനാവില്ല. എന്ന് മാത്രമല്ല, അത് അങ്ങേയറ്റം അരോചകവും അനുചിതവുമായിരിക്കും. പുതുതലമുറക്കാരായ ഞങ്ങൾ സംഘടനാപ്രവർത്തനങ്ങളിൽ ഇടപ്പെട്ടു തുടങ്ങിയ ഘട്ടത്തിൽ പാർട്ടിയെ പറ്റി അവസാന വാക്കു പറയുന്നയാൾ, അതായിരുന്നു ഞങ്ങൾക്ക് എ കെ. വർഷങ്ങൾക്ക് മുൻപ് കാഞ്ഞങ്ങാട്ടെ ചുമട്ടുമേഖലയിൽ ഉടലെടുത്ത പ്രശ്നം പരിഹരിക്കാൻ ഒടുവിൽ എ കെ നടത്തിയ ഇടപെടലുകളെ ഞങ്ങൾ അത്ഭുതത്തോടെ നോക്കിക്കണ്ടിരുന്നു. അന്ന് ഇളമുറക്കാരായ ഞങ്ങൾക്ക്, കാഞ്ഞങ്ങാട്ടെ ചുമട്ടുതൊഴിലാളികൾ പാർട്ടിക്കെതിരായ കടന്നാക്രമണങ്ങളെ ചെറുക്കുന്ന ഒരു സംഘടിത ശക്തിയായിരുന്നു. ഈ സംഘടിത ശേഷിയെ ഉപയോഗപ്പെടുത്തി തൊഴിലാളികളിൽ അപൂർവ്വം ചിലരെങ്കിലും നടത്തിയിട്ടുള്ള തെറ്റായ പ്രവണതകൾ 'ചുമട്ടുതൊഴിലാളി' എന്ന ലേബലിൽ ചോദ്യം ചെയ്യപ്പെടാതിരുന്ന കാലത്ത് സംഘടനാ വിരുദ്ധമായ കാര്യങ്ങൾ നടക്കുന്ന സന്ദർഭത്തിൽ തെല്ലും ഭയമില്ലാതെ കാർക്കശ്യത്തോടെ നിലപാടു പറയാൻ എ കെക്ക് ഒരു മടിയുമുണ്ടായിരുന്നില്ല. തൊഴിലാളി സംഘടനാരംഗത്ത് ഏറെക്കാലം നടത്തിയ പ്രവർത്തനങ്ങളുടെ തഴക്കവും വഴക്കവും സ. എ കെയുടെ നിലപാടുകളിൽ അന്ന് പ്രകടമായിരുന്നു.

സ. എ കെയെക്കുറിച്ച് എനിക്കുള്ള മറ്റൊരോർമ്മ എ കെ ആന്റണി മുഖ്യമന്ത്രിയായ കാലത്ത് പാർട്ടിയുടെ നേതൃത്വത്തിൽ നടന്ന ജയിൽ നിറയ്ക്കൽ സമരത്തിന്റെ ഭാഗമായിട്ടാണ്, അന്ന് ജില്ലയുടെ വിവിധ ഭാഗങ്ങളിൽനിന്നു സമരവളണ്ടിയർമാരെ പങ്കെടുപ്പിച്ചുകൊണ്ട് തുടർച്ചയായ ജയിൽ നിറയ്ക്കൽ സമരം കാഞ്ഞങ്ങാട് താലൂക്ക് ഓഫീസിന്റെ മുന്നിൽ നടക്കുന്നു. ഓരോ ദിവസവും നിശ്ചയിക്കപ്പെട്ടതുപ്രകാരം വ്യത്യസ്ത ഏരിയയിൽ നിന്നുള്ള സഖാക്കളാണ് സമരത്തിൽ പങ്കെടുക്കുക. കാഞ്ഞങ്ങാട് ഏരിയയിലെ സഖാക്കൾ സമരത്തിൽ പങ്കെടുക്കുന്ന ദിവസം

അന്ന് ഹോസ്ദുർഗ്ഗ് സബ് ഇൻസ്‌പെക്ടറായിരുന്ന രഞ്ജിത്തുമായി ബന്ധപ്പെട്ട നമ്മുടെ ചില പ്രദേശങ്ങളിലെ സഖാക്കൾക്കുണ്ടായിരുന്ന പ്രശ്നത്തിന്റെ ഭാഗമായി എസ് ഐ ആക്രമിക്കപ്പെട്ടും എന്ന ഒരഭ്യൂഹം ഉയർന്നു. അതിനാൽ അന്ന് സമരമുഖത്ത് നിലയുറപ്പിച്ച പോലീസ് സേനയിൽനിന്നും എസ് ഐ രഞ്ജിത്തിനെ ഒഴിവാക്കി പ്രശ്നമുണ്ടാകാതെ നോക്കാനാണ് പോലീസ് ശ്രമിച്ചത്. എന്നാൽ എസ് ഐയെ സമരമുഖത്ത് പ്രതീക്ഷിച്ചെത്തിയ ചില സഖാക്കൾ എസ് ഐയെ കാണാഞ്ഞ് പോലീസിനെതിരെ പ്രകോപനം സൃഷ്ടിക്കുന്ന ഒരു നില സ്വീകരിച്ചു. സമരം സംഘർഷഭരിതമാകുന്ന ഘട്ടത്തിൽ ഒരു ഡേ നൈറ്റ് കണ്ണടയും ധരിച്ച് സ. എ കെ ആ പ്രശ്നത്തിന്റെ ഇടയിലേക്ക് കയറി വന്നു. പോലീസുമായുള്ള ഏറ്റുമുട്ടലിൽനിന്നും സഖാക്കളെ പിന്തിരിപ്പിക്കാൻ സ. എ കെയുടെ സാന്നിധ്യം അന്ന് ഗുണം ചെയ്തു.

2004 ൽ ഉപ്പളയിൽ വെച്ചുനടന്ന ജില്ലാ സമ്മേളനത്തിൽ സ. എ കെയാണ് ജില്ലാ സെക്രട്ടറിയായി തെരഞ്ഞെടുക്കപ്പെട്ടത്. സമ്മേളനത്തിന്റെ ഭാഗമായി നടത്തപ്പെട്ട ലേഖന മത്സരത്തിൽ അന്നെനിക്ക് സമ്മാനം ലഭിച്ചിരുന്നു. പ്രകടനത്തിന്റെ പിൻനിരയിലായത് കാരണം വേദിയിൽ വെച്ച് എനിക്ക് ആ സമ്മാനം വാങ്ങാൻ സാധിച്ചിരുന്നില്ല. പിന്നീട് കാഞ്ഞങ്ങാട് എ കെയുടെ ഓഫീസിൽനിന്നും അറിയിച്ചതുപ്രകാരം അന്ന് കുന്നുമ്മൽ പ്രവർത്തിച്ചിരുന്ന എ സി ഓഫീസിൽ വെച്ചാണ് ഞാൻ സമ്മാനം കൈപ്പറ്റിയത്. അന്ന് ആ സമ്മാനം എനിക്ക് നൽകിയത് സ. എ കെ ആയിരുന്നു. പിന്നീട് ഹോസ്ദുർഗ്ഗ് ലോക്കൽ സെക്രട്ടറിയെല്ലാമായ സ. എ വി രാമചന്ദ്രേട്ടനോടൊപ്പമാണ് ഞാനന്ന് എ സി ഓഫീസിലേക്ക് പോയത്. അന്ന് സ. എ കെയ്ക്ക് എന്നെ നേരിട്ട് അറിയുമായിരുന്നില്ല. അച്ഛന്റെ പേര് പറഞ്ഞപ്പോൾ സന്തോഷപൂർവ്വം കൈപിടിച്ച് 'ഇനിയും കൂടുതൽ എഴുതണം' എന്ന ഉപദേശത്തോടൊപ്പം സ. എനിക്ക് ആ സമ്മാനം നൽകി. സ. സി ഭാസ്കരൻ എഴുതിയ *ആദ്യ പഥികർ* എന്ന പുസ്തകമാണ് അന്നെനിക്ക് സമ്മാനമായി ലഭിച്ചത്. സ. എ കെയുടെ ഓർമ്മകൾക്കൊപ്പം കാലത്തിന്റെ ചില്ലലമാരയിൽ ആ പുസ്തകം ഞാനിന്നും സൂക്ഷിക്കുന്നുണ്ട്.

നന്മനിറഞ്ഞ മനസ്സ്

കോടോത്ത് വേണുരാജ്

1966 മാർച്ച് ഞാൻ എസ് എസ് എൽ സി പരീക്ഷ കഴിഞ്ഞു നിൽക്കുന്ന കാലം. എന്റെ വീടിനടുത്താണ് താമസിക്കുന്നതെങ്കിലും സ. എ കെയുമായി ഞാൻ ബന്ധപ്പെടുന്നത് അപ്പോഴാണ്. കെ എസ് വൈ എഫ് പ്രവർത്തനമാരംഭിച്ചതേ ഉണ്ടായിരുന്നുള്ളൂ. താലൂക്ക് തലത്തിൽ സംഘടനാ കമ്മിറ്റി രൂപീകരിച്ചപ്പോൾ അതിന്റെ സെക്രട്ടറിയായി കുറച്ചുകാലം പ്രവർത്തിക്കുവാനുള്ള അവസരം എനിക്കുണ്ടായി. കെ എസ് വൈ എഫ് പ്രവർത്തകനെന്ന നിലയ്ക്കാണ് ഞാൻ സ. എ കെയുമായി അടുത്തു ബന്ധപ്പെടുന്നത്. പ്രമാദമായ ട്രാക്ടർ വിരുദ്ധ സമരം നടന്നത് അക്കാലത്താണ്. ട്രാക്ടർ വന്നു കൃഷിനിലം ഉഴാൻ തുടങ്ങിയതോടെ കർഷകത്തൊഴിലാളികൾക്ക് തൊഴിൽ നഷ്ടപ്പെടുന്ന ഭീതിയുളവായി. അത്തിക്കണ്ടം വയലിലാണ് ഞങ്ങളുടെ പ്രദേശത്തു ആദ്യം ട്രാക്ടർ ഉഴാൻ വന്നത്. കർഷകരെയും കർഷകത്തൊഴിലാളികളെയും സംഘടിപ്പിച്ച് ട്രാക്ടർ തടയുവാൻ ഞങ്ങൾ തീരുമാനിച്ചു. അങ്ങനെ സ. എ കെയുടെ നേതൃത്വത്തിൽ ട്രാക്ടർ തടഞ്ഞു. ഈ ട്രാക്ടർ വിരുദ്ധ സമരവുമായി ബന്ധപ്പെട്ട് രണ്ടുമൂന്ന് പോലീസ് കേസുകളും വന്നു. സ. എ കെയായിരുന്നു കേസുകളിൽ ഒന്നാം പ്രതി. വർഷങ്ങളോളം ഈ കേസുകളുമായി ബന്ധപ്പെട്ടു കോടതി കയറിയിറങ്ങേണ്ടിവന്നു. പക്ഷേ, സമരം വിജയിച്ചു. ട്രാക്ടർ തല്ക്കാലം പിൻവലിഞ്ഞു.

ഓർമ്മയിൽ വരുന്ന മറ്റൊരു സംഭവം പെരിയ കല്ല്യോട്ട് ഒരു കൃഷിക്കാരനെ വിള കൊയ്യാൻ സഹായിക്കുന്നതിന് കാഞ്ഞങ്ങാട്ടു നിന്നുള്ള പ്രവർത്തകരെയുംകൊണ്ടു നടന്നു പോകുമ്പോൾ സ. എ കെയെ പാമ്പു

കടിച്ചതാണ്. കാഞ്ഞങ്ങാട്ടു നിന്നുമുള്ള കുറേ പാർട്ടി പ്രവർത്തകരുമായി ഞങ്ങൾ പെരിയയിൽ ബസ് ഇറങ്ങി കല്ല്യോട്ടേക്ക് നടന്നു പോവുകയായിരുന്നു. മാലിങ്കൽ മണിയാണി എന്ന കൃഷിക്കാരന്റെ കൊയ്യാൻ പാകമായ നെല്ല് തെറ്റായ അവകാശവാദമുന്നയിച്ച് മറ്റൊരു സംഘം ബലമായി കൊയ്യാൻ ശ്രമിക്കുന്ന സമയത്താണ് സഹായ അഭ്യർത്ഥനയുമായി അയാൾ പാർട്ടിയെ സമീപിച്ചത്. വിഷയത്തിൽ കർഷകനെ സഹായിക്കാൻ പാർട്ടി ഇടപെടാൻ തീരുമാനിച്ചു. രാത്രിയിൽ തന്നെ വിള കൊയ്തു കർഷകനെ സഹായിക്കാനാണ് എ കെയുടെ നേതൃത്വത്തിൽ ഞങ്ങൾ അമ്പതോളം വരുന്ന കാഞ്ഞങ്ങാട്ടെ പാർട്ടി പ്രവർത്തകർ പുറപ്പെട്ടത്. പെരിയയിൽനിന്നും കല്ല്യോട്ടേക്കു ജാഥയായുള്ള കാൽനടയാത്രയിലാണ് എ കെ കാലിൽ എന്തോ കടിച്ചതായി പറഞ്ഞത്. ടോർച്ചടിച്ചു നോക്കിയപ്പോൾ പാമ്പിനെ കണ്ടു. ചുരുട്ട മണ്ഡലി. ഉടൻ തന്നെ എനിക്ക് സ്കൂളിൽനിന്നും കിട്ടിയ അറിവുവെച്ച് ഫസ്റ്റ് എയ്ഡ് ചെയ്തു. തൊട്ടടുത്ത വീട്ടിലേക്ക് എ കെയെ തോളിലേറ്റി ഞങ്ങൾ നടന്നു നീങ്ങി. ഞങ്ങൾ രണ്ടുമൂന്ന് പേർ എ കെയുടെ കൂടെ വീട്ടിൽ നിന്നു. ബാക്കി മുഴുവൻ സഖാക്കളും നെല്ല് കൊയ്യാൻ പോവുകയും ചെയ്തു. നേരം വെളുക്കുന്നതിനു മുമ്പേ കൊയ്ത്തു പൂർത്തിയാക്കി നെല്ല് കൃഷിക്കാരന്റെ വീട്ടിലെത്തിക്കുകയും ചെയ്തു. സംഭവം സംബന്ധിച്ച് പോലീസ് കേസും ഉണ്ടായി. സ. എ കെയെ അതിയാമ്പൂർ വീട്ടിലെത്തിച്ച് തുടർ ചികിത്സയും നടത്തി.

അതിയാമ്പൂരിലുള്ള ഞങ്ങളുടെ പത്തായപ്പുര വീട് വാടകയ്ക്കെടുത്തു താമസിച്ചിരുന്ന പാണത്തൂരിലെ എസ്റ്റേറ്റുടമ നിയമവിരുദ്ധമായി വീടു കൈയടക്കാൻ ശ്രമിച്ചപ്പോൾ സ. എ കെയുടെ നേതൃത്വത്തിൽ നാട്ടുകാർ ഇടപെടുകയും ശ്രമം തടയുകയും ചെയ്ത കാര്യവും മറക്കാൻ കഴിയില്ല. അതിന്റെ പേരിൽ എസ്റ്റേറ്റുടമ കൊടുത്ത കള്ള പരാതിയിൽ സ. എ കെയെ രാത്രിയിൽ പോലീസ് വീട്ടിൽ നിന്ന് കസ്റ്റഡിയിലെടുക്കുകയുണ്ടായി. ന്യായരഹിതമായ കാര്യങ്ങൾ നടക്കുമ്പോൾ അതിലിടപെട്ട് നീതി ലഭ്യമാക്കാൻ സദാ ശ്രമിക്കുന്ന നന്മ നിറഞ്ഞ മനസ്സിന്റെ ഉടമസ്ഥനാണ് സ. എ കെ എന്ന് നിസ്സംശയം പറയാം. ജീവിതാവസാനം വരെ ആ നല്ല മനസ്സ് കെടാതെ നിലനിർത്താൻ കഴിഞ്ഞതുകൊണ്ടാണ് ജനമനസ്സുകളിൽ അദ്ദേഹം ഇന്നും ജീവിക്കുന്നത്.

അപവാദപ്രചാരണങ്ങളിൽ തളരാതെ

ടി കോരൻ

സ. എ കെ എന്ന രണ്ടക്ഷരത്തിൽ അറിയപ്പെടുന്ന സ. എ കെ നാരായണൻ നമ്മെ വിട്ടുപിരിഞ്ഞിട്ട് (10/12/23ന് രാത്രി) ഒരു വർഷമായി. കാഞ്ഞങ്ങാട്ടെ പാർട്ടി നേതാക്കളിൽ അടുത്ത ബന്ധം ഉണ്ടായിരുന്നത് സഖാക്കൾ പി ചാത്തുവേട്ടൻ, എ കെ നാരായണൻ, കെ പുരുഷോത്തമൻ, പി അപ്പുക്കുട്ടൻ എന്നിവരുമായിട്ടായിരുന്നു. എന്നാൽ കാഞ്ഞങ്ങാട്ടെ യുവനേതാക്കളുടെ ബന്ധം സഖാക്കൾ സി കേളുനായർ, പി കുഞ്ഞിക്കണ്ണൻ എന്നിവരോടായിരുന്നു. ഞാൻ അന്ന് താമസിച്ചിരുന്ന അയ്യങ്കാവ്, പറക്കളായി ഭാഗത്ത് ബേളൂർ ലോക്കൽ കമ്മിറ്റിയും വിളിച്ചു ചേർക്കാൻ ചാത്തുവേട്ടനും എ കെ നാരായണനുമാണ് കൂടുതലായും വന്നിരുന്നത്. മലയോരമേഖലയിലെ നേതാവ് സ. ടി കെ ശ്രീധരനും. സ. എ കെ ധീരനായ ഒരു സഖാവാണ്. ഏതു പ്രശ്നവും പുഞ്ചിരിയോടെ നേരിടുമെങ്കിലും സമരങ്ങളുടെ മുൻപന്തിയിൽ തന്നെ ഉണ്ടാകുമായിരുന്നു.

കോടോം - ബേളൂർ, മടിക്കൈ ഭാഗങ്ങളിൽ നമ്മുടെ പാർട്ടി സഖാക്കൾക്കെതിരായി ബി ജെ പി, ആർ എസ് എസ് ഗുണ്ടകൾ വലിയ ആക്രമണം നടത്തുമ്പോൾ ആ പ്രദേശങ്ങളിൽ കാരാക്കോട്, ചുണ്ട, വെള്ളച്ചേരി, കണ്ടറ തുടങ്ങിയ പ്രദേശങ്ങളിൽ സംഘടനാപ്രവർത്തനം നടത്തി സഖാക്കൾക്ക് ആത്മവീര്യം കൊടുക്കാൻ ഞങ്ങളോടൊപ്പം സ. എ കെയും മടിക്കൈയിലെ സ. വാഴവളപ്പിൽ കൊട്ടനും ഉണ്ടായിരുന്നു. ഞങ്ങളുടെ കൂടെ ഉണ്ടായിരുന്ന സ. യു തമ്പാൻ നായരുടെ നേതൃത്വത്തിലുള്ള ഒരു സംഘം മടത്തിനാട്ട് കല്യാണം ഭാഗത്തേക്കു നീങ്ങി. ആ സമയം ബി ജെ പി ഗുണ്ടകൾ ഞങ്ങളെ ആക്രമിക്കാൻ വന്നപ്പോ

ൾ ചെറിയ ചെറുത്തു നിൽപ്പോടെ സ. എ കെയെ രക്ഷപ്പെടുത്താൻ ഞങ്ങൾക്ക് കഴിഞ്ഞു. എന്നാൽ സുഖമില്ലാതിരുന്ന സ. വാഴവളപ്പിനെ ഗുണ്ടകൾ അടിച്ചും വെട്ടിയും ഗുരുതരമായി പരിക്കേൽപ്പിച്ചു. മറ്റു സഖാക്കൾ വന്നതിനുശേഷം സഖാവിനെ കാഞ്ഞങ്ങാട് താലൂക്ക് ആശുപത്രിയിൽ കൊണ്ടുപോയി അഡ്മിറ്റുചെയ്തു. ഈ സമയം സഖാവിനു ചിക്കൻ പോക്സ് പിടിപെട്ടതിനാൽ മാസങ്ങളോളം ആശുപത്രിയിൽ കഴിയേണ്ടിവന്നു.

കോടോം-ബേളൂർ പഞ്ചായത്തിൽ നിരവധി സഖാക്കൾ പ്രൈവറ്റ് ബീഡി തിരക്കുന്നുണ്ടായിരുന്നു. എന്നാൽ ബേളൂർ -കള്ളാർ, പനത്തടി ഭാഗങ്ങളിൽ ഒരു തൊഴിൽ സ്ഥാപനവും ഇല്ലായിരുന്നു. ബീഡി രംഗത്തെ സഖാവായിരുന്ന സ. എ കെയോടും പാർട്ടിയോടും കോടോം-ബേളൂർ പഞ്ചായത്തിൽ കേരള ദിനേശ് ബീഡിയുടെ ഒരു ബ്രാഞ്ച് തുടങ്ങണം എന്നാവശ്യപ്പെട്ടതിന്റെ അടിസ്ഥാനത്തിൽ 1985 ൽ ഒടയംചാലിൽ ദിനേശ് ബീഡിയുടെ ഒരു ബ്രാഞ്ച് പ്രവർത്തനമാരംഭിച്ചു. ഈ സ്ഥാപനം വന്നതോടെ മലയോരമേഖലയിൽ പാർട്ടിയുടെ വളർച്ചയ്ക്ക് വളരെ സഹായമായിട്ടുണ്ട്.

ഞങ്ങളുടെ ജീവിതത്തിലുണ്ടായ ഒരു രസകരമായ കാര്യം സ. എ കെ കൺസ്യൂമർ ഫെഡ് ചെയർമാനായി തിരുവനന്തപുരത്ത് കഴിയുമ്പോൾ, ഞാൻ സിഡ്കൊയുടെ കമ്മിറ്റി മെമ്പറായി തിരുവനന്തപുരത്തായിരുന്നു. ഞാൻ വൈകുന്നേരത്തെ മലബാർ എക്സ്പ്രസിൽ സീറ്റ് ബുക്ക് ചെയ്തിരുന്നു. സ. എ കെയെ കണ്ടപ്പോൾ ഞാനും അതെ ട്രെയിനിൽ എ സിയിൽ ബുക്ക് ചെയ്തിട്ടുണ്ട്, രണ്ടു ടിക്കറ്റ് ഉണ്ടായിരുന്നു നമുക്ക് ഒന്നിച്ചു പോകാം എന്നു പറഞ്ഞു രണ്ടുപേരും ട്രെയിനിൽ കയറി. സുഖമായി അടുത്തടുത്ത രണ്ടു സീറ്റിൽ കയറി ഇരുന്നു. കുറെ കഴിഞ്ഞപ്പോൾ ടി ടി വന്ന് ടിക്കറ്റ് ആവശ്യപ്പെട്ടു. എ കെ രണ്ടു ടിക്കറ്റും കാണിച്ചു. അപ്പോഴേക്കും ഞാൻ കയറിയ സീറ്റ് ടിക്കറ്റ് മാവേലി എക്സ്പ്രസിന്റേതായിരുന്നു. ഞാൻ ആ സീറ്റ് അതിന്റെ യഥാർത്ഥ ഉടമസ്ഥനു മാറിക്കൊടുത്തു. ഞാൻ ബുക്ക് ചെയ്ത കംപാർട്ട്മെന്റിൽ കയറി. അപ്പോഴേക്കും ആ സീറ്റ് ടി ടി മറ്റൊരാൾക്ക് കൊടുത്തിരുന്നു. പിന്നീട് ഷൊർണ്ണൂർ എത്തിയപ്പോൾ എനിക്ക് ബർത്ത് കിട്ടി. അങ്ങനെ രണ്ടുപേരും കാഞ്ഞങ്ങാട് ട്രെയിൻ ഇറങ്ങി. അവിടെ കൺസ്യൂമർ ഫെഡിന്റെ കാർ കാത്തുനിൽക്കുന്നുണ്ടായിരുന്നു. അതിൽ രണ്ടുപേരും കയറി; എ കെ അതിയാമ്പൂർ ഇറങ്ങി, എന്നെ കോടോത്ത് വിട്ടു. ഈ സംഭവം പറഞ്ഞ് കുറേ കാലം ഞങ്ങൾ ചിരിച്ചിട്ടുണ്ട്.

സഖാവ് എ കെയുടെ കുടുംബം വളരെ പാവപ്പെട്ട കുടുംബമായിരുന്നു. ഭാര്യ ഇന്ദിര ദിനേശ് ബീഡിത്തൊഴിലാളിയായിരുന്നു. നാല് പെ

ൺകുട്ടികളും. ഇവർ വളരെ കഷ്ടപ്പെട്ട് അതിയാമ്പൂർ കാലിക്കടവിൽ ഒരു ചെറിയ വീടുണ്ടാക്കി കഴിയുകയായിരുന്നു. ഈ വീടിനെപ്പറ്റി എതിരാളികൾ വലിയ തോതിലുള്ള കള്ള പ്രചാരണം നടത്തി. സ. എ കെയെ മാനസികമായി തകർക്കാൻ വലിയ ശ്രമം നടന്നിരുന്നു. എ കെയുടെ മണിമന്ദിരം, അതിനകത്തു ചന്ദനക്കട്ടിൽ തുടങ്ങി നിരവധി കള്ളത്തരങ്ങൾ പ്രചരിപ്പിച്ചിരുന്നു. ഇത് കാണാൻ പലരും എ കെയുടെ വീട്ടിൽ പോയി നിരാശരായി മടങ്ങേണ്ടി വന്നിട്ടുണ്ട്. അതിനുശേഷം ഞാൻ കാഞ്ഞങ്ങാട് ഏരിയ സെക്രട്ടറിയായി പ്രവർത്തിക്കുമ്പോൾ എ കെയുടെ രണ്ടുകുട്ടികൾക്ക് ബാങ്കിൽ ജോലി കൊടുക്കാൻ സാധിച്ചിട്ടുണ്ട്.

സഖാവിനെക്കുറിച്ച് എഴുതിയാൽ ഒരു പാട് എഴുതാനുണ്ട്. സഖാവിന്റെ ഉജ്ജ്വലസ്മരണയ്ക്ക് മുൻപിൽ ഒരുപിടി രക്തപുഷ്പങ്ങൾ അർപ്പിക്കുന്നു.

തൊഴിലാളികളുടെ സ്വന്തം നേതാവ്

യു തമ്പാൻ നായർ

സ. എ കെയെ ഞാൻ ഓർക്കുന്നത് ട്രേഡ് യൂണിയൻ രംഗത്തെ എന്റെ ഗുരുനാഥൻ എന്ന നിലയിലാണ്. ഒരു സാധാരണ തോട്ടം തൊഴിലാളിയായിരുന്ന ഞാൻ ആദ്യം അംഗമായി പ്രവർത്തിച്ചത് എച്ച് എം എസ് യൂണിയനിലായിരുന്നു. സി ഐ ടിയുവിലേക്ക് എന്നെ ആകർഷിച്ചത് സ. എ കെ ആയിരുന്നു. സി ഐ ടിയുവിൽ അംഗത്വമെടുത്ത എന്നെ നേതൃതലത്തിലേക്ക് ഉയർത്തിക്കൊണ്ടു വരുന്നതിൽ സ. എ കെയുടെ പങ്ക് വലുതാണ്.

എ കെയുടെ നേതൃത്വത്തിൽ കാഞ്ഞങ്ങാട് നടന്ന നിരവധി തൊഴിലാളി സമരങ്ങളിൽ ഞാൻ ആകൃഷ്ടനായി. 1970 കളിലെ പീടിക തൊഴിലാളി സമരം, ചുള്ളി പോപ്പുലർ തൊഴിലാളി സമരവും അതിനോടനുബന്ധിച്ച പോലീസ് സ്റ്റേഷൻ മാർച്ചും സ. എ കെ ഉൾപ്പെടെയുള്ള നേതാക്കൾക്കെതിരെയുണ്ടായ ക്രൂരമായ പോലീസ് മർദ്ദനവും പാണത്തൂർ എം സി കോരയുടെ റബ്ബർ എസ്റ്റേറ്റ് സമരം, 1974 ഏപ്രിൽ 27 ന പി കൃഷ്ണൻ നായരുടെ നെൽകൃഷി വിളവെടുപ്പ് സമരം 1987 ൽ തൊഴിലാളികളെ കൈവശഭൂമിയിൽനിന്നും കുടിയിറക്കുന്നതിനെതിരെ തായന്നൂർവെച്ച് നടത്തിയ പ്രതിഷേധ യോഗത്തിലെ ഉദ്ഘാടന പ്രസംഗം ഇങ്ങനെ ഒട്ടേറെ സംഭവങ്ങൾ ഓർമ്മയിൽ വരുന്നു.

1982 ൽ പനത്തടി ശിവഗിരി സമരത്തോട് അനുബന്ധിച്ച് പോലീസ് ചാർജ്ജുചെയ്ത കേസിൽ ജാമ്യം ലഭിക്കാതെ കാസർഗോഡ് സബ്ജയിലിൽ ഞാൻ കഴിയുമ്പോഴാണ് എന്റെ അച്ഛൻ മരിക്കുന്നത്. 1982 ഡിസംബർ 8 ന മണിപ്പാൽ ആശുപത്രിയിൽവെച്ചുള്ള അച്ഛന്റെ

മരണവാർത്തയുമായി സ. എ കെയും സഹപ്രവർത്തകരും കാസർഗോഡ് സബ്ജയിലിലെത്തി എന്നെ ആശ്വസിപ്പിച്ച രംഗം എനിക്ക് മറക്കാൻ കഴിയില്ല.

ഒരു സാധാരണ തൊഴിലാളിയായി ജീവിതമാരംഭിച്ച സഖാവിന് തൊഴിലാളികളുടെ ജീവിത വിഷമങ്ങൾ എളുപ്പത്തിൽ മനസ്സിലാക്കാൻ കഴിഞ്ഞിരുന്നു. അതുകൊണ്ടുതന്നെയാണ് അവരിലൊരാളായി അവരെ സംഘടിപ്പിക്കുവാനും തൊഴിലാളിവർഗ്ഗത്തിന്റെ സംസ്ഥാനതലത്തിലുള്ള നേതാവായി ഉയരുവാനും സ. എ കെക്ക് കഴിഞ്ഞത് എന്ന് ഞാൻ വിശ്വസിക്കുന്നു. തൊഴിലാളികളുടെ പ്രിയപ്പെട്ട സഖാവിന്റെ ഓർമ്മകൾക്ക് മുമ്പിൽ ആദരാഞ്ജലികൾ അർപ്പിക്കുന്നു.

വ്യത്യസ്തനായ സ. എ കെ

കാറ്റാടി കുമാരൻ

ദിനേശ് ബീഡിത്തൊഴിലാളിയായി മാണിക്കോത്ത് ബ്രാഞ്ചിൽ ജോലിചെയ്യുന്ന അവസരത്തിലാണ് സഖാവ് എ കെയെ അടുത്തറിയാനും കൂടെ പ്രവർത്തിക്കാനും സാധിച്ചത്. മാണിക്കോത്ത് ബ്രാഞ്ച് കൺവീനറായി ചുമതല ഞാൻ ഏറ്റെടുത്തതുമുതൽ ഇടയ്ക്കിടെ ബന്ധപ്പെടാൻ സാധിച്ചു. യൂണിയന്റെ താലൂക്ക് കമ്മിറ്റിയിലും ഒന്നിച്ചു പ്രവർത്തിക്കാൻ സാധിച്ചു. സഹപ്രവർത്തകരോട് സ്നേഹത്തോടെ സംസാരിക്കാനും, വ്യത്യസ്തമായ അഭിപ്രായങ്ങൾ മിത ഭാഷണത്തോടെ തിരുത്തിത്തരാനും സഖാവ് ശ്രമിച്ചിരുന്നു. അടിയന്തരാവസ്ഥയ്ക്ക് ഇളവ് നൽകി ലോക്സഭാ തിരഞ്ഞെടുപ്പ് പ്രഖ്യാപിച്ച ഘട്ടത്തിൽ മിസ തടവുകാരനായി എ കെയെ കണ്ണൂർ സെൻട്രൽ ജയിലിൽനിന്നും വിട്ടയച്ചപ്പോൾ പുരുഷോത്തമൻ വക്കച്ചന്റ അടക്കമുള്ളവരെ കാഞ്ഞങ്ങാട് സ്വീകരിക്കാൻ പ്രകടനവുമായി ചെന്നത് മറക്കാൻ കഴിയാത്ത അനുഭവമായിരുന്നു.

കാഞ്ഞങ്ങാട്ടെ സി ഐ ടി യു നേതൃത്വത്തിലുള്ള മിക്ക സമരങ്ങളിലും ക്യാമ്പെയിനിലും മുന്നിൽ സ. എ കെ ഉണ്ടായിരുന്നു. മിക്കവാറും യൂണിയനുകളുടെ ചുമതല സഖാവ് വഹിച്ചതായി ഓർക്കുന്നു. ഞാൻ ഓട്ടോറിക്ഷ തൊഴിലാളിയായി വന്ന ഘട്ടത്തിൽ എനിക്ക് കാഞ്ഞങ്ങാട് ഏരിയ കമ്മിറ്റിയുടെ ചുമതല നൽകി. കാസർഗോഡ് ജില്ല രൂപീകരിച്ചപ്പോൾ ഓട്ടോറിക്ഷ തൊഴിലാളി യൂണിയൻ ജില്ലാ കമ്മിറ്റി രൂപീകരിച്ചു. ആദ്യം പ്രസിഡന്റായി എ കെയും സെക്രട്ടറിയായി ഞാനും പ്രവർത്തിച്ചു. ഓരോ പ്രവർത്തകരുടെയും കഴിവും സാധ്യതയും കണ്ടറിഞ്ഞു ചുമതല ഏൽപ്പിക്കുക എന്നത് എ കെ കൃത്യമായി നിറവേറ്റി.

ഒരു ബന്ദ് കാലത്തുണ്ടായ അനുഭവം ഒരിക്കലും മറക്കാൻ സാധിക്കില്ല. കുന്നമ്മലിൽ പ്രവർത്തിക്കുന്ന സി പി ഐ (എം) ഓഫീസിൽക്കയറി സഖാവ് ചാത്തുവേട്ടനെ പോലീസ് ഭീകരമായി മർദ്ദിച്ചു. ടൗണിലേക്ക് വന്ന പോലീസ് ട്രാഫിക് ജംഗ്ഷനിൽ പ്രകടനംകഴിഞ്ഞു നിൽക്കുകയായിരുന്ന എ കെ, എം ഗംഗാധരൻ എന്നീ സഖാക്കൾക്കെതിരെ അതിക്രമം നടത്തി. ഈ രണ്ടു സഖാക്കളും അവിടെ കെട്ടിക്കിടക്കുകയായിരുന്ന ചെളിവെള്ളത്തിൽ വീണു. ഇത് കണ്ട ഞാനും എച്ച് കൃഷ്ണകുമാറും സഖാക്കളെ താങ്ങിയെടുക്കാൻ പോയപ്പോൾ ഞങ്ങൾക്കെതിരായി ഭീകരമായ മർദ്ദനമാണ് പോലീസ് നടത്തിയത്. മർദ്ദനത്തെ തുടർന്ന് മൂന്നു നാല് ദിവസം ആശുപത്രിയിൽ കിടക്കേണ്ടതായി വന്നു. ഞങ്ങളെ ആദ്യം ആശുപത്രിയിൽ കൊണ്ടുപോകുന്നതിനുപകരം പോലീസ് ലോക്കപ്പിലിട്ടു. പിറ്റേദിവസം കോടതിയിൽ ഹാജരാക്കിയപ്പോൾ മജിസ്ട്രേറ്റിന്റെ നിർദ്ദേശപ്രകാരമാണ് ആശുപത്രിയിലാക്കിയത്. മാണിക്കോത്ത് ദിനേശ് ബീഡിക്കമ്പനി അനുവദിച്ചപ്പോൾ മാണിക്കോത്ത്, മഡിയൻ എന്നീ സ്ഥലങ്ങളിലായിരുന്നു പ്രവർത്തിക്കേണ്ടി വന്നത്. മാണിക്കോത്ത്, കൊളവയൽ, കാറ്റാടി പ്രദേശങ്ങളിലെ തൊഴിലാളികൾക്ക് ഇത് വലിയ അസൗകര്യമുണ്ടാക്കി. എ കെ കേന്ദ്രസംഘം ഡയറക്ടർ ആയിരുന്ന ഘട്ടത്തിലാണ് കൊളവയൽ മൊട്ടമ്മൽ സ്വന്തമായി സ്ഥലമെടുത്ത് കെട്ടിടം പണിതു സ്ഥിരമായി അവിടെ കമ്പനി പ്രവർത്തിച്ച് വരുന്നത്.

ഒരു ഓട്ടോറിക്ഷ തൊഴിലാളിയായ എന്നെ വീട്ടിലേക്ക് ചെല്ലാൻ പറയുകയും അവിടെവെച്ച് അന്നത്തെ സി പി ഐ (എം) ജില്ലാ സെക്രട്ടറി ആയിരുന്ന എ കെ എന്നോട് ട്രേഡ് യൂണിയൻ രംഗത്ത് മുഴുവൻ സമയ പ്രവർത്തകനായി ചുമതല ഏൽക്കാനും മത്സ്യത്തൊഴിലാളി യൂണിയൻരംഗത്ത് പ്രവർത്തിക്കാനും ആവശ്യപ്പെട്ടു. എ കെയുടെ നിർദ്ദേശത്തിന് മറുവാക്ക് പറയാൻ എനിക്കു സാധിച്ചില്ല.

എ കെ നാരായണൻ എന്നാണ് പേരെങ്കിലും വലിപ്പചെറുപ്പം നോക്കാതെ നമുക്ക് എ കെ എന്നുവിളിക്കാം. ആ വിളിയെല്ലാം വളരെ സ്നേഹത്തോടും സന്തോഷത്തോടും സ്വീകരിച്ചു.

നിറഞ്ഞ ചിരിയും സ്നേഹത്തോടെയുള്ള ഇടപെടലും എ കെയെ വ്യത്യസ്തനാക്കുന്നു. ഗൗരവത്തോടെയുള്ള രാഷ്ട്രീയ ഇടപെടലുകൾ വേണ്ടിവരുന്ന ഘട്ടത്തിലും മുഖത്തെ ചിരി മായില്ല. സ. എ കെയുടെ കൂടെ പ്രവർത്തിക്കാൻ സാധിച്ചത് വലിയ അംഗീകാരമായി കാണുകയാണ്.

സഹപ്രവർത്തകനും നേതാവും

കെ വി കുഞ്ഞമ്പു

സ. എ കെ നാരായണനുമൊന്നിച്ച് കോട്ടച്ചേരി മൂളൻ വീടിനു സമീപമുള്ള ഗണേഷ് ബീഡിക്കമ്പനിയിൽ ജോലി ചെയ്ത കാലം ഓർക്കുന്നു. പാർട്ടി പ്രവർത്തകരായ വി വി കുഞ്ഞിരാമൻ, പി ഗോപാലൻ, എം കുഞ്ഞിരാമൻ എന്നിവരും അന്ന് ഞങ്ങളോടൊപ്പം ജോലി ചെയ്തിരുന്നു. യൂണിയന്റെയോ പാർട്ടിയുടെയോ ഏതൊരു പരിപാടിയിലും ഞങ്ങളുടെ കമ്പനിയിൽ ജോലി ചെയ്യുന്ന തൊഴിലാളികൾ എന്നും മുൻപന്തിയിലുണ്ടാവുമായിരുന്നു. ആവിക്കരയിലുള്ള അമ്പുഞ്ഞി എന്നൊരാളായിരുന്നു ബീഡിക്കമ്പനി നടത്തിയിരുന്നത്. അദ്ദേഹവും പാർട്ടി അനുഭാവി തന്നെ ആയിരുന്നു. ടൗണിലെ പ്രധാന പ്രവർത്തകരെല്ലാം ജോലി ചെയ്യുന്ന സ്ഥാപനം എന്ന നിലയിൽ ഞങ്ങളുടെ ബീഡിക്കമ്പനി ഒരു രാഷ്ട്രീയ കേന്ദ്രം തന്നെ ആയിരുന്നു. അതുകൊണ്ടുതന്നെ അന്ന് കണ്ണൂരിൽ നിന്നും വരുന്ന പാർട്ടി നേതാക്കൾ ആദ്യമെത്തുന്നത് ഞങ്ങളുടെ ബീഡിക്കമ്പനിയിലായിരുന്നു. അഴീക്കോടൻ രാഘവൻ ഉൾപ്പെടെയുള്ള നേതാക്കൾ ഞങ്ങളുടെ ബീഡിക്കമ്പനിയിൽ വരുമായിരുന്നു.

രാഷ്ട്രീയ കേന്ദ്രം എന്ന നിലയിൽ മാത്രമല്ല ഞങ്ങൾ ജോലി ചെയ്തിരുന്ന ബീഡിക്കമ്പനിയുടെ പ്രാധാന്യം തൊഴിലാളികളിൽ വായനാശീലം വളർത്തുവാനും സർഗ്ഗാത്മകമായ പ്രവർത്തനങ്ങളിലേക്ക് അവരെ നയിക്കുവാനും സ. എ കെ നാരായണൻ ഉൾപ്പെടെയുള്ള ഞങ്ങളുടെ കമ്പനിയിലെ രാഷ്ട്രീയ നേതൃത്വം ശ്രമിച്ചു. ദിനപത്രങ്ങൾക്കും വാരികകൾക്കും പുറമെ അതിയാമ്പൂര് വായനശാലയിൽനിന്നും വരുത്തുന്ന പുസ്തകങ്ങളും കമ്പനിയിൽ വായിക്കുക പതിവായി. ബീഡിക്കമ്പനിയിലെ ഈ സമൂഹവായന വലിയ ഗുണം ചെയ്തുവെന്നാണ് ഞങ്ങളുടെ അനുഭവം. മറ്റു

ബീഡിക്കമ്പനികളിലും ഇതേ രീതിയിൽ വായന നടന്നു. ഇതിനു പുറമെ കലാപ്രവർത്തനങ്ങളിലും ഞങ്ങളുടെ തലമുറയിലെ ബീഡിത്തൊഴിലാളികൾ മുൻപന്തിയിലായിരുന്നു. അതിയാമ്പൂര് വായനശാലയിൽ അവതരിപ്പിച്ച *എന്നിട്ടും നിങ്ങളെന്നെ സ്നേഹിക്കുന്നു* എന്ന നാടകത്തിൽ സ. എ കെ നാരായണനോടൊപ്പം ഞാനും വി കുഞ്ഞിക്കണ്ണനും മറ്റും അഭിനയിച്ച കാര്യം ഓർക്കുന്നു. നല്ലനിലയിൽ സ്വാഗതം ചെയ്യപ്പെട്ട ഒരു പ്രവർത്തനമായിരുന്നു ഈ നാടകാവതരണം. ഇതിൽ നേതൃപരമായി പങ്കുവഹിച്ചത് സ. എ കെ നാരായണൻ തന്നെയായിരുന്നു.

സഹപ്രവർത്തകരെന്ന നിലയിൽ സ. എ കെ നാരായണനുമായി വളരെ അടുത്ത ബന്ധമായിരുന്നു എനിക്കുണ്ടായിരുന്നത്. മംഗലാപുരം ആശുപത്രിയിൽവെച്ച് സഖാവിന്റെ അമ്മ മരിച്ച സന്ദർഭം ഓർക്കുകയാണ്. മൃതദേഹം നാട്ടിലേക്ക് കൊണ്ടുവന്നു സംസ്കരിക്കുവാൻ കഴിയാത്ത മകന്റെ ധർമ്മസങ്കടം ഒരിക്കലും മറക്കുവാൻ കഴിയില്ല. ഭർത്തൃമാതാവിന്റെ മൃതദേഹം അവസാനമായി കാണാൻ സ. എ കെയുടെ ഭാര്യ ഇന്ദിരയുമായി മംഗലാപുരം വെൻലോക്ക് ആശുപത്രിയിലേക്ക് പോയത് ഞാനായിരുന്നു. ഇത്തരം ദുരന്തങ്ങളും ജീവിതക്ലേശങ്ങളും പൊതു ജീവിതത്തിൽ സ. എ കെ നാരായണനെ ഒട്ടും തളർത്തിയില്ല. സഹപ്രവർത്തകരായ ഞങ്ങളടക്കമുള്ളവരുടെ നേതാവായി പിന്നീട് സഖാവ് ഉയർന്നുവന്നു. സി ഐ ടി യുവിന്റെ ജില്ലാ സെക്രട്ടറിയായും പാർട്ടി ജില്ലാ സെക്രട്ടറിയായും സംസ്ഥാന കമ്മിറ്റി അംഗമായും പ്രവർത്തിച്ചു മുന്നേറാൻ സഖാവിന് കഴിഞ്ഞതിൽ സഹപ്രവർത്തകരായ ഞങ്ങൾക്കു തികഞ്ഞ അഭിമാനമാണുള്ളത്.

(വാർദ്ധക്യസഹജമായ അവശതയിൽ വീട്ടിൽ വിശ്രമിക്കുന്ന
സ. കെ വി കുഞ്ഞമ്പുവുമായി പി അപ്പുക്കുട്ടൻ നടത്തിയ
അഭിമുഖത്തിൽനിന്നും)

തൊഴിലാളി സംഘടനാ സംഗമവേദിയായി എ കെ പുരസ്കാര ചടങ്ങ്

ടി മുഹമ്മദ് അസ്‌ലം

ടി കെ കെ ഫൗണ്ടേഷന്റെ പതിനാറാമത് പുരസ്കാരം തൊഴിലാളി സംഘടനാ മേഖലയിലെ കുലപതിയായ എ കെ നാരായണന് സമർപ്പിച്ച ചടങ്ങ് വിവിധ തൊഴിലാളി സംഘടനാ നേതാക്കളുടെയും പ്രവർത്തകരുടെയും സംഗമവേദിയായി.

ബീഡിത്തൊഴിലാളിയിൽനിന്ന് ബീഡിത്തൊഴിലാളി യൂണിയൻ ദേശീയ നേതൃത്വത്തിലേക്കുയർന്ന എ കെ വിവിധ തൊഴിലാളി സംഘടനകളുടെ നേതൃനിരയിൽ ശ്രദ്ധേയമായ സ്ഥാനം വഹിക്കുകയുണ്ടായി. അനാരോഗ്യത്തെത്തുടർന്ന് വിശ്രമിക്കുന്ന എ കെ നാരായണന്റെ അതിയാമ്പൂരിലെ വസതിയിലെത്തിയാണ് നിയമസഭാ സ്പീക്കർ എ എൻ ഷംസീർ ടി കെ കെ സ്മാരക പുരസ്കാരം സമർപ്പിച്ചത്.

എ കെ കൂടി ഉൾപ്പെട്ട അതിയാമ്പൂർ വാർഡിൽനിന്ന് തിരഞ്ഞെടുക്കപ്പെട്ട് നഗരസഭാ ചെയർപേഴ്സൺ ആയ കെ വി സുജാത എ കെയെ പൊന്നാടയണിയിച്ചു. ടി കെ കെ ഫൗണ്ടേഷൻ ചെയർമാൻ അഡ്വ. സി കെ ശ്രീധരന്റെ അദ്ധ്യക്ഷതയിൽ എ കെയുടെ വസതിയങ്കണത്തിൽ നടന്ന ഗൃഹാതുരത്വം നിറഞ്ഞ ചടങ്ങിൽ സി ഐ ടി യു നേതാവ് കൂടിയായ അഡ്വ. പി അപ്പുക്കുട്ടൻ എ കെയെ പരിചയപ്പെടുത്തുമ്പോൾ ആറ് പതിറ്റാണ്ടുകാലത്തെ എ കെ തൊഴിലാളികൾക്കുവേണ്ടി നടത്തിയ പോരാട്ടപ്രവർത്തനങ്ങളുടെ നേർരേഖയായി അതു മാറി. ഐ എൻ ടി യു സിയുടെ ദേശീയ നിർവ്വാഹക സമിതിയംഗമായിരുന്ന അഡ്വ. എം സി ജോസ് എ കെയോടൊപ്പം തൊഴിലാളിമേഖലയിൽ പ്രവർത്തിച്ചതിന്റെ അനുഭവം പങ്കിട്ടു.

സി ഐ ടി യു സംസ്ഥാന സെക്രട്ടറി ടി കെ രാജൻ, ഐ എൻ ടി യു സി. ജില്ലാ പ്രസിഡന്റ് പി ജി ദേവ്, എസ് ടി യു ജില്ലാ ജനറൽ സെക്രട്ടറി ഷെരീഫ് കൊടവഞ്ചി, എച്ച് എം എസ് ജില്ലാ പ്രസിഡന്റ് എം കുഞ്ഞമ്പാടി, അധ്യാപകനായി വിരമിച്ച കാവുങ്കാൽ നാരായണൻ എന്നിവർ എ കെയുടെ സേവനങ്ങളെ പ്രകീർത്തിച്ച് സംസാരിച്ചു.

സി പി ഐ (എം) ജില്ലാ സെക്രട്ടറിയേറ്റംഗം വി വി രമേശൻ, പാർട്ടി ഏരിയാ കമ്മിറ്റിയംഗം എം രാഘവൻ, കഴിഞ്ഞ അമ്പത് വർഷമായി കാഞ്ഞങ്ങാട് സി ഐ ടി യു ഓഫീസ് സെക്രട്ടറിയായി പ്രവർത്തിച്ചു വരുന്ന ടി കുട്ട്യൻ, എസ് ടി യു കർഷക സംഘം നേതാവ് സി മുഹമ്മദ്കുഞ്ഞി, ബീഡിത്തൊഴിലാളി നേതാക്കളായ പി കാര്യമ്പു, സി പി ഐ (എം) ബല്ല ലോക്കൽ സെക്രട്ടറി സേതു കുന്നുമ്മൽ, ഡി വൈ എഫ് ഐ നേതാവ് വിപിൻ ബല്ലത്ത്, ബി ആർ ഡി സി ഡയറക്ടർ ഷിജിൻ, എ കെ ആൽബർട്ട്, ബി എം കൃഷ്ണൻ, കെ വിശ്വനാഥൻ, കോടാട്ട് കൃഷ്ണൻ തുടങ്ങി തൊഴിലാളിമേഖലയിൽ പ്രവർത്തകരായ ഒട്ടേറെ നേതാക്കളും പ്രവർത്തകരും ചടങ്ങിൽ സംബന്ധിച്ചു.

എ കെ നാരായണന്റെ ഭാര്യയായ ഇന്ദിര, മക്കളായ ലൈല, അനിത, ആശ, സീമ, മരുമക്കളായ നാരായണൻ, അഡ്വ. യദുനാഥ്, ജൈനേന്ദ്രൻ, അശോകൻ, ടി കെ കെ നായരുടെ മകൻ മനോജ്കുമാർ, മരുമകൻ റിട്ട. ഡി ഇ ടി ഗംഗാധരൻ, ടി കെ കെ ഫൗണ്ടേഷൻ സ്ഥാപകനേതാവായിരുന്ന അന്തരിച്ച എ വി രാമകൃഷ്ണന്റെ മകൾ രജിത, മരുമകൻ സന്തോഷ് തുടങ്ങി ബന്ധുമിത്രാദികളും ചടങ്ങിലുടനീളം പങ്കാളികളായി.

ഫൗണ്ടേഷൻ ജനറൽ സെക്രട്ടറി ടി മുഹമ്മദ് അസ്‌ലം സ്വാഗതവും സെക്രട്ടറി ടി കെ നാരായണൻ നന്ദിയും പറഞ്ഞു.

സഹപ്രവർത്തകർക്ക് അർഹമായ പരിഗണനയും സഹായവും നൽകിയ സഖാവ്

ടി വി ഗോവിന്ദൻ

വർഷങ്ങൾക്കു മുമ്പ് ഗണേഷ് ബീഡി പ്രവർത്തിച്ചിരുന്ന കാലത്ത് ചെറുവത്തൂർ റെയിൽവേ സ്റ്റേഷന് തെക്കുഭാഗത്ത് ഗേറ്റിന്റെ സമീപത്തായി സ്ഥിതിചെയ്യുന്ന സ്വകാര്യ വ്യക്തിയുടെ ഉടമസ്ഥതയിലായിരുന്ന ഇരുനില കെട്ടിടത്തിന്റെ താഴെ ഗണേഷ് ബീഡി ബ്രാഞ്ചും, മുകളിൽ എ ഇ ഒ ഓഫീസും പ്രവർത്തിച്ചിരുന്ന കാലത്ത് ഞാനവിടെ ബീഡി തെറുക്കുമായിരുന്നു.

ഒരുദിനം കമ്പനിയിലേക്ക് ചിരിച്ചുകൊണ്ട് വരുന്ന എ കെയെ ഞാനാദ്യമായി കാണുകയായിരുന്നു. മനസ്സിൽ എന്ത് പ്രയാസമുണ്ടെങ്കിലും എന്നും സുസ്മേരവദനനായി കാണുന്ന ഒരാളാണ് സ. എ കെ നാരായണൻ. അന്ന് അദ്ദേഹം ഹോസ്ദുർഗ് താലൂക്ക് ബീഡി ലേബർ യൂണിയന്റെ സെക്രട്ടറിയായി പ്രവർത്തിക്കുകയായിരുന്നു. തൊഴിലാളികളെ സംഘടിപ്പിച്ച് യൂണിയനിൽ അംഗമാക്കാൻ നാടുനീളെ സഞ്ചരിച്ചുകൊണ്ടിരുന്ന കാലം. അങ്ങനെയാണ് ചെറുവത്തൂർ, തുരുത്തി തുടങ്ങിയ പ്രദേശങ്ങളിലെ ബീഡിത്തൊഴിലാളികളെ സംഘടനയിലേക്ക് കൊണ്ടുവന്നത്. സ. കെ നാരായണൻ യൂണിയന്റെ പ്രവർത്തകനായിരുന്നു. ചെരുപ്പ് പോലും ധരിക്കാതെ നടന്നുപോകുന്ന സഖാവ് നാരായണൻ ബീഡിത്തൊഴിലാളികളെ സംഘടിപ്പിക്കുന്നതിൽ സ. എ കെയോടൊപ്പം സജീവമായി പ്രവർത്തനരംഗത്തുണ്ടായിരുന്നു. ഞാനും വേഗത്തിൽ ബീഡി ലേബർ യൂണിയന്റെ താലൂക്ക് കമ്മിറ്റി അംഗമായി. തുരുത്തിയിലെ നാരായണനും പിന്നീട് താലൂക്ക് കമ്മിറ്റിയിലെത്തി. ചെറുവത്തൂരും തുരുത്തിയിലുമായി ധാരാളം പ്രവർത്തകർ യൂണിയനിലേക്ക് വന്നു.

നിരവധി സമരമുഖങ്ങളിൽ എ കെയുടെ നേതൃശേഷി കാണാൻ സഹപ്രവർത്തകരായ ഞങ്ങൾക്കു അവസരമുണ്ടായി. കല്ലട വുഡ് ഇൻഡസ്ട്രീസ് സമരം അതിലൊന്നാണ്. ദീർഘകാലം ബീഡി ലേബർ യൂണിയനിലും, സി ഐ ടി യുവിലും പാർട്ടിയിലും എ കെയോടൊപ്പം പ്രവർത്തിക്കാൻ സാധിച്ചത് ജീവിതത്തിലെ ധന്യതയായി ഞാൻ കണക്കാക്കുന്നു. എനിക്കൊരു പാഠപുസ്തകമായിരുന്നു സ. എ കെ.

1970 ൽ കൽക്കത്തയിൽ വെച്ച് നടന്ന സി ഐ ടി യു രൂപീകരണ സമ്മേളനത്തിൽ ബീഡി ലേബർ യൂണിയനെ പ്രതിനിധീകരിച്ച് എ കെയും ഞാനും പങ്കെടുക്കുവാനായിരുന്നു തീരുമാനം. അവിചാരിതമായ ചില കാരണങ്ങളാൽ സ. എ കെയ്ക്ക് കൽക്കത്താ സമ്മേളനത്തിൽ പങ്കെടുക്കാൻ കഴിഞ്ഞില്ല. സി ഐ ടി യു രൂപീകരണ സമ്മേളനത്തിൽ പങ്കെടുക്കുവാൻ കഴിയാത്തതിൽ സ. എ കെക്ക് വലിയ ദുഃഖവും നിരാശയുമുണ്ടായിരുന്നു. അതിനുള്ള മനോവിഷമം പലപ്പോഴും സ. എ കെ പങ്കുവെച്ചിട്ടുണ്ട്.

ചെറുവത്തൂരിലും തുരുത്തിയിലും പിലിക്കോട്ടുമെല്ലാമുള്ള ബീഡി ത്തൊഴിലാളികളെ യൂണിയനിൽ എത്തിക്കുന്നതിൽ ഞാനും കെ നാരായണനും എ കെയോടൊപ്പം നിന്നു. ഈ മൂന്ന് പ്രദേശങ്ങളെയും ചേർത്ത് ഒരു ഡിവിഷൻ കമ്മിറ്റി രൂപീകരിക്കുകയും ഞാനതിന്റെ സെക്രട്ടറിയാവുകയും ചെയ്തു. ക്രമേണ താലൂക്ക് ബീഡി ലേബർ യൂണിയന്റെ ജോയിന്റ് സെക്രട്ടറിയായി എ കെയുടെ കൂടെ പ്രവർത്തിക്കുവാൻ അവസരമുണ്ടായി. ബീഡി ലേബർ യൂണിയന്റെ സെക്രട്ടറിയായി എ കെ പ്രവർത്തിക്കുമ്പോൾ ജോയിന്റ് സെക്രട്ടറിയായി ഞാൻ പ്രവർത്തിച്ചിരുന്നു. സഹപ്രവർത്തകർക്ക് നല്ല പരിഗണനയാണ് അദ്ദേഹം നൽകിയത്. പിന്നീട് പാർട്ടി ജില്ലാ കമ്മിറ്റിയിലും സെക്രട്ടറിയേറ്റിലും അംഗമായി പ്രവർത്തിക്കുവാൻ അവസരമുണ്ടായപ്പോഴും എ കെ നൽകിയ സഹായവും സഹകരണവും എടുത്തു പറയേണ്ടതാണ്. മറ്റു പലർക്കുമെന്നപോലെ ട്രേഡ് യൂണിയൻ രാഷ്ട്രീയ രംഗങ്ങളിൽ എനിക്കും സ. എ കെ ഗുരുതുല്യനായ വഴികാട്ടിയായിരുന്നു. പൊതു ജീവിതം മുന്നോട്ട് കൊണ്ടുപോകുന്നതിൽ സഖാവിന്റെ മാർഗ്ഗദർശനം വളരെ സഹായകരമായിരുന്നു. സ. എ കെയുടെ ദീപ്തമായ ഓർമ്മകൾക്കു മുമ്പിൽ തല കുനിക്കുന്നു.

●

www.ingramcontent.com/pod-product-compliance
Lightning Source LLC
LaVergne TN
LVHW090410051026
849518LV00006B/2306
* 9 7 8 9 3 4 8 5 7 3 0 2 5 *